आपल्या स्नेहीजनांना पुस्तके भेट द्या

॥ पावित्रम् ॥

अंत्येष्टी कार्याचा अनोखा पैलू उलगडणारी कथा

स्वाती चांदोरकर

मेहता पब्लिशिंग हाऊस

PAVITRAM by SWATI CHANDORKAR

पवित्रम् : स्वाती चांदोरकर / कादंबरी

Email : author@mehtapublishinghouse.com

प्रकाशक : सुनील अनिल मेहता, मेहता पब्लिशिंग हाऊस,
१९४१, सदाशिव पेठ, माडीवाले कॉलनी, पुणे – ४११०३०.

अक्षरजुळणी : स्वाती एंटरप्रायझेस, पुणे – ४११००९.

मुद्रक : ट्रिनिटी ॲकॅडमी फॉर कॉर्पोरेट ट्रेनिंग लिमिटेड

मुखपृष्ठ : चंद्रमोहन कुलकर्णी

प्रकाशनकाल : फेब्रुवारी, २०१३ / पुनर्मुद्रण : सप्टेंबर, २०१८

किंमत : ₹ २२०

P Book ISBN 9788184984545
E Book ISBN 9789353170455

E Books available on : amazonkindle Apple Books Google Play Books

---

प्रस्तावना

माणसांच्या कथा त्यांच्या जन्मापासून सुरू होऊन मृत्युनंतर थांबतात. संपतात असं म्हणता येत नाही. माणूस निवर्तला तरी त्याच्या आठवणी असतातच. जन्माच्या आणि मृत्यूच्याही. मृत्यू म्हटलं की, आजही अपवित्र असं वातावरण निर्माण होतं. मग कुणीही कितीही सांगो, वेद-पुराण किंवा ऋषिमुनी की, मृत्यू येतो तो शरीराला. आत्मा अविनाशी, शरीर विनाशी. पण ज्ञान असणं आणि वस्तुस्थितीत ते ज्ञान स्वीकारणं ह्यात आजही तफावत आहे. मृत्यू म्हणजे महोत्सव असं सांगणारे आणि त्याप्रमाणे वागणारे 'ओशो' हे एखादेच. ही अशी भावना निर्माण होत नाही, तर मृत्यूला महोत्सवाचं रूप देणं ही फारच अशक्य गोष्ट. आजच्या काळात प्रगती आहे, नवीन शोध आहेत, वास्तवाचं भान आहे, तरीही 'मृत्यू' ह्या सर्वांना छेद देतो. ही आजची मानसिकता. मग पन्नास एक वर्षांपूर्वीची मानसिकता कशी असेल?

मृत्यूबद्दलचे विचार कसे असतील?

धर्माबद्दलचे विचार कसे असतील?

तेव्हा जातीय भेदभाव किती प्रमाणात होता?

कृष्ण, तुकाराम, ज्ञानेश्वर, चोखामेळा, जनाबाई...

सगळ्यांनी सांगितलं ज्ञानाबद्दल, परमेश्वराबद्दल, धर्माबद्दल, पण समाज-मानसिकता बदलली नाही. म्हणजे पूर्णत्वाने बदलली नाही. त्यांनी ह्या थोर संतांचं, विचारवंतांचं ऐकलं, तद्वत वर्तन केलं ते अगदी संख्येने कमी असले पाहिजेत. त्यांनाही ह्या प्रगल्भ विचारसरणीचे चटके बसले असतील, पण त्यांनी त्यांचा धर्म सोडला नाही.

धर्म म्हणजे काय? ओशो सांगतात, धर्म म्हणजे माणसाच्या मनाची जडणघडण. माणसाला मनातून, मनापासून जे वाटतं ते त्याने करावं – तोच त्याचा धर्म.

असाच एक आपल्या मनाचा धर्म पाळणारा दत्तू पुजारी. हा पुजारी माझ्या मनात कसा आणि का आला ह्याला उत्तर नाही. अंत्यविधी करणारा हा पुजारी – त्याचा अभ्यास करताना अनेक पद्धती, शास्त्र समजत गेलं. मोडक गुरूजी भेटले. ज्यांनी अंत्यविधीची शास्त्रोक्त माहिती दिली. पुण्याच्या स्मशानात गेले. तिथेही काही माहिती मिळाली.

तसा हा विषय जुना. जन्ममृत्यूचा खेळ सुरू झाला केव्हातरी, तेव्हापासूनचा. फार फार पूर्वी जन्म हा माणसाला आश्चर्याचा भाग वाटला असेल, आणि मृत्यूही. केव्हातरी मृत्युनंतर हळूहळू शरीर जाळावं लागतं, पुरावं लागतं असा शोध लागला असेल. तेव्हा तो विधी नसेल तर दुर्गंधी येते म्हणून त्याची वासलात लावायची, अशी भावना असेल. मग कालांतराने मृत्यू म्हणजे दु:ख हे जाणवलं असेल. आणि नंतर मग कधीतरी अंत्यविधीचे सोपस्कार तयार झाले असतील. त्यातूनच पवित्र-अपवित्र असा भेद निर्माण झाला असेल. आता भटजी पवित्र-अपवित्र अशी दोन्ही कार्ये करतात. त्यांना कुठेही आडकाठी होत नाही असं समजलं. कदाचित शहरातून तशी मानसिकता तयार झाली असेल, पण गावं, खेडेगावं इथे मात्र ह्या कार्यातले भेदभाव आहेत. हेही अर्थातच ऐकीव आहे. खेडेगावंही सुधारित झाली असतील. पण सर्वत्र झालेली नाहीत.

पण हे आत्ता! पूर्वीचं काय? त्यावेळेस असतील असे दत्तू पुजारी? प्रत्यक्षात?

असे अनेक विचार आणि त्या काळातली मानसिकता. म्हणून हे 'पवित्रम्' .

१

"बोला पुंडलिक वरदा"
"हाऽऽरीऽऽ विठ्ठल"
"श्री ज्ञानदेवऽऽऽ"
"तुकाराऽऽऽम"
"बोला पंढरीनाथ महाराज की...."
"जय"

मंदिर दुमदुमलं. तसं छोटंसंच मंदिर. दगडी. हे मंदिर म्हणजे पुरातन वास्तू. कधीचं हे मंदिर, कुणी बांधलं, इतक्या अडचणीच्या जागेत कसं बांधलं? कुणालाही ठाऊक नाही. मंदिराच्या मागे मोठ्ठा डोंगर. त्या डोंगराकडे एका विशिष्ट दिशेनं बघितलं की, ह्या मंदिरातल्या देवाच्या मूर्तीचा आकार आणि त्या डोंगराचा आकार सारखाच दिसतो. ही मूर्ती घडवलेली नाहीये, म्हणून ती ओबडधोबड आहे. मूर्तीला तसा आकार नाहीच आहे. पण निरखून बघितलं, तर ती गणेशाची मूर्ती वाटते. मग अजून निरखून बघितलं, तर सोंडही भासू शकेल असा काहीसा तो दगड आहे. ही सोंड उजव्या हाताला दिसते. तर कुणाला ती डाव्या हाताला असल्याचं वाटतं. मग त्यावरून वाद नकोत म्हणून हा गणेश ना उजव्या सोंडेचा, ना डाव्या. थोडक्यात, डावं-उजवं न करणारा, सर्वांना एकाच मापाने तोलणारा असा हा गणेश, गणेशपूर गावाचा कर्ता-धर्ता!

माघी गणेशोत्सवात ह्या मंदिरात लोकांची रीघ लागते. जणू लोकांचा, माणसांचा पूरच! म्हणून ह्या गावाचं नाव गणेशपूर पडलं असण्याची शक्यता नाकारता येत नाही.

हा माणसांचा पूर येतो तो आजूबाजूच्या पाच-सात गावांतूनच. तसं हे गाव आणि त्याच्या आजूबाजूचा परिसर बाहेरच्या जगाशी अनभिज्ञ! गणेशपूर, वाडी, चिंचोली, काशी, कुकुरी, भाकी, आलोणपूर अशी चित्रविचित्र नावं असलेला परिसर. त्यात गणेशपूर सर्वांत मुख्य, सुधारित! गणेशाच्या कृपेमुळे!

गणेशाची काकड आरती अतिमहत्त्वाची. मंदिर आरतीनं दुमदुमलं की, ते स्वर ह्या परिसरात भरून राहतात. गावं जागी होतात. म्हणजे ह्या स्वरामुळे नाही तर

सवयीने. ''काकड आरतीला सुरुवात झाली असेल. उठा आता!'' असं घराघरात बोललं जातं. घंटानाद मात्र अगदी दूरपर्यंत पोहोचतो. उदबत्ती, कापूर, धूप... मंदिर काही वेळ हरवतं. जणू धुक्यात विरघळतं. मग धुकं म्हणजे हा धूर विरत जातो, आणि मंदिर पुन्हा सापडतं. दिसू लागतं. मग एक नाद घुमतो.

''बोला पुंडलिक वरदा''

''हाऽरीऽऽ विठ्ठल''

हरीचं हारी होतं, अपभ्रंश! पण सहजी म्हटलं जातं, हारी विठ्ठल! खरंच विठ्ठल हरला की काय ह्या माणसांपुढे?

मग होतो जयजयकार!

दत्तू पुजारी अचानक गाभाऱ्यातून प्रकटतो. त्याचे डोळे धुरानं लाल झालेले असतात आणि त्याचं उपरणं, सोवळं घामानं चिंब झालेलं असतं. पण मुळात गोऱ्या, देखण्या असलेल्या दत्तूच्या कपाळावरचं चंदनाचं गंध, त्याला फार खुलून दिसतं. बायकांच्या आंबाड्यातल्या आकड्यांच्या आकाराचं गंध आणि त्यामधोमध कुंकवाचा लालबुंद ठिपका! शांत निरांजनाच्या ज्योतीचा त्याच्या चेहऱ्यावर पडणारा मंद प्रकाश!

आत्तासुद्धा दत्तू तसाच गाभाऱ्यातून बाहेर आला. जितके काकड आरतीसाठी जमले होते, त्या सर्वांनी निरांजनावरून हात फिरवला. डोळ्यांना ती उष्णता दिली आणि मग डोक्यावरून हात फिरवला. आरती घेतली गेली, प्रसाद वाटला गेला आणि दत्तूनं सर्वांना फुलं दिली. निर्माल्यातली. हाही एक जणू रिवाजच. निर्माल्य नदीत टाकलं जात नाही. प्रत्येक जण निर्माल्यातलं एक-एक फूल घेतं आणि आपल्या शेतातल्या जमिनीत किंवा अंगणातल्या तुळशीत टाकतं. पूर्वापार चालत आलेली ही प्रथा होती.

सोवळं बदलून दत्तू पुजारी पंचानं घाम पुसत मंदिरातल्या आवारातल्या मोठ्या वडाच्या झाडाच्या पारावर विसावला. पाटील, निमकर, शिंदे, जोशी अशी मंडळीही पारावर विसावली. झुंजूमुंजू होत होतं. कुठेतरी कोंबडा बांग देत होता. पक्ष्यांची किलबिल ऐकू येत होती. दत्तू पुजारी रोजच्यासारखा निसर्गाची किमया बघण्यात हरवला. ही झाडं, विविध हिरव्या छटांची गर्द झाडी आणि अगदी काही अंतरावरून शांतपणे, निवांत वाहणारी नदी. तिचा भूपाळी म्हटल्यासारखा आल्हाददायक आवाज.... तेवढ्यात पाटील थुंकले आणि ह्या निसर्गाच्या चित्रावर त्यांनी काळं फासलं असं दत्तू पुजाऱ्याला वाटलं.

''पाटील, अहो काय हे? रोज रोज काय सांगायचं तुम्हाला? तुम्ही वयानं वडील...''

''आता बार भरला नव्हं. तेव्हा...''

"नका करू असं. ह्या पवित्र मंदिराच्या आवारात तरी थुंकू नका."

"चुकलंच म्हनायचं."

"आवो पुजारी, ग्वाड खाल्ल्यावर बार भरायचा न्हायी म्हटलं तर कसं व्हो?"

"निघा मग तुम्ही सगळे इथून. तिथे, पार नदी पल्याड जा, नि करा काय हवं ते. इथे नको. आपला गणेशा, असं अपवित्र करू नका त्याला, हे आज शेवटचं सांगतोय."

"पुजारी, चुकलं म्हनलो ना आम्ही. ए तुम्ही गप्प बसा अन् माफी मागा."

"कुनाची पाटील?"

"पुजारींची!"

"आता, आमी न्हाय बार भरला न्हवं."

"तरी मागा."

"माझी नको. ह्या गणेशाची, त्यानं निर्मिलेल्या ह्या सृष्टीची माफी मागा."

"माफी रे द्येवा. माफी."

"हां आत्ता कसं! बरं पुजारी, झालं न्हवं आता."

"हं."

"बरं, पुजारी, सांजच्याला घरी या."

"काही विशेष?"

"हो. या पाचच्या सुमारास."

"येतो."

मंदिर रिकामं झालं. दिवस चढू लागला. डोंगरामागून सूर्य गावाकडे सरकला. गाव जागं होऊन भाकरी तुकड्यासाठी कामाला लागलं.

दत्तू पुजारी घरी पोहोचला. कालिंदी अंगण झाडत होती.

"आज उशीर झाला?"

"हं."

"काय झालं?"

"नेहमीचंच! ह्या पाटलांना कितींदा सांगितलं का...."

"नाही समजणार त्यांना. आणि तुम्ही समजून घेत नाही आहात."

"मी काय समजू?"

"मी सांगितलं होतं तुम्हांला. काकड आरती झाली की निघायचं लगेचच. तुम्ही निघालात की सगळे बाहेर पडतील."

"खरं आहे तुझं. उद्यापासून असंच करेन. बाई कुठाय?"

"गोठ्यात आहेत. आज म्हादू आला नाहीये, त्याच धार काढायला बसल्यात."

"मग आता उकाडे कोण घालणार?"

"नाम्या येत असेल. तोच घालेल."

"बरं. मी आहे माडीवर."

"अहो, चहा ठेवलाय. घेऊन जा."

दत्तू पुजारी बरं म्हणून मागल्या अंगणातल्या गोठ्याकडे गेला. बाई गायींना प्रेमानं चुचकारत होती.

"आलास दत्तू?"

"मी येऊ का धार काढायला?"

"नको. तू दूध घे. धारोष्ण दूध प्यावं."

"गोविंदा निजलाय अजून?"

"निजू देत. उठला की, एक काम व्हायचं नाही माझं. आज्जी आज्जी करत मागोमाग फिरत राहतो."

"आणि तू तरी काय? लाड करतेस ना, मग..."

"तो आहेच तसा. बरं, पूजा व्हायचीय ना अजून?"

"जरा काम आहे. ते संपवतो नि मग करतो पूजा."

"फुलं, नैवेद्य, सर्व तयारी ठेवलीये. कर तुझं काम झालं की."

"बाई, आज संध्याकाळी वाड्यावर जायचंय. कालिंदीला न्यावं बरोबर असं म्हणतोय."

"ने की, गोविंदा राहील माझ्याजवळ."

"बरं."

संध्याकाळी दत्तू पुजारी आणि कालिंदी वाड्यावर गेले. पुढल्या दारी चार-पाच जण जमले होते. कालिंदी मागच्या दारी गेली. पडवीतल्या झोपाळ्यावर पाटील सुपारी कातरीत बसले होते. खाली बैठक अंथरली होती. पांढऱ्याशुभ्र चादरीवर भरतकाम केलं होतं. ते मोठं खुलून दिसत होतं. बैठकीवर लोड, शेजारी पानसुपारीचं तस्त ठेवलं होतं. दत्तू पुजारी लोडाचा आधार घेऊन बैठकीवर बसला. वाड्याला बाहेरच्या अंगानं चुना लावला होता. जोत्याचे दगड एकावर एक असे रेषेत उभे होते. लाकडी पट्ट्यांचे शंकरपाळे खिडकीला ठोकले होते. तेवढाच, त्या पट्ट्यांना दिलेला लाल रंग उठून दिसत होता. ऐसपैस वाडा कलत्या सूर्याच्या किरणांत माणसं असूनही एकाकी वाटत होता.

बैठकीत तांब्याभांडं फिरलं आणि मग पाटलांनी बोलायला सुरुवात केली.

"तुम्हा सर्वांना बोलावण्याचं कारण म्हंजे आम्ही गाव आता सुधारायचं म्हणतो. आम्ही परवाच्याला तालुक्याला ग्येलो होतो. वा राव! काय तालुका झालाय! अहो,

काळेभोर डांबरी रस्ते, नवा एशटी स्टँड! लाल लाल! भाजीपाल्याची जागा बी एकदम ब्येस्ट केलीया. शाळाबी एकदम झ्याक! आणि तालुका चमकतूया लाईटिने!

"म्हंजी?"

"आरं वीज आलीया न्हवं! सगळं बघिटलं. तवा म्हनलं, आपलं गाव बी असंच झ्याक व्हायला पायजे."

"वा पाटील!"

"हिथं बी वीज पायजेल, शाळा पायजेल आणि रस्ता बी पायजेल."

"पन ह्ये व्हनार कसं?"

"व्हनार की! तर दत्तू पुजारी, तुमीच आमचा शिकलेला गडी. तुमी सरकारला पत्र लिहायचं. सांगायचं की ह्या गणेशपुरात हे समदं पायजेल. वळख लावायचं काम आमचं."

"हे तर फारच छान."

"ठरलं तर!"

"इत्कं सोप्पं हाय व्हय! पत्र लिवलं की झालं! मग अगुदरच लिवायला हवं व्हतं."

"बोललं का? अरे सोपं न्हाय ह्ये. शंभर वेळा ख्येटं लावतील घालायला. हात गरम करावं लागतील. सायब, सायब म्हनत बसावं लागेल. तवा कुठं कागद हलंल."

"च्या मारी!"

"त्ये संमदं आमी बघतो. त्ये पत्र त्येवढं लिहून द्या."

"देतो, पण पाटील, आता मलापण तालुक्याला जाऊन यावं असं वाटायला लागलंय."

"जा बिंदास! या बगुन. मग समजल आम्ही काय म्हणतोय त्ये."

"बरं हुईल. प्वारं शाळंत तरी जातील, हिथं शाळा सुरू झाली की. लई दिसभर उंडारत असत्यात."

"पाटील, करू आपण. काही ना काही चांगलं होईलच."

"ठरलं तर. बरं आता अजून एक. वाड्यावर पूजा घालायची आहे. पूजा अगदी दणक्यात व्हायला हवी. काय सामान लागतया त्याची यादी द्या. तालुक्याहून मागवून घेणार आहोत."

"कधी घालायची पूजा?"

"गुरुजी तुम्ही का आम्ही? अहो, चांगला दिवस काढा अन् सांगा. उद्याच्याला सांगा काकड आरतीच्या वेळी. कसं?"

"हो. चालेल ना."

"आणि..."

"गुरुजी. ह्ये गुरुजी..."

"कोण रे तो?"

"पाटील सरकार, म्या म्हादू."

"अरे म्हादू..."

"गुरुजी बेगीन चला, माझा म्हातारा..."

"काय झालं रे? सांजपारीला वाड्यावर असा गळा काढू नकोस. बाहेर हो आधी."

"पन..."

"पाटील मी बघतो."

"अहो दत्तू पुजारी, इथे पूजेची चर्चा चालू आहे आणि तुम्ही निघालात?"

"जात नाहीये. म्हादू काय म्हणतोय ते बघून येतो."

पाटील गरजले.

"काश्या ए काश्या, कंदील आणायचे हे सांगायला पायजे काय रे?"

"आणतुया."

"पेटव लवकर. सांजच्याला वाडा काळोखात ठेवतुस?"

"आणले नव्हं."

"ठेव इथे. नि चहा पाण्याचं आणा म्हणावं. मंडळी उठायला लागल्येत."

"व्हय."

दत्तू पुजारी लगबगीनं वाड्याबाहेर पडला. म्हादू तिथेच गुडघ्यात डोकं खूपसून गदगदत होता. दत्तूनं त्याच्या खांद्यावर हात ठेवला. थोपटलं.

"गुरुजी, बा ग्येला माझा."

दत्तूच्या डोळ्यांतही पाणी आलं. त्याला म्हादूचा बा डोळ्यांसमोर दिसू लागला. काळा; पण त्या काळेपणाला एक प्रकारची तकाकी होती. काटक. पायांचा कंसासारखा आकार पण तरी तशा पायांनी भराभर चालणारा. कसा गेला असा अचानक? काल तर आला होता भेटायला. त्याच्या अशा तऱ्हेनं जाण्याचं कारण तरी काय?

"काय झालं असं म्हाद्या?"

"रातच्याला जनावरानं चावा घ्येटला. लयी तरास झाला. खोतानंच पाला चोळला; पन विष जालीम होतं. ग्येला."

"आणि तू आता आलास सांगायला?"

"इश्वासच बसं ना. आय धाय मोकलून रडती. तिला सावरू तर रुक्मी रडती.

प्वारं इतकुसं त्वांड करून बसल्यात. म्या येकटा. माझं दुख कुनाला सांगू वो...''

''धीर धर. मी येतोच लगेच.''

लगबगीनं दत्तू वाड्यात आला. मस्त चहापाणी चाललं होतं. त्याला कसंतरीच वाटलं.

''पाटील, मला निघायला हवं.''

''निघा, पण उद्याच्या टायमाला पूजेचा दिवस सांगा नक्की.''

''हो आणि जरा घरात कळवता का, आमच्या मंडळींना बोलावलंय असं? निघायला हवं म्हणून.''

कालिंदी मागच्या दारातून वाड्याबाहेर आली. दोघं लगबगीनं म्हादूजवळ गेले.

''वहिनीबाय...''

''धीर धर बरं!''

''चल म्हादू, ऊठ. तू पुढे हो. मी सामान घेऊन येतो.''

कालिंदीला घरी सोडून दत्तू पुजारी अंत्यविधीची सामग्री जमवू लागला.

''आई, बाबा कुठे गेले?''

''येतील बरं.''

''तू रडतेस?''

''नाही रे.''

''मला गोष्ट सांग ना.''

''गोविंदा, आईला काम आहे. मी सांगते गोष्ट.''

''बाई, तुम्हाला समजलं, म्हादूचे...''

''समजलं. म्हादू इथेच आला होता दत्तूला बोलवायला. मीच धाडला त्याला पाटलांकडे.''

''कधी कसं काय होईल देव जाणे.''

''संपूर्ण जन्म गेला माझा हेच बघण्यात. सगळंच अशाश्वत. दत्तूचे बाबा दशग्रंथी ब्राह्मण. आजही त्यांच्या नावाला किंमत आहे. वजन आहे. माणूस गेला की, त्याचं महत्त्व लोकांना पटतं.''

''म्हणजे?''

''ह्या गावात आम्ही आलो तेव्हा दत्तू दोन वर्षांचा होता. हे गाव तेव्हा अगदीच अविकसित होतं. दत्तूचा जन्म झाला आणि तो वर्षाचा व्हायच्या आधीच माझे सासू-सासरे अगदी आमंत्रण दिल्यासारखेच एका पाठोपाठ निवर्तले. ह्यांच्या काकांनी

आम्हाला अक्षरश: देशोधडीला लावलं. पण हे घाबरले नाहीत की कसली चिंता केली नाही. वेदशास्त्र, पुराणशास्त्र, अगदी सगळ्यांचा अभ्यास. अशा ब्राह्मणाला कसली चिंता? गावं गावं हिंडलो, शहरात जायचं नाही हे मनाशी पक्कं होतं. असं गाव हवं होतं, जिथे अशा विचारांच्या, आचारांच्या ब्राह्मणाची गरज आहे. आणि इथे पोहोचलो. गणेशपूर! नाव ऐकूनच हे आनंदित झाले. आलो इथे. पाटलांनी ह्यांना अगदी मानाचं स्थान दिलं. ही जमीन मुळात पाटलांची, ती दिली, वर घरही बांधून दिलं. आणि तेव्हापासून गणेशाची देखभाल, सेवा करायची जबाबदारी आपल्या घरी आली. पण हे एवढ्यावरच थांबतं तर ठीक होतं. पूजेअर्चेबरोबरच अंत्यविधीही करावे लागले. कधीही कुणीही रात्र ना दिवस, दारात येऊ लागलं. आज कुणी महारवाड्यांतलं, तर कुणी चांभारवाड्यांतलं, नाही तर ब्राह्मण आळीतलं. सर्व विधी करायचे, रात्री, अपरात्री परतायचं. वाटेत जंगल आहे. श्वापदं असतात, कुणी दरोडेखोर असतील का? घरात या एवढ्याशा दत्तूला संभाळत काळजी करत बसायचं. ब्राह्मण आळीतली माणसं चिडायची, खालच्या जातीतल्या लोकांची कार्य करतात म्हणून. पण त्यांनी जे जे त्या वेळी लोकांना सांगितलं, नाही समजलं त्यांना.''

''बाई, आज प्रथमच हे सांगत आहात. आणि हेही कधी बोलले नाहीत.''

''अगं, विषय निघाला म्हणून बोलले झालं. राहू दे. तिन्हीसांजेला ह्या असल्या आठवणी नकोत. तुळशीपुढे निरांजन लाव. हे बघितलंस का? गोविंदा निजलाय.''

''आता उठायचा नाही. काही खाणंही झालं नाहीये त्याचं.''

''पोहे दिले होते मी. दूध ठेव रात्रीला जवळ. उठलाच तर दे पेलाभर दूध.''

मागच्या अंगणात तुळशीसमोर मंद ज्योत तेवू लागली. शुभंकरोतिनं ती कातरवेळ, शांत, प्रसन्न केली. बाईंना जेवायला वाढून कालिंदी अंगणातल्या चौपायीवर निवांत बसली. आकाशात चांदण्यांनी एकच गर्दी केली होती. पौर्णिमेचा चंद्र तेजस्वी दिसत होता. ह्या चांदण्यानं भान हरपत होतं आणि तेवढ्यात दूरवर लालसर प्रकाश दिसू लागला, ओझरता, अंधूकसा. म्हादूच्या वडलांची पृथ्वीयात्रा संपल्याचं सांगत होता. कालिंदी अस्वस्थ झाली. अबोल झाली. घरात येऊन मागच्या मागे तिनं दार लावलं. चंद्रप्रकाश, चांदणं आणि तो लालसर प्रकाश दाराबाहेरच, घराबाहेरच ठेवून ती गोविंदापाशी लवंडली. नकळत दोन ऊन थेंब गोविंदाच्या गालावर पडले.

२

पाटलांनी ठरवल्याप्रमाणे खरोखरच कामाला सुरुवात केली. दत्तू पुजाऱ्याकडून त्यांनी व्यवस्थित पत्र, अर्ज लिहून घेतला होता. गणेशपूर आणि आजूबाजूची गावं मिळून लोकसंख्या किती, त्यात मुलं किती आणि ह्या लोकांना चरितार्थाचं साधन काय, त्यातून मिळणारं धन किती ह्याचा एक तक्ताच केला गेला. केवळ ह्याच कारणास्तव की काय, पण तशी ही गावं गरीब आहेत. त्यांना मूलभूत गरजा पूर्ण करण्यासाठी अतोनात परिश्रम करावे लागतात आणि सरकारी मदतीशिवाय ही गावं उद्धारली जाऊ शकणार नाहीत. ह्या मुलांना शिक्षणासाठी तालुक्याच्या गावी पाठवणं सर्वांनाच शक्य नाही आणि शिक्षण नसेल तर ह्या मुलांना भवितव्य नाही. तसेच वीज, चांगले रस्ते आवश्यक आहेत हेही नमूद केलं गेलं. शिवाय यंदाच्या गणेशोत्सवासाठी साहेबांना आमंत्रितही केलं.

"दत्तू, काम तर ब्येस झालंया. तुमा शिकलेल्या मानसाचं हे असं काम असतं."

"पाटील, आता आम्ही निघतो."

"निघा, आज ब्राह्मण आळीत बैठक आहे ना?"

"हो. तिथेच निघालोय."

पायात आलेले धोतराचे काठ सोडवत दत्तू पुजाऱ्यांनी पाटलांचा निरोप घेतला.

"हे भट म्हणजे..."

"शिंदे, आसं बोलू नये. त्ये हायेत म्हणून रीत-रिवाज, धर्म-कर्म आहे. ह्या दत्तूंचे वडील, मोठा माणूस. आमचा मित्र होता. आम्ही मराठा! त्यांच्या त्या देशपांडे, जोशी, कुलकर्णींना त्यांची आमच्याशी दोस्ती कधी खपली न्हाय. पण आम्ही पडलो पाटील. ह्या गावचे अन्नदाते. त्या सगळ्या भटांना गुमान गप राहण्यावाचून काही करता आलं नाही. हा दत्तू इतकुसा होता; पण आम्ही त्याला नेहमी मान दिला. वयानं लहान असला तरी काय झालं, मानानं, हुशारीनं मोठा आहे तो आमच्यापरीस."

"व्हय!"

"व्हय? ठीक ठीक."

असं म्हणून पाटील सात मजली हसले. शिंदे गोरामोरा होऊन बसला.

दत्तू पुजारी लाल मातीची वाट तुडवत ब्राह्मण आळीत पोहोचला. आजची बैठक अभ्यंकरांकडे होती. सगळे जमले होते. फक्त दत्तू पुजारी येण्याची वाट बघत होते.

''हे आले. चला सुरुवात करू या.''

''नमस्कार मंडळी.''

''नमस्कार. अहो, जरा पाण्याचा तांब्या-फुलपात्रं पाठवा.''

''दत्तूबुवा, आजची बैठक कशासाठी आहे, ह्याचा तुम्हाला अंदाज असेलच.''

''नाही.''

''अं?''

''जोशी, मी सांगतो. स्पष्ट बोलण्यास कचरायचं कशाला? दत्तूबुवा तुम्ही ब्राह्मण!''

''आपण सगळेच ब्राह्मण आहोत. शास्त्रात सांगितलं आहे, मनुष्य म्हणजे मूल जन्मतं तेव्हा ते ब्राह्मणच असतं.''

''असेल, असेल, तुमचा शास्त्राचा अभ्यास मोठा. त्यावर आम्ही काय बोलणार? तरीही समाजाचे गट आहेत. तेही काही सोयींसाठी माणसांनी, आपल्या पूर्वजांनी पाडले आहेत.''

''बरं मग?''

''आपण त्याचं उल्लंघन करून तर चालणार नाही.''

''तसं कुणी वर्तन केलं आहे का?''

''आता.''

''हो. केलं आहे. तुम्हीच.''

''ते कसं काय? कधी?''

''अगदी ताजं उदाहरण आहे. काही दिवसांपूर्वी म्हादूचा बाप मेला. तुम्ही त्याचे विधी केलेत. हे उल्लंघनच ना?''

''ते कसं?''

''बुवा, तुम्ही आता वेड पांघरून...''

''थांबा, मी शांतपणे ऐकून घेतोय, ह्याचा अर्थ असा नव्हे की, मी वेड पांघरलंय. मला पक्कं ठाऊक आहे, तुम्हांला काय म्हणायचं आहे ते.''

''मग प्रश्नच मिटला. आता निदान ह्यापुढे तरी तुम्ही खचितच खबरदारी घ्याल.''

''कसली खबरदारी घ्यायची?''

''पुन्हा तेच. खालच्या जातीतल्या लोकांची क्रियाकर्म तुम्ही करता, ती ह्यापुढे

बंद झाली पाहिजेत.''

''ते शक्य नाही. तुम्हा सर्वांनाच ज्ञात आहे की ह्या पंचक्रोशीत मी एकमेव गुरुजी आहे. जशी मन:पूर्वक त्या गणेशाची पूजा करतो, तसेच मन:पूर्वक अंत्यविधीही करतो.''

''त्याबद्दल शंकाच नाही बुवा; पण खालच्या जातीतल्या...''

''मला एक समजत नाहीये की हा प्रश्न आज का उपस्थित केला जात आहे. माझे वडील, तेही हेच करायचे. अशीच सर्वांची क्रियाकर्म आणि ईश्वराची सेवा करायचे. तेव्हा... ''

''तेव्हाही आम्ही हेच बोलत होतो. पण त्यांना त्यांचा कळवळा होता फारच. त्यांनीही अनेक समर्थनं केली आणि आम्हाला नाइलाजानं मान्य करावं लागलं.''

''तुम्ही सगळे मला वडील. मला कुणाचाही अवमान करायचा नाही, पण तुम्ही विसरत आहात, मी त्यांचाच मुलगा आहे. त्यांच्याच विचारसरणीचा, त्यांचाच शिष्य! आणि त्यांनीच शिकवलेल्या वचनाप्रमाणे एकदा मनुष्य मरण पावला की उरतं ते फक्त कलेवर आणि कलेवराला, अचेतन शरीराला जात नसते. मी त्या अचेतन शरीराला साहाय्य करतो; ते करत असताना, तो मनुष्य चेतनावस्थेत असताना महार होता की मांग होता की ब्राह्मण हे माझ्या ध्यानीमनीही नसतं.''

''बुवा, म्हणजे आम्हालाही तुम्ही त्यांच्याच पंगतीत नेऊन बसवत आहात.''

''गैरसमज होतोय. मला इतकंच म्हणायचं आहे की प्रेताला जात नसते.''

''तसं असेल तर मुसलमान, ख्रिश्चन, त्यांनी प्रेतांना पुरलं नसतं.''

''हा त्यांचा किंवा ज्याचात्याचा प्रश्न आहे. आपल्यातही लहान मूल, जर त्याला देवाज्ञा झाली तर पुरतातच.''

''विषय भलतीकडेच चालला आहे. आम्हाला इतकंच हवं आहे की, तुम्ही फक्त ब्राह्मणांचे विधी करावेत. तुमचे वडील, दशग्रंथी ब्राह्मण होते. त्यांनी जसे केले तसे आता निदान तुमच्याकडून केले जाऊ नये.''

''कठीण आहे. मला ते शक्य नाही.''

''का उगीचच वाद घालताय बुवा. ते शोधतील त्यांच्यासाठी एखादा गुरुजी.''

''त्यांना आणि कुणालाच हे शक्य नाही. ती वेळच अशी असते की, माणूस आधीच दु:खात असतो. त्यात त्याला घरच्यांचा आधार व्हावं लागतं, तेही स्वत:चं दु:ख विसरून. पुढल्या विधींसाठी तो कुणाकडे जाणार? कुठे शोधणार? आणि...''

''सर्व मान्य. पण...''

''ब्राह्मण हा सर्वांत जास्त शिकलेला, ज्ञानी. पंडित! त्यांनीच ह्या समस्या जर नाही समजून घेतल्या, तर त्यांच्या ज्ञानाचा उपयोग तो काय? येतो मी.''

पादत्राणांत पाय सरकवून त्यांचा चटचट आवाज करत दत्तू पुजारी बैठकीतून बाहेर पडला. त्याचं डोकं उष्ण झालं होतं. त्याला ह्या कोत्या विचारांच्या माणसांची

कीव आली. त्याला आपले बाबा आठवले. त्यांनी केलेला संघर्ष आठवला. अगदी प्रथम जेव्हा बाबांनी एका चांभाराचे अंत्यविधी केले तेव्हा त्यांना ह्याच माणसांनी, ब्राह्मण म्हणवून घेणाऱ्या या लोकांनी वाळीत टाकलं होतं, ते आठवलं. त्या पोरवयातही वाळीत टाकणं म्हणजे काय, किती क्लेशदायक असतं ते हे दत्तूला जाणवलं होतं. त्याला ह्या सर्व ब्राह्मण आळीतली घरं बंद झाली होती. त्याला कुणीही खेळायला घेत नसे. बाईला कुणी कुठल्या सणांना बोलावत नसे. पण बाबा त्यांच्या तत्त्वांना, त्यांच्या निर्णयाला धरून राहिले. ही ब्राह्मण आळी म्हणजे जग नव्हे. त्यांनी हे बाईला, दत्तूला समजावलं होतं. पुढे मात्र पुन्हा सर्व सुरळीत झालं होतं. कारण गणेशपुरात दुसरा पुजारी नव्हता. ह्या सर्वांना पुन्हा बाबांकडेच यावं लागलं होतं. आधी खूप गप्पा मारल्या होत्या, की तालुक्यातून भटजी आणू. पण नाही शक्य झालं. बाबा मोठ्या मनाचे. त्यांनी पुन्हा आधीसारखीच सर्व पूजा-अर्चा करायला सुरुवात केली. त्यात कुठेही अहंभाव नव्हता की असुरी आनंद नव्हता. आलातच ना पुन्हा माझ्याकडे, असा आविर्भाव नव्हता. दत्तूला पुन्हा ब्राह्मण आळीतल्या घरांचे दरवाजे उघडले गेले आणि बाई केसांचा छानसा खोपा, चापूनचोपून नेसलेलं नऊवारी आणि गळ्यात बोरमाळ घालून त्या आळीत पूजेला, हळदीकुंकवाला जाऊ लागली.

आणि आज परत तेच. बाबा नमले नाहीत. दत्तू नमेल असं वाटलं की काय त्यांना?

''कालिंदी, गडवा घेऊन ये गं. दत्तू आलाय.''

दत्तूनं अंगणात असलेल्या कोपऱ्यातल्या दगडीतून लोटाभर पाणी घेऊन हातपाय धुतले. तोंडावर पाण्याचा हबका मारला.

''दमलास?''

''नाही. ठीक आहे.''

''केव्हाचा गेला, उशीर झाला यायला. काय झालं बैठकीत?''

''बाई, काळ पुढे सरकला पण माणसं अजून जिथल्या तिथेच आहेत.''

''म्हणजे?''

''पुन्हा तेच. जात, धर्म, उच्च, नीच.''

''समजले. काय ठरलं शेवटी?''

''माहीत नाही. मी निघून आलो.''

''म्हणजे पुन्हा इतिहासाची पुनरावृत्ती?''

''बहुत करून नाही होणार; पण झाली तरी, मी तयार आहे.''

''आम्हीसुद्धा.''

"मला खात्री आहे त्याची कालिंदी. पण असंकाही पुन्हा होणार नाही. बाबांचा आशीर्वाद आहे आपल्या पाठी!"

"बरं, पाटलांकडे काय झालं?"

"आवडलंय त्यांना पत्र. दोन-चार दिवसांनी तालुक्याला जाणार आहेत. मलाही यायला सांगितलंय. त्यासाठी अजूनही काही मुद्दे मला सुचत आहेत, ते लिहून काढायला हवेत."

"पूजा कधी आहे त्यांच्याकडची?"

"चतुर्थीला! म्हणजे आजपासून सहाव्या दिवशी."

"तालुक्याला जाणार असलात तर काही सामानही हवं आहे."

"यादी करून ठेवा."

"दत्तू, दोन-चार गोष्टींची पुस्तकंही आण. हा गोविंदा म्हणजे, आता रोज रोज नवीन गोष्ट मी तरी काय सांगणार."

"आणतो, पाटी-पेन्सिलही आणतो. खडू आणतो. रमेल मग तो त्या रंगात."

"गंगा लवकरच विइल असं वाटतंय."

"हो का? मी बघून येतो तिला. तू पानं घे. तोपर्यंत येतोच."

"तिचं दूध आता कमी काढायला हवं. पाडस उपाशी राहता कामा नये."

"म्हादूला सांगितलंस ना?"

"हो तर!"

दत्तू पुजारी गोठ्यात गेला. गंगा भरली होती. तिला वजन जड जात होतं. दत्तूकडे बघून ती हलकंसं हंबरली. दत्तूनं मायेनं तिला थोपटलं. तिच्या पाठीवरून हलकासा हात फिरवला. गंगा गरीब होती. दुभती गाय होती. म्हणून तिचं नाव गंगा ठेवलं होतं. नानांना ही गाय दान म्हणून मिळाली होती. जेव्हा गंगा घरी आली, तेव्हा ती अगदी कृश होती; पण नंतर मात्र तिनं अंग धरलं. काशीरामनं त्याच्या आईच्या निधनानंतर दिवस झाल्यानंतर गोदान केलं आणि गंगा त्या घराची झाली. दत्तूनं पुन्हा एकदा गंगाला कुरवाळलं. गंगाच्या डोळ्यातून अश्रू वाहू लागले.

"आजलाच होईल गंगा असं वाटतंय. मी अंगणातच झोपेन आज."

"बाबा. मीपण."

"नको हं. थंडी वाजेल पहाटे."

"मग मी आत येईन."

"झोपू दे गं त्याला. चांगली जाड गोधडी ठेव म्हणजे झालं."

"बरं, मग जेवा आता पटापट. बाजेवर अंथरूण घालणार ना?"

"हो... बाबा, गोष्ट सांगणार?"

"सांगेन."

"रामाची नको, हनुमानाची नको. माकडाची नको. वाघाची नको."

"अरे हो. बरं कृष्णाची गोष्ट सांगेन."

"नको. मला माहित्येय गोष्ट. आज्जी त्याच त्याच गोष्टी सांगते."

"राजाची?"

"अं, चालेल; पण दुसऱ्या राजाची सांगा हं!"

"बरं!"

पहाटे पहाटे गंगानं पाडसाला जन्म दिला. ते पाडस बघून गोविंदा टाळ्या वाजवू लागला. बाई गंगाची दृष्ट काढू लागली. घरात आनंदीआनंद झाला. गोविंदाचा सगळा वेळ आता गोठ्यातच जाऊ लागला.

ठरल्याप्रमाणे दत्तू पुजारी वाड्यावर पोहोचला. तालुक्याला जाण्यासाठी पाटलांनी छकडा जोडला होता. काकड आरती करून छकड्याला तालुक्याच्या वाटेवर शीवानं दामटायला सुरुवात केली. सगळी उस्तरवारी होऊन परतायला रात्र झाली.

दुसऱ्या दिवशी संध्याकाळी वाड्यावर बैठक ठरली. गावातल्या प्रमुख मंडळींना आमंत्रणं गेली. आणि सहा वाजता बैठकीला सुरुवात झाली.

"आज खास करून सर्वांना बोलावण्यात आलंय. काल मी आणि दत्तूबुवा तालुक्याला जाऊन आलो. शाळंसाठी आणि गावाला वीज मिळावी, पक्के रस्ते बांधले जावेत, ह्यासाठी अर्ज घेऊन गेलो होतो आणि आनंदाची बाब म्हंजे गणेश पावला. आपला अर्ज मंजूर झालाय."

सर्वांनी आनंदानं टाळ्या वाजवल्या.

"ह्याचं श्रेय दत्तूबुवांना जातं. अर्जच असा फर्मास लिहिला होता; पण आता गावाची जबाबदारी वाढल्येय. सरकार मदत करणार; पण शाळंसाठी जागा आपण द्यायची. आता बोला. शाळा कुठं काढायची? आपल्या आजूबाजूच्या गावांनाही सोयीची जागा हवी."

"म्हंजे जमीन द्यायची? तीही आपूनच?"

"मग कोण देणार?"

"त्या जमिनीचं पैसं?"

"ते कसे मिळणार?"

"ह्ये म्हंजे..."

"गावाचं भलं हुतया तर रडताय कशापायी रं?"

“विठोबा, तुमची स्वत:ची जमीन नाही म्हणून म्हणता का?”

“असती तर दिली आसती ब्येश!”

“मग असं बोलाया काय जातंय?”

“शांत व्हा. पाटील, मी बोलू?”

“बोला दत्तूबुवा.”

“गणेश मंदिराच्या भोवताली बरीच जमीन आहे, जी पडीक आहे आणि.”

“लय जंगल हाय तिथं!”

“जेवढी शुष्क झाडं आहेत आणि मोठ्ठाले दगड आहेत ते साफ करायचे.”

“दत्तूबुवा, जंगल तोडायची परवानगी नाही.”

“ते मीही जाणतो. पण निष्पर्ण झाडं, शुष्क झाडं तोडायला परवानगी मिळेल. जितकी झाडं तोडली जातील, तितकीच सुपीक जमिनीत नवीन लावली जातील. रोपं सरकारकडून मोफत मिळवण्याची व्यवस्था होऊ शकते.”

“हे उत्तम!”

“पण....”

“आता पण नको. लवकरात लवकर तालुक्याला आपली जागा पक्की झाल्याचं कळवायचं आहे.”

“आसं करावं दत्तूबुवा, उद्याच्याला काकड आरतीला समद्या गावांना सांगोवा धाडू. समदे जमतील आणि तेव्हाच सर्वांना सांगून जागा पक्की करू.”

“छान! ठरलं तर!”

“व्हय. ठरलं. त्ये सांगोवा द्यायचं काम माझ्याकडं लागलं.”

बैठक उठली. सर्व पांगापांग झाल्यावर पाटलांनी दत्तूला झोपाळ्यावर बसवून घेतलं. बरीच चर्चा झडली. मग चंद्रकोर डोक्यावर घेऊन दत्तू पुजारी समाधानानं घरी परतला.

“अगदी खुशीत दिसताय.”

“होय कालिंदी. खूप खूश आहे. गणेशपुरी शाळा येणार. आता बघत राहा, काय अन् किती बदल होतील ते!”

“काय काय होणार?”

“पक्के रस्ते, शाळा, वीज आणि इतकंच नाही तर गावात दवाखानाही उघडणार. आता कुणी आजारी पडलं तर तालुक्यापर्यंत धाव घेण्याची आवश्यकता भासणार नाही. गरीब लोकांना मोफत औषधं मिळतील.”

“पण त्यांनी जायला हवं ना डॉक्टरकडे. पंधरा दिवसाआड डॉक्टर येतोच की, गावात, कोण जातं त्याच्याकडे.”

“जातील. नक्की जातील.”

“सर्वांचा भरवसा गणेशावर! नवस करतात, उपवास धरतात, अभिषेक करवून घेतात; पण औषधपाणी घेत नाहीत.”

“ही अंधश्रद्धा संपेल. मी फार आशावादी आहे.”

“तसंच घडो. गणेशाला एकवीस दुर्वांचा हार घालेन.”

“घ्या! आता ही अंधश्रद्धा कुणाची? जागृत करायला हवं माणसांना, त्यासाठी कष्ट घेतले की सर्व यथोचित होतं.”

“छान आहे कल्पना. मी हे काम करू का?”

“अवश्य! महारवाडा, चांभारवाडी हिंडा अशा ठिकाणी. लोकांना, बाया-बाप्यांना गोळा कर. कुठलेही रोग देवाच्या अनुकृपेमुळे होत नाहीत हे समजाव. रोग झालाच तर योग्य उपचार व्हावेत म्हणून देवाचं रूप घेऊन हा डॉक्टर येतो असं सांग. म्हणजे त्या अशिक्षित लोकांना ते लवकर पटेल. भरीव कामगिरी करायची, असं म्हणणं म्हणजे काय? हे कुणीही सांगू शकत नाही. तू जर असंकाही केलंस तर तिला भरीव कामगिरीच म्हणायचं. झाड भक्कम असेल तर तिच्या आधाराने वेल वाढतो. बहरतो. तू तशी हो. भक्कम! जातीयवाद करणारे पावलोपावली भेटतील. तुला टाळतील, तरी डगमगू नकोस. मी तुझ्या पाठीशी आहे आणि बाईसुद्धा तुला स्फूर्तीच देईल, अशी मला खात्री आहे.”

“मी करेन अगदी उद्यापासून.”

“मी आज खरंच खूप खूश आहे कालिंदी! लाजलीस?”

“अहो,”

“वा! छान! अगदी गुलमोहर फुलल्यासारखा वाटतोय.”

“गुलमोहरच का?”

“त्या फुलांना सुगंध नाही, पण रंग आहे. रंग तोही असा, अगदी उगवणाऱ्या सूर्यासारखा. तो रंग भाजून काढत नाही; पण धग जाणवते. तुझं कार्यही असंच असेल. त्याला सुगंध नाही, पण कार्याची सुरुवात ही त्या उगवणाऱ्या सूर्यासारखी, आणि तू ह्या कार्यामुळे भाजून जाणार नाहीस, पण तुला त्याची धग नक्की जाणवेल.”

“माझी तयारी आहे.”

“कालिंदी, खरी अर्धांगिनी आहेस! अगदी खरी!”

कंदिलाची ज्योत कितीतरी वेळ तेवत राहिली. कालिंदी मंत्रमुग्ध झाली. त्या भरातच ती दत्तूच्या कुशीत कधी विसावली, निजली हे तिलाही कळलं नाही. मंद ज्योतीचा प्रकाश कालिंदीच्या चेहऱ्यावर हळुवार पसरत होता. तिचं निरागस रूप पाहत दत्तू पुजारी कितीतरी वेळ जागाच होता.

३

“ही जागा माझ्या पूर्वजांनी पुढील पिढीच्या हितासाठी घेतली होती. ती मी देणं शक्य नाही. माझे पूर्वज, ज्यांनी पिढ्यान्‌पिढ्या ही जमीन संभाळली, त्यावर हक्क आमच्या पुढच्या पिढीचा आहे. हे होणे नाही. शाळा काढण्यासाठी ही एकमेव जमीन दिसली काय?”

“दीक्षित, अहो इतकं चिडण्याचं कारण नाही. नुसतं कुणी बोललं तर लगेचच त्या जमिनीवर शाळा उभी राह्यल्ये की काय?”

“नुसतं बोलायला तरी माझीच जमीन का? तुम्ही देताय?”

“सोयीची नाहीये ना! नाहीतर दिली असती. गावासाठी केलं तर स्वर्गात जाईन.”

“दीक्षित, जोशीबुवा का वाद घालताय? आमचं ठरलया. गणेश मंदिरातल्या मागल्या आवारात शाळा काढायची.”

“आस्सं! आधी का नाही सांगितलं?”

“आवं, बोलू द्याल तर ना!”

“पाटील, एक गोष्ट आधीच रीतसर ठरवायला हवी. आम्हाला ह्या लोकांचं असं मधे मधे बोलणं खपणारं नाही.”

“असं कसं म्हणता? जर गणेशाला सर्व माणसं एक सारखीच, तर आपण हे असं का, आणि कशासाठी करायचं?”

“दत्तूबुवा, तुम्ही मोठे, मोठ्या विचारांचे, आमची झेप तिथपर्यंत पोहोचत नाही.”

“अहो, विषय काय, नि बोलताय काय? राह्यलं.”

“तर मंडळी, ही जागा आपण शाळेसाठी निश्चित करत आहोत. तशी गावाच्या मध्यावर हाय आणि सोयीची बी. कारन आजूबाजूच्या सर्व गावांना ही मध्यावर पडती.”

“ब्येस.”

“पण ही जागा, अशी झाडं नि दगडधोंडे असलेली.”

“त्यासाठीच बोलावलंय. ही जागा साफ करायची. समद्यांनी मिळून. श्रमदान करायचं. आहे तयारी?”

सगळ्यांनी मोठ्ठा होकार भरला. जो तो आनंदात होता. आता श्रमदान कोण

कोण करणार, ह्याची यादी करायला सुरुवात झाली. नावं नोंदण्याकरता एक-एक नाव सांगितलं जावं. दत्तू पुजारी त्यासाठी कागद पेन घेऊन बसला. हा, तो, आम्हांला जमणार नाही, मी, असं करत करत नावं नोंदली गेली आणि मुहूर्ताची कुदळ पाटलांनी मारावी ह्यावर एकमत झालं आणि बैठक पांगली.

"बाळ गोविंदा, मी जरा कामाला जाऊन येते हं."

"मीपण येणार."

"अरे मग घरात कोण? आज्जीला एकटं ठेवायचं का? आणि आपली गंगा, रेवू नि चांदणी यांना कोण संभाळणार?"

"पण..."

"मी अगदी लवकर येईन. येताना तुझ्यासाठी चुरमुऱ्याचा लाडू आणणार आहे."

"खरंच?"

"अगदी खरं. मग जाऊ ना."

"हो..."

"बाई, येते जाऊन."

"जा. ह्या लबाडाची काळजी नको."

"तुम्ही असल्यावर मला कसली काळजी? येते."

ठरवल्याप्रमाणे कालिंदी निघाली. आज महारवाड्यात जायचं. तिथल्या बायकांना जमवायचं. सर्वप्रथम त्यांना स्वच्छता शिकवायची. मग हळूहळू सगळंच, अगदी लिहायला, वाचायलासुद्धा.

चालता चालता ती ओढ्याजवळ पोहोचली. ह्या नदीला खळाळून पाणी कधीच नसतं; पण ही नदी कधी कोरडीही होत नाही. ह्या नदीमुळेच गणेशपूरचे दोन भाग झाले आहेत. नदीच्या पलीकडे महारवाडा, चांभारवाडा, मांग अशी सगळी वस्ती आणि अलीकडे सगळे ब्राह्मण, सावकार, पाटील अशांची वस्ती हे ठरवून झालं की आपोआप हे कालिंदीला समजेना. पण अलीकडचे आणि पलीकडचे दोघेही ह्या नदीचंच पाणी वापरतात, ह्याची कालिंदीला गंमत वाटली. आज ती प्रथमच ही नदी पार करणार होती. नदीला मध्येच थोडा उंचवटा आहे. ते दगड स्पष्ट दिसतात. त्या दगडांवरूनच अलीकडे-पलीकडे जाता येतं. कालिंदीनं चपला हातात घेतल्या. आणि तिने दगडावर पाय ठेवला. झुळूझुळू वाहणाऱ्या पाण्यानं तिच्या पावलांना गुदगुल्या केल्या. त्या थंड पाण्याचा स्पर्श तिच्या नसानसात भिनला. ती तशीच उभी राहिली. ह्या किनाऱ्यावरचे वृक्ष, त्यांचं प्रतिबिंब पाण्यावर हेलकावे घेत होतं. वेगवेगळ्या आवाजांनी तो परिसर संगीतमय झाला होता. ते संगीत ऐकवणारे पक्षी

दिसतात का? कुठे लपलेत? कसा असेल त्यांचा रंग? आकाशासारखा निळा की मातीसारखा लाल, पानांसारखा हिरवागर्द की फुलांसारखा? गुलमोहरासारखा? गुलमोहर!

कालिंदी भानावर आली. हातात चपला धरून ह्या दगडावर असं उभं राह्यलेलं आपलं सोंग आता कसं दिसत असेल? मग मात्र ती निघाली. दगडा-दगडांवरून पलीकडे पोहोचली. ओल्या पावलांना तिनं चपलेत सरकवलं. भिजू नये म्हणून वर धरलेलं लुगडं तिनं सारखं केलं.

एक चाळीस-पन्नास पावलं जेमतेम चालली असेल आणि तिला दोन भागातला फरक जाणवू लागला. निसर्ग इथेही तसाच होता, जसा तिथे होता; पण इथे तो निसर्ग काळवंडल्यासारखा वाटत होता. इथे पक्ष्यांचा आवाज संगीत न वाटता कलकलाट का वाटतोय? का हे माझं मन असा विचार करतंय? निसर्ग. पक्षी तर कधीच आपपरभाव करत नाहीत. मग असं का?

नकळत कालिंदीने नाकाला पदर लावला. सुरुवात इथूनच करावी लागणार तर! अजून शंभर एक पावलं पडल्यावर समोर वस्ती दिसू लागली. छोट्या छोट्या झोपड्या, मिळतील ती साधनं वापरून उभारलेल्या. कुठे अर्धवट पत्रे, कुठे बांबू, तर कुठे तुटलेली कौलं. बहुतेक घरं उघडी, दारं नसलेली. आडोशाला जुनेरं अडकवलेली.

एक दोन बायांनी कालिंदीला येताना बघितलं. ही बामणबाई आज महारवाड्यात कशी काय? ह्याचं त्यांना आश्चर्य वाटलं.

"वैनी, हिकडं कुनीकडं?"

"तुमच्याचकडे!"

"आगो बाय, काय काम काडलं जनू! आमाला सांगोवा धाडला असता तर आलू असतो."

"नाही, मलाच यायचं होतं. आहेत का बायका, जमवा सगळ्यांना."

"काय चुकलं का आमचं? आत्ता हाकारतो. अगं ए कमळी, ए जानू, ए रक्मी, हिथं या समद्यांनी. वैनीबाई आलीया..."

हातातली कामं टाकून आश्चर्य करीत सगळ्या गोळा व्हायला लागल्या. "काय झालं?" असा सवाल करत करत जमल्या.

"अं, आपण त्या पाराजवळ जाऊ. हं. बसा सगळ्या जणी."

"काय झालं वैनीबाई. काय इपरित?"

"नाही नाही. मला तुम्हा सगळ्या जणींना भेटावंसं वाटलं म्हणून आले."

"वैनीबाय, कसाला इतका तरास घ्येतलासा. आमी आलु असतो की."

"तुम्ही आला असतातच. मला खात्री आहे. पण मग मला कसं कळलं असतं की तुम्ही कशा राहता? तुमची घरं कशी आहेत? तुम्ही काय काम करता? मी आपणहून इथे आले ती काही कारणाने. तुम्ही मी सांगितलेलं ऐकणार ना?"

“पन वैनीबाई, तुमच्यासारख्यानं ह्या आमच्या वाड्यात यायचं म्हंजी...”

“का, तुम्ही परक्या आहात का? गावातल्या प्रत्येक घरात तुमच्यापैकी कुणी ना कुणी घरकाम करतं, शेतीसाठी राबता त्यांच्या, ते जर चालत असेल तर...”

“पन...”

“मी आलीये, ती तुम्हांला काही समजावायला. आत्ता मी नदी पार केली आणि अतिशय दुर्गंध आला. का माहित्येय?”

“वैनीबाई...”

“तुम्हाला माहित्येय, तुम्ही हीच नदी पार करून पलीकडे येता तेव्हा तुम्हांला असा दुर्गंध येतो?”

“न्हाय.”

“मग आता आधी पहिलं काम म्हणजे हा सगळा परिसर स्वच्छ करायचा. तुम्ही ही जबाबदारी घ्या. मुलांना, घरातल्या पुरुषांना समजवा की, परिसर जर अस्वच्छ असेल तर रोगराई पसरते.”

“व्हय व्हय!”

“नुसतं व्हय असं म्हणून चालणार नाही. कामाला लागलं पाहिजे. उद्यापासून मी रोज ह्याच वेळेला इथे येत जाईन. तुम्ही सर्वांनी आपापली कामं आटोपून घ्यायची त्याअगोदर आणि मग मी सांगेन त्याप्रमाणे कामं करायची. कबूल?”

“व्हय वैनीबाय.”

“चला तर, उद्या भेटू.”

सगळ्या बायका कालिंदीला घालवायला नदीपर्यंत गेल्या. कालिंदीनं पुन्हा चपला हातात घेतल्या. तिनं ओढ्यातल्या पहिल्या दगडावर दोन्ही पाय ठेवले. झुळूझुळू वाहणाऱ्या पाण्याने विनातक्रार तिचे पाय स्वच्छ केले. कालिंदीनं सर्व बायांना हात हलवत परतायला सांगितलं. तिनं नदी पार केली.

महारवाड्यातल्या बायका परतल्या आणि पन्नास साठ पावलं चालल्या असतील, त्यांना अचानक दुर्गंधी जाणवली, प्रथमच! त्यांना या गोष्टीचं आश्चर्य वाटलं. आजपावेतो रोज दोन-चारदा ये-जा करत असूनही इतक्या वर्षांत जे जाणवलं नव्हतं, ते आज जाणवलं. असंच होतं. काही काही गोष्टी इतक्या सरावाच्या होतात की, त्यांचं काही वाटेनासं होतं.

बायकांनी अनवधानानं पदराची टोकं नाकाला लावली.

शाळेचं काम अगदी वेगाने सुरू झालं. ठरल्याप्रमाणे पाटलांनी पहिली कुदळ मारली. तो दिवस दत्तू पुजारीचा अगदी धावपळीचा होता. चतुर्थी होती आणि त्याच दिवशी पाटलांच्या घरची सत्यनारायणाची पूजा होती. संपूर्ण गाव लोटलं होतं.

इतकंच नाही, तर पंचक्रोशीतली माणसंही जमली होती. एका मागोमाग एक पंगती उठत होत्या आणि मग नंतर सगळी मंडळी गणेशापुढे जमली. गणेशपूजन झालं. सनईचौघडा वाजत होता. फुलं-पेढ्यांचे ढीगच्या ढीग जमत होते. उदबत्ती-धूपाने वातावरण प्रसन्न, सुगंधित झालं होतं. तास दीड तास चाललेल्या आरतीनं, झांजा, चिपळ्यांनी आसमंत दुमदुमत होता. मंत्रपुष्पांजलीचा शेवटचा प्रत्येक सूर गाभाऱ्यात टीपेच्या आवाजात निनादत होता. 'बोला, पुंडलिक वरदाऽऽऽ हारी विठ्ठल' करत आरती संपली होती. मग गणेशाच्या आशीर्वादानं, भूमिपूजन झालं आणि पाटलांनी पहिली कुदळ मारली.

ज्यांना जमेल तशी मदत जो तो करत होता. कुणी पैसे दिले. कुणी श्रमदान. प्रत्येक गावातल्या प्रत्येक घरातून एक तरी माणूस शाळेच्या उभारणीसाठी खपत होता.

आणि शाळा उभी राहिली. आठ प्रशस्त खोल्या पांढराशुभ्र चुना पांघरून उभ्या होत्या. तालुक्याहून नगरसेवकांना आमंत्रण देण्यात आलं होतं. पताकांनी गाव सजलं होतं. लेझिम खेळणारे गडी तयारीत होते. जशी नगरसेवकांची गाडी आली, तशी तुतारी वाजली. 'झन्-झन्-झन्' लेझिम वाजू लागले. ढोलताशे तडतडू लागले. नगरसेवकांना सलामी देण्यात आली. त्यांनी आधी गणेशाचं दर्शन घेतलं आणि मग शाळेजवळ येऊन मुहूर्ताचा नारळ फोडला. फेटे हवेत उडाले. ढोलताशांचा ताल चढता झाला. एकच झिम्मड उडाली. एकमेकांना आलिंगनं दिली गेली आणि नगरसेवकांच्या जयजयकाराबरोबरच, पाटलांचा आणि दत्तू पुजारींचाही जयजयकार झाला. पाटील भाषण करण्यासाठी उभे राहिले.

''मंडळी, आज सगळ्यांच्या सहकार्यानं ह्या कामास सुरुवात झालीया. आपलं गाव आणि आजूबाजूची समदी गावं आता पुढारली पायजेल. त्यासाठी शिक्षनाचं महत्त्व हाय. तर समद्यांनी आपल्या मुलांना साळंत पाठवायचं. ह्ये समद्यांनी लक्षात ठिकपने ठेवायचं. आज आमी ह्या साळेच्या पुढील उभारनीसाठी लागंल ती मदत करन्याचं वचन देतो. सरकार आपल्या पाठीशी हाय. तुमचं सहकार्य मिळालं तर सरकार बी मदत करील. आता आपले माननीय पाहुन्यांसी आम्ही दोन शब्द बोलायला सांगतो. सर्वांनी शांतपणे ऐकून घ्यायचं.

''नमस्कार मंडळी, असो, गावाची, गावातल्या मुलांची काळजी वाहणारा माणूस तुम्हाला लाभला, ह्याबद्दल आधी मी पाटलांचं कौतुक करतो. आणि तुम्हां सर्वांचा पाठीराखा खरंतर तो गणेशा आहे. सरकार पुढेही मदत करेलच ह्याची मी खात्री देतो. मला इथे निमंत्रित केल्याबद्दल मी श्री. पाटील, श्री. दत्तू पुजारी आणि तमाम गावकऱ्यांचा आभारी आहे. धन्यवाद.'' टाळ्यांचा पाऊस पडला.

आणि मग समारोप करण्यासाठी दत्तू पुजारी उभा राहिला.

''माझ्या बंधू भगिनींनो, सततची मेहनत आणि पाठपुरावा केल्याने आज आपल्याला हा दिवस दिसतो आहे. 'साक्षरता' हे आपल्या सरकारचं, आणि प्रत्येक मनुष्याचं ध्येय हवं. आपल्या देशातला प्रत्येक माणूस जर साक्षर झाला, तर देशाच्या आणि त्या माणसाच्या वैयक्तिक प्रगतीला कुणीही थांबवू शकणार नाही. आज आपण एक गड जिंकला. आता असे अनेक गड सर्व मिळून जिंकू या. रस्ते, वीज, हॉस्पिटल ह्या मूलभूत गरजा भागल्या गेल्या पाहिजेत. गणेशकृपेमुळे ह्या गोड नदीचा प्रवाह ह्या पंचक्रोशीला लाभला असल्याने, पाणी आणि धान्य ह्यांची आपल्याला कमतरता नाही. ह्याचा आपल्या सर्वांनाच आनंद आहे. ही गोड नदी कायम गोडच राहावी, ह्याची खबरदारी आपण सर्वांनी घ्यायची आहे. पाटलांनी मदतीचा आर्थिक हात गरजेनुसार पुढेही दिला आहे, नगरसेवकांनीही तसं वचन दिलं आहे. तर आपण सर्वांनी श्रमदान करण्याचं कबूल केलंत. शाळा हां हां म्हणता उभी राहिली. माझ्या शुभेच्छा आणि मला माझ्या भावना व्यक्त करण्याची संधी दिलीत ह्याबद्दल मी आभारी आहे. आणि असंच कृपाछत्र ह्या पंचक्रोशीवर पाटलांचं आणि सरकारचं राहावं अशी मी इच्छा प्रकट करतो. दोघांचे आणि श्रमदान केलेल्या प्रत्येक व्यक्तीचे मी मन:पूर्वक आभार मानतो. आणि माझे हे दोन शब्द संपवतो.''

टाळ्यांचा कडकडाट झाला आणि सभा संपली.

सगळेच आनंदात होते. लवकरच शिक्षकही गावात येणार होते. त्यांच्या राहण्याची सोय अगोदरच करून ठेवण्यात आली. शाळेच्या निमित्ताने पंचक्रोशीतली गावं एकत्र आली. हेवेदावे, भांडणतंटे विसरले गेले. मुलं 'ही आपली शाळा' म्हणून दिवसातून एकदातरी त्या खोल्याखोल्यांमधून हिंडून येत.

गणपुले मास्तर गावात राहायला आले. शहरातून अचानक त्यांना गावात पाठवण्यात आलं. ही 'बदली' त्यांना खरंतर नको होती. पण सरकारी चाकर! नाही म्हणणं म्हणजे नोकरीवर पाणी सोडणं. पण इथे आल्यावर त्यांनी गाव, शाळेचा परिसर, गणेशमंदिर सर्व बघितलं आणि ते प्रसन्न झाले. त्यांच्या पाठोपाठ म्हेत्रे मास्तर आले. सध्यातरी ह्या दोघांनाच शाळा संभाळायची, चालवायची होती.

उधळलेल्या जनावरांसारखी वात्रट, द्वाड मुलं, त्यांना संभाळता-संभाळता दोघांच्या नाकीनऊ येऊ लागले. पण तेही पट्टीचे मास्तर होते. जरा एखादं वासरू

उधळू बघतंय तर हाण त्याला. हळूहळू ही सगळी जनावरं स्थिर होऊ लागली.

वर्ष दोन वर्षांत मुलांना गणपुले मास्तर आणि म्हेत्रे मास्तरांची सवय झाली. तशीच त्या दोघांना मुलांची. बालवाडीपासून शाळा सुरू करून एक-एक वर्ग वाढत गेला. शाळेला सरकारी अनुदान मिळालं.

महारवाड्यातली, चांभारवाड्यांतली मुलंही शाळेत जाऊ लागली होती; पण त्यांना शाळेत जाण्याचं, शिक्षणाचं महत्त्व पटवून दिलं ते कालिंदीनं. दत्तू पुजारी आणि बाई ह्यांना कालिंदीचा अभिमान वाटत असे.

"दत्तू, कालिंदी जे काम करत्येय, त्याचा मला आनंद आहे; पण एका गोष्टीची भीती वाटते बघ, आपलं गाव हे असं, जुन्या विचारांचं. आजही त्या महारवाड्यातल्या, चांभारवाडीतल्या लोकांना गणेशाच्या मंदिरात आत जाऊ देत नाहीत. शाळेतही त्यांची बाकं मागे. तिथपर्यंत हे मास्तरही जात नाहीत. ही खोत मंडळी कालिंदीला नक्की त्रास देतात. ती हे सांगत नाही आपल्याला. कधी विचारून बघ तिला."

"मला ठाऊक आहे बाई. माझं आणि कालिंदीचं अनेक वेळा बोलणं झालंय ह्यावर."

"काय म्हणाली?"

"तिची सगळ्याला तोंड द्यायची तयारी आहे. ती देतेच आहे. आता आठ दिवसांपूर्वी कुलकर्ण्यांकडे हळदीकुंकू होतं. त्यांनी कालिंदीला बोलावलं खरं. पण ओटीवरच बसवून ठेवलं. बाकीच्या बायका माजघरात बसल्या होत्या. रानड्यांकडेही असंच झालं."

"अरे मग का गेली ती? मला ह्यातलं काहीच का नाही सांगितलं?"

"तुला वाईट वाटेल ना, म्हणून. मीही नव्हतो सांगणार; पण मग तिचं मोठेपण मी लपवलं, असं मला वाटत राहिलं असतं. ती मला म्हणालीही, 'हळदीकुंकवाला अव्हेरू नये. मला कुठे बसवलं जातं ह्याला महत्त्व नाही. हळदीकुंकू लावलं जातं, ह्याला महत्त्व आहे.'"

"दत्तू, मी खरंच खूप आनंदात आहे. अशा विचारसरणीची सून मिळाली, तूही ह्यांचेच विचार जिवंत ठेवतो आहेस. गोविंदासारखा नातू आणि ह्या आपल्या गंगा, कावेरी, आनंदाने डोळे मिटेन मी."

"बाई, असं का म्हणतेस?"

"अरे नशीब लागतं! मला ते मिळालं. तृप्त आहे मी."

आणि अशाच तृप्ततेनं भरलेल्या अवस्थेत एक दिवस बाईनं सर्वांचा निरोप

घेतला. तिला तिचं मरण समजलं होतं का? त्या दिवशी बाई जरा लवकरच जागी झाली. म्हादू येणार होता, तरीही तिनंच सर्व गोठ्यातली कामं केली. सर्वांना प्रेमानं अंजारलं-गोंजारलं. खाऊ-पिऊ घातलं. म्हादू आला तसं त्यानं दावण सोडलं. बाईनं सर्वांना ओवाळलं. म्हादू म्हणालाही, "बाई, हे काय आज," बाई म्हणाली होती, "अरे सहजच, ह्या गंगा-कावेरीनं घर दुभतं ठेवलं. कशाला काही कमी पडू दिलं नाही. त्यांना ओवाळावंसं वाटलं. तू नीघ. ने त्यांना चारायला. दूध काढून ठेवलंय. आल्यावर जा उकाडे घालायला." कालिंदीचं आवरेपर्यंत बाईनं मऊ भात केला. सर्वांना खायला लावला. पूजेची तयारी केली, आणि "अंमळ पडते," असं म्हणून तिच्या खोलीत निजली. आरतीसाठी कालिंदी बाईला उठवायला गेली, पण तोपर्यंत बाई हे जग सोडून निघून गेली होती. अतिशय शांत, तृप्त भाव होते चेहऱ्यावर. ती 'तिचं आयुष्य' जगली. शांत, आनंदी, तृप्त!

दत्तू पुजारीनं आईचे, आपल्या बाईचे सोपस्कार केले.

"कालिंदी, एकटं वाटतंय गं खूप!"

"मलाही, किती मोठा आधार होता. मी अनाथ, मला कधी आईवडलांचं प्रेम मिळालं नाही; पण बाईनं मला तो आनंद, ते प्रेम दिलं. किती शांत दिसत होती ती. अगदी निजल्यासारखी."

"आपण दोघेही पोरके झालो. आता तुला मी आणि मला तू; पण तिचा वावर अजूनही जाणवतो. वाटतं, आत्ता येईल मागच्या अंगणातल्या दारातून आत."

"गंगा काही खात नाहीये गेले चार दिवस."

"त्यांना फार समजतं. फार जीव लावतात ही जनावरं. बाईनं किती केलं तिचं."

"गोविंदा रडतोय सारखा. झोपेतही हुंदके देत असतो."

"त्याला जपायला हवं. बाई नसल्याची उणीव भरून काढायचा प्रयत्न करायला हवा. पण मला एका गोष्टीचं समाधान आहे, बाई तृप्त होती. ती काही दिवस अगोदर मला तसं म्हणाली होती. आपण तिला सुख देऊ शकलो, ह्याचं मला मोठं समाधान आहे. असं म्हणतात की, माणसाच्या अंतरंगात जे काही चाललेलं असतं, त्याप्रमाणे तेच भाव मृत्युसमयी त्याच्या चेहऱ्यावर असतात. हे खरं असलं पाहिजे. आजपर्यंत मी अनेक मृत्यू पाहिले. काही चेहरे रागीट, तर काही वेदनांनी झाकोळलेले, काहींवर कसलेच भाव नाहीत. अगदी भावरहित तर काहींच्या चेहऱ्यावर भय. फार कमी चेहरे असे शांत, प्रसन्न, तृप्त बघितले."

दिवस पाळले गेले आणि दूरवरून आलेले आप्तेष्ट एक-एक करून पांगले. टोपलीच्या आड तेवत राहिलेलं निरांजन विझवलं गेलं. माजघर काळवंडलं. ते

बाईचं अस्तित्व भासवणारं घर अचानक रिकामं झालं. कितीही आवर घालायचा म्हटलं, तरीही डोळ्यांच्या कडा सतत ओलावत राहिल्या. तेव्हा तारेवर वाळत घातलेलं लुगडं – बाईचं लुगडं अजूनही तारेवरच होतं.

गोविंदा घरी आला तो भोकाड पसरूनच. अंग लाल झालेलं. कपडेही मातीनं माखलेले. चेहऱ्यावर अश्रूंची एक सरळच्या सरळ रेष उमटलेली.

"आई."

"अरे, काय झालं? पडलास?"

"नाही. पाडलं मला."

"कुणी रे?"

कालिंदी पदरानं त्याचा चेहरा पुसता-पुसता विचारत होती. माती झटकत होती.

"रघू, केशव, किश्या, मंदार."

"किश्या म्हणजे?"

"किशोर...."

"अरे पण का?"

"मला नाही माहीत. तो बाळ्या आहे ना, तो विचारत होता, मीपण खेळू? तर मी हो म्हणालो. तर सगळे मला मारू लागले."

"बाळ्या म्हणजे?"

"तो, चांभारवाडीतला."

"हं. असं आहे तर. हे बघ गोविंदा, तू शहाणा ना, मग आधी रडणं बंद कर. आणि पुन्हा जर असंकाही झालं, तर मला बोलव. मी येईन आणि मग मस्त सर्वांना..."

"ओरडशील. हो ना? मी आता नाहीच रडणार. आणि त्यांना घाबरणार पण नाही आता."

"शाब्बास. चल, अंघोळ कर आता आणि पूजेला जा बाबांसोबत गणेश मंदिरात."

"बाबा कुठेत?"

"येतील आता."

"पण आहेत कुठे?"

"ढालप आहेत ना तिथे, नदी पलीकडे राहतात, तिथे गेलेत."

"काय झालं? कोण गेलं?"

"असं बोलू नये, विचारू नये लहान मुलांनी."

"का? त्याने काय होतं? आणि मी आता मोठा झालोय ना? पहिलीत आहे ना!"

“हो रे बाबा. झालायस मोठा. चला अंघोळ...”

“जातो.”

दत्तू पुजारी ढालपचे सोपस्कार, विधी उरकून आला. गोठ्याशेजारच्या स्नानगृहात त्याचे सर्व कपडे ठेवलेले होते. त्याने तिथे स्नान उरकून घेतलं. विधीची वस्त्रं स्वत:नेच धुऊन वाळत घातली.

“आई, बाबा आले?”

“हो.”

“ते अंगणात आहेत?”

“होय.”

“काय करताहेत?”

“तू आधी अंग पूस बरं.”

“आई त्या किशोरनं माझी शेंडीपण खेचली. खूप दुखलं मला.”

“मी रात्रीला तेल लावून देईन हं.”

“आई माझ्या सगळ्या मित्रांना शेंडी आहे, पण बाळ्याला शेंडी नाहीये. का नाहीये त्याला शेंडी?”

“किती प्रश्न विचारतोस?”

“सांग ना.”

दत्तू पुजारी सर्वकाही ऐकत होता. इच्छा असो नसो, गोविंदाच्या प्रश्नांना उत्तरं ही द्यावीच लागणार. बाई असायला हवी होती. तिनं चुटकीसरशी त्याच्या प्रश्नांना उत्तरं दिली असती. तिच्यासाठी उत्तरं देणं अवघड काम नव्हतंच; पण मला ते अवघड वाटतंय. जसं आत्ता कालिंदीला वाटतंय. जातीय भेदभाव त्याला समजायला हवाच का? मुळात हा भेदभाव हवाच का? ज्या मुलांना शाळेत अगदी नगण्य मानलं जातं, ती ज्या जातीची मुलं आहेत, त्याच जातीतल्या मोठ्या माणसांनी ह्या शाळेसाठी श्रमदान केलं, म्हणून शाळा उभी राहिली. एकतरी ब्राह्मण एकतरी दगड उचलायला आला का? पण त्यांच्या मुलांना अगदी पुढ्यात बसवलं जातं. खेळात त्यांनाच घेतलं जातं, आणि ती नगण्य मुलं? त्यांना अव्हेरलं जातं. इतकंच नव्हे, तर त्यांना साधं पाणीही प्यायला देत नाहीत. त्या पाणपोईवर हक्क केवळ ब्राह्मणांचा. गोविंदा शाळेत जायला लागलाय. ही तफावत तोही बघत असणार. शाळेतलं, ह्या ब्राह्मण आळीतलं वातावरण वेगळं आणि आज मी आणि कालिंदी जे कार्य करत आहोत, त्यामुळे घरात असलेलं वातावरण वेगळं, पण हेच पूरक, सत्य वागणं आहे. ही दोहोतील तफावत त्याला समजण्यासाठी त्यानं अजून मोठं होणं आवश्यक आहे आणि लोकांची मानसिकता बदलणंही आवश्यक आहे. पण

तोपर्यंत? प्रश्न आणि फक्त प्रश्न!

"मी सांगतो तुला, त्याला शेंडी का नाही ते."

"हो...? सांगा बाबा."

"सांगतो. पण तुला आत्ता सगळंच समजेल त्यातलं असं नाही. जितकं समजेल तितकं लक्षात ठेव. गोविंदा, माणसं सगळी सारखीच असतात; पण प्रत्येक माणसाची आयुष्य जगण्याची आपापली वेगळी रीत असते. जी रीत एका माणसाला आवडते ती दुसऱ्या माणसाला आवडेलच असं नाही."

"म्हणजे?"

"म्हणजे? हं, असं की आईला वांग्याची भाजी आवडते, तुला बटाट्याची भाजी आवडते. बरोबर?"

"हो."

"म्हणून वांगं वाईट असतं का?"

"नाही."

"तसंच, जी रीत ज्या माणसांना आवडते, त्याप्रमाणे ते वागतात. आणि हे आत्ता नाही ठरवलेलं कुणी. फार फार पूर्वीच ठरलं तसं. म्हणून जेव्हा ते मूल ज्या रितीत जन्माला येतं, ते तसं वागतं. आपल्याकडे शेंडी ठेवायची रीत आहे, बाळ्याकडे नाहीये."

"सोप्पं आहे. सगळं समजलं."

"शाब्बास. मग आता वांग्याची भाजी खायला येणार?"

"नाही. ती माझी रीत नाही. मला बटाट्याची रीतच हवी!"

कालिंदी, दत्तू दोघं मोठ्यांदी हसले. आणि दोघांनाही तेव्हाच बाईची आठवण आली. दत्तूला वाटलं, आपल्या मुखातून बाईच बोलली. हसत-खेळत दोघंही संध्याकाळच्या आरतीसाठी गणेश मंदिराकडे निघाले. कालिंदी खरोखरच बटाट्याची भाजी करायला स्वैपाकघरात गेली.

"दत्तूबुवा, आज आरतीला कोणाला उभं करताय?"

"का? काय झालं?"

"नाही, स्मशानातला धूर बराच वेळ दिसत होता. कोणाला अग्नी दिलात आज?"

"ढालप गेला. अगदी आजारीच होता तसा. सुटला."

"म्हणजे तिथूनच आलात ना?"

"केळकरबुवा, घरी जाऊन आन्हिकं आटपून, गोमूत्रं शिंपडून, तुळस खाऊन आलोय. तसाच कसा येईन?"

"पण गणेशासाठी काही पावित्र्य तर जपायला हवं ना?"

"माझी तीच मनोधारणा आहे."

"तर मग आरती मी करतो आज."

"जशी इच्छा. सोवळं नेसावं लागेल आणि हो त्याआधी स्नानही करावं लागेल."

"स्नान?"

"हो. रोज मी तसंच करतो."

"पण..."

"स्नान करून या. सोवळं नेसून या. आम्ही थांबतो तो पावेतो इथंच."

"केळकरबुवा, अहो वाजले किती बघा. तुम्ही जाणार कधी, येणार कधी? आणि आजच का अडवताय दत्तूबुवांना? हे काय नवीन आहे का?"

"नाही. नवीन नाहीये. पण आता ह्यावर काहीतरी उपाय योजिला पाहिजे. एकच भटजी दोन्ही क्रिया करतो! बरं करतो तर करतो, पण महारांचंही? काहीतरी बंधन हवं ना? ब्राह्मणांचं करत असेल तर..."

"तर चालेल?"

"अं. दत्तूबुवा...."

"नाही, सांगा ना. तर चालेल?"

"पण उपाय आहे ना ह्यावर."

"सांगा कुलकर्णी, उगीचच सगळ्यांचा वेळ वाया घालवू नका."

"आणा कुणी दुसरा पुजारी किंवा गुरुजी."

"खुशाल आणा. त्यात मलाही आनंद आहे. आहे का कुणी तुमच्या ओळखीत असा?"

"आत्ता नाहीये. पण..."

"मग जेव्हा येईल तेव्हा बघू. दत्तूबुवा, करा तुम्ही सुरुवात. भुका लागल्यात."

"हो घरी मंडळी वाट बघत असतील."

आणि आरतीला सुरुवात झाली. अर्धा तास तरी आरती सुरू होती. काही जण कधी एकदा आरती संपत्येय, अशा आविर्भावात होते. शेवटी एकदाचा गजर झाला.

"बोला पुंडलिक वरदे हारिऽऽ विठ्ठल."

"श्री ज्ञानदेवऽऽ तुकाराम"

"बोला पंढरीनाथ महाराज कीऽऽऽ जय."

लोक पांगले. दत्तू पुजारीनं निरांजनाची वात वाढवली. तसा सर्व परिसर अंधारातच होता, मंदिरात तेवढा मंदसा प्रकाश होता. कंदील हातात धरून गोविंदा दत्तूची वाट बघत पायरीवर उभा होता. मंदिर बंद करून दत्तू पायरीवर आला.

तिथूनही त्यानं गणेशाला दंडवत घातलं. दोघं कंदिलाच्या प्रकाशानं स्पष्ट झालेल्या वाटेवरून चालू लागले.

"बाबा, काका तुम्हांला पूजा का करू देत नव्हते?"

"बरोबर आहे त्यांचं, मी स्मशानात गेलो होतो ना, म्हणून."

"पण स्मशान म्हणजे आज्जीला नेलं होतं, तिथेच ना?"

"हो."

"मग देवाघरी जाणाऱ्याला तुम्ही पोहोचवून आलात, मग देवाच्याच देवळात जायचं का नाही?"

"खरं आहे. तुझा प्रश्न बरोबर आहे, पण तशी रीत आहे."

"अशीपण रीत असते?"

"हो."

"पण...."

"अजून थोडा मोठा झालास की समजेल सर्व. मग तुला असे प्रश्न पडणार नाहीत. आणि जरी पडले तरी तू ते विचारणार नाहीस."

दत्तू पुजारी खिन्न झाला होता. त्याला नेमकं काय करावं हे कळत नव्हतं. एकदा त्याला वाटलं, आपणच तालुक्याला जावं. कुणी गुरुजी मिळतात का ते पहावं. इथे कायमचे वस्तीला असतील असे गुरुजी मिळावेत. म्हणजे मग वरवर जरी शांत दिसत असतील ही गावातली माणसं, तरी आतून मात्र असंतुष्ट, चिडलेली असणार, नव्हे आहेतच, ती खरोखरच शांत होतील. बाबा होते तेव्हा त्यांना मान होता. ते दशग्रंथी ब्राह्मण! आपण तेवढं शिकू शकलो नाही. त्यांच्या हयातीत जितकं त्यांनी शिकवलं, तितकंच आपलं ज्ञान. फार लवकर गेले बाबा. आणि फार लहान वयातच सगळी जबाबदारी आपल्या अंगावर पडली. जेवढा धर्म शिकता आला तेवढा निभावतोय; पण आपलं तसं लहान वय आणि ही गावातली वडील माणसं! त्यांना कसं काय समजावणार आणि आपण तरी किती कुठे पुरेसे पडणार? एकदा एखादे गुरुजी मिळाले की, ते सगळे अंत्यविधी करू लागतील. म्हणजे मी पूजेअर्चेसाठी मोकळा. असं व्हायला हवं. शेवटी समाजापुढे एकट्या माणसाचा निभाव लागणं कठीणच. आज पूजेला पाटील यायला हवे होते. त्यांनी मला आधार दिला. आजही दिला असता. बाबा, तुम्हीही हवे होतात. फार लहान वयातच मला पोरकं केलंत. बाई तूसुद्धा निघून गेलीस. आज मी जरा थकल्यासारखा बसलोय. एकटं वाटतंय. कधीतरी वाटतं की, हा वसा मला पेलणारा नाही. काय करू?

"काय झालं, कालिंदी?"

“काही नाही.”

“रडत्येस ती कशाला मग?”

“गोविंदाला शाळेत मुलं फार त्रास देतात हो.”

“मुलांना...”

“त्यांना त्यांचे आईवडील शिकवत असणार.”

“मुलांना काय कळतंय? आणि काय शिकवत असणार?”

“तुम्ही नदीपलीकडचं काम करत जाऊ नका. सोडून द्या. किंवा त्यांच्यापैकीच कुणालातरी सर्व विधी शिकवा, पूजा शिकवा आणि संपवा हे सगळं.”

“त्यानं काय होणार?”

“गोविंदाची हेटाळणी थांबेल.”

“आणि मग सर्व त्रास संपेल?”

“अं?”

“आहे का उत्तर? संपेल का सर्व त्रास? चल, धरून चलू की, मी आणि तू महार, मांग, चांभार ह्या अशा लोकांसाठी जे जे करत आहोत, ते करणं बंद केलं. अगदी संपूर्णपणे बंद. पण मला ब्राह्मणांची कार्य तर करावीच लागतील. त्यांच्या क्रियाही कराव्या लागतील. नाहीतर ब्राह्मणांच्या मृतांना गती कोण देणार? मग ब्राह्मणांची ही क्रियाकर्म केल्यानंतर, त्यांनी तरीही गोविंदाला हेटाळलं तर?”

“पण...”

“प्रश्न वेगळाच आहे. सर्वांना आता नवीन भटजी हवा आहे. पण सध्या त्यांचा नाइलाज आहे. मृत्युकर्म अपवित्र समजलं जातं हाच मुळात मोठा दोष आहे. तू तालुक्याला जाऊन बघ. मृत्युकर्म करणाऱ्यांना भटजी म्हणत नाहीत, गुरुजी म्हणतात. ह्या गुरुजींना कुठल्याही मंगलकार्याला आमंत्रित करत नाहीत. इतकंच नव्हे, तर साधी सत्यनारायणाची पूजा असेल तर तिथे प्रसादासाठीही बोलावत नाहीत. मृत्योत्तर करायची कर्म इतकी अपवित्र असतात का? आणि...”

“सगळं मान्य. मग गोविंदाचं काय करू? आपलं गाव लहान. इथे हे सर्व महत्त्वाचं मानलं जातंय. तुम्हांला आणि मला सरळ सरळ काही करता येत नाही, तर आता मुलांकरवी गोविंदालाही त्रास देत आहेत.”

“सहन करायला शिकव. आपले आईबाबा काहीही चुकीचं करत नाहीयेत, हे बिंबव त्याच्या मनावर. म्हणजे तो इतरांसारखा चुकीच्या धर्माप्रमाणे वागणार नाही.”

“चुकीचा धर्म?”

“बाबा काय सांगायचे सांगू? बाबा म्हणायचे, ह्या जाती म्हणजे संप्रदाय होय. आता संप्रदाय म्हणजे काय? एक गुरू, ज्यांच्या शिकवणीनुसार त्याचे शिष्य

वागतात. हे शिष्य त्या गुरूची शिकवणी, त्याचे विचार पुढे नेतात. त्या त्या शिष्यांचे जे वंशज असतात, ते ते ती शिकवणी, विचार आत्मसात करतात आणि अजून पुढे नेतात. असा संप्रदाय वाढत जातो. ज्याला ज्याचे विचार पटतील, ज्याच्यात्याच्या स्वभावानुसार रुचतील, तो तो ते गुरू करतो. आणि असे भिन्न भिन्न संप्रदाय तयार होतात. ह्या सर्व संप्रदायाचं मूळ म्हणजे धर्म! धर्म एकच आहे. पण तो अंगीकारण्याच्या वाटा विभिन्न आहेत. मी धर्म पाळतोय. संप्रदाय नाही. बाबांनी जे केलं, तेच मीही करतोय. इथे पवित्र-अपवित्र असं काहीही नसतं. फक्त कर्म असतं. आणि हे कर्म करणं, हा माझा धर्म आहे, असंच मी मानतो. ह्यात नि:संशय काळजी घेतो ती एकच – 'कुणालाही' फसवत नाही, कुणालाही दुखावण्याचा मनसुबा नाही. तरी कष्टी होत असतील, पटत नसेल तर तो त्यांचा धर्म. मी कर्म सोडू इच्छित नाही. तूही तुझं कार्य सोडू नको. अगं देशाची प्रगती म्हणजे असं काय वेगळं असतं? मानसिकता बदलली की प्रगती होणारच. जीवन देणारा आणि ते परत मागून घेणारा परमेश्वर एकच, तर त्याच्यासाठी केली गेलेली कार्य पवित्र-अपवित्र कशी?''

कालिंदी हसली. शांत झाली. कोपऱ्यात निजलेल्या गोविंदाला थोपटू लागली. निद्रेत असतानाही एक मन जागृत असतं असं म्हणतात. ते सर्वकाही ऐकतं. त्याचे परिणामही होतात. गोविंदावर तसे ते आत्ता झाले असतील का?

पहाट प्रसन्न होती. दत्तू पुजारी आन्हिकं आटोपून गणेश मंदिरात निघाला. आज त्याची पूजाही जरा लांबली. मनोभावे पूजा रोजच होते; पण आज काही वेगळंच वाटत होतं. न सांगता येण्यासारखं, शब्द अपुरे अपुरे! स्तोत्रांना घाई नव्हती. तल्लीनता! गाभाऱ्याआधी मन दरवळलेलं होतं.

त्याच मन:स्थितीत दत्तू पुजारी परतला. म्हादू गायींची सेवा करत होता. अंगण नुकतंच सारवलं होतं. त्याचा दरवळ भरून राहिला होता. मग दत्तूनं अंगणातल्या झोपाळ्यावरच बैठक मारली. मंदिरात कुणी दर्शनाला येत-जात असावेत. मंदिरात अंतराअंतरानं वाजणारी घंटा पंचक्रोश जागं करत होती. म्हादू चरवी घेऊन उकाडे घालायला बाहेर पडला. कालिंदी नक्कीच मागल्या अंगणात असणार. पारिजातक वेचत असेल. दत्तू तसाच बसून राहिला. आजचा दिवस शांतच होता. कुठे पूजा नव्हती की लग्न-मुंजी नव्हत्या. कुणाचे दिवसही नव्हते. बऱ्याच दिवसांनी मिळालेली ही शांतता दत्तू भरभरून घेत होता.

संध्याकाळी पाटलांकडे जावं. शाळा तर झाली, पण अजून बाकीच्या बऱ्याच गोष्टी अपुऱ्या आहेत. त्यांना चालना देणं गरजेचं आहे. आज अगदी फुरसतमध्ये त्यांच्याशी बोलता येईल.

दत्तू पुजारीनं मस्त बेत आखला आणि तो झोपाळ्यावरच लवंडला. आकाश हळूहळू केशरी होत होतं.

''या दत्तूबुवा.''

''नमस्कार पाटील. प्रकृती बरी आहे ना? गेले चार-पाच दिवस आला नाहीत आरतीला?''

''आज जरासा उतार पडलाय. ताप होता. पण आता बरं वाटतंय. तालुक्याहून डॉक्टर आला नि सुई टोचून ग्येला, तेव्हा जरा उतार पडलाय.''

''काही निदान?''

''हेच, हवा-पाणी आणि त्यात आमचं वय!''

''वय?''

''हो की, सत्तरी आली की जवळ. आता असं व्हायाचंच. बरं झालं तुम्ही आलासा. परवा म्हणजे त्या दिवशी मंदिरात कल्ला झाल्याचं कानावर आलंय.''

''हो, खरं आहे. ढालपाला देवाज्ञा झाली.''

''ऐकलं ते आम्ही.''

''मी तरी काय करावं पाटील? इतरांप्रमाणेच जर ह्या समाजाच्या अडचणी, गरजा लक्षात घेतल्या नाहीत तर त्यांनी कुणीकडं जावं? आणि मला एका गोष्टीचं राहून-राहून आश्चर्य वाटतं. जी जी मंडळी स्वत:ला उच्चभ्रू समजतात, त्यांची सर्व हलकी कामं ते ह्याच लोकांकरवी करून घेतात. ज्यांची शेतं आहेत, त्यात राबणारे हात ह्यांचेच, ह्याच लोकांच्या घामानं माती मोहरून येते आणि त्या तिच्या मोहरण्यातून पिकं बहरतात. ह्या पिकांचा लाभ कुणाला होतो? त्या हातांची ही पिकं त्या उच्चभ्रू समाजाला चालतात, पण ते हात असणारी माणसं चालत नाहीत. मला खरंच आश्चर्य वाटतं.''

''दत्तूबुवा, तुमचा त्रास समजतो. तुम्ही अगदी तुमच्या बाबांसारखंच बोललात. तो काळ तर अजून कठीण होता. आता जरा तरी लोकं मानतात; पण तेव्हा तसं नव्हतं. आम्ही होतो त्यांच्या बाजूनं म्हणून गाव गप्प होतं; पण आता आम्ही थकत चाललो. आता पाटील ही नुसती पदवी राह्यलीये. मान मिळतो त्ये सोडा. पण आता गावागावांतून राजकारण सुरू होतंय. जमाना बदलतोय. तरी ही तऱ्हा राहानारच. पूर्वापार चालत आलेल्या रीती ह्या. येकदम बदलणार नाहीत. तुम्ही तुमचं काम करत ऱ्हावा.''

''पण त्यापरीस एखादा गुरुजी मिळाला तर?''

''कुटं सोधायचा?''

''तालुक्याला. म्हणजे ह्या लोकांना तर समाधान आणि नदी पल्याडल्यांना

आधार मिळेल.''

''असं म्हणता? बघू. जरा ह्या आजारातून पूर्ण बाह्येर पडू देत. मग जाऊ.''

''आणि जाऊ तेव्हा विजेसाठी, हॉस्पिटलसाठीपण खटपट करू.''

''करू, जरूर करू.''

''आराम करा. येतो मी. सांज आरतीलाही जायचंय. तयारी करायची आहे.''

''या आणि गणेशाला माझा नमस्कारही घाला.''

दत्तू पुजारीला बरं वाटलं. पहाटेसारखीच संध्याकाळ छान, सौम्य, धीरोत्तर वाटली. झपाट्यानं वसुंधरेच्या कुशीत जाण्यासाठी आसुसलेल्या सूर्याला त्यानं मनोमन दंडवत घातला. इतका प्रसन्न दिवस दिल्याबद्दल!

दिवस झपाट्यानं सरत होते. गोविंदा मोठा होत होता. गणेशपूरही समजून येणार नाही असं बदलत होतं. पंचक्रोशीतल्या गावांमधलं अंतर कमी-कमी होत होतं. उंबरे वाढत होते. गणेश मंदिर हळूहळू कीर्ती मिळवत होतं. हा गणेश नवसाला पावतो अशी कुणीही न करता जाहिरात होत होती. शहरातून येणाऱ्या भक्तगणांची संख्या वाढत होती. सरकारही ह्या पंचक्रोशीकडे आकर्षित होत होतं. आधी साधीशीच असणारी शाळा एक-एक वर्ग वाढवत नेत-नेत पंधरा खोल्यांची झाली होती. गोविंदा एक हुशार विद्यार्थी म्हणून सर्वांचा लाडका होत होता. गावात अजून मास्तर राहायला आले होते. काही मास्तर तालुक्यात राहून रोजची जा-ये करत होते. आधी थोडंसं दूर असणारं दत्तू पुजारीचं घर आता गावात आलं. म्हणजे घर जिथे होतं तिथेच होतं. पण वस्ती वाढली आणि ते गावात सामावलं गेलं.

पण तरीही इतकं सर्व होऊनही दत्तू पुजारी जसा होता तसाच राहिला. त्याच्या आणि पाटलांच्या प्रयत्नांनी गावाला वीज मिळाली. मुख्य रस्ते पक्के झाले. एक छोटंसं हॉस्पिटल, नाही दवाखाना उघडला. पण दत्तूबुवा, जसा होता, तसाच राहिला. बैलगाड्यांची जागा सायकलींनी कधीचीच घेतली होती. आता गाव फटफट करू लागलं. ज्याच्याकडे फटफट तो गडी श्रीमंत अशी व्याख्या झाली.

प्रयत्न करूनही गुरुजी मात्र मिळाले नाहीत. पण आता सुधारणा झाल्यावर तरी कुणी येईल ही आशा कायम राहिली.

गणेश मंदिरही हळूहळू बदलत होतं. हे आत्ता वेळ मिळाल्यावर, काकड आरती नेहमीप्रमाणे झाल्यानंतर, पारावर सहजी बसल्यावर, एक शांत प्रसन्न नजर मंदिराकडे टाकल्यावर, दत्तू पुजाऱ्याच्या लक्षात आलं. आधी ओबडधोबड पायऱ्या होत्या, मुद्दाम बांधलेल्या नव्हेत, तर अगदी नैसर्गिकरीत्या. दोन मध्यम आकाराची दारं होती, लाकडी, थोडंसं कोरीव काम असलेली. छोटासा मंडप. तुळयांवर छप्पर.

आत गाभारा. अगदी अंग वाकवूनच जाता येईल असा छोटा दरवाजा. हा दरवाजा आधी कधीतरी असावा. आता तिथे दारं नाहीयेत, पण चौकटीला बिजागरांची भोकं मात्र आहेत. ही चौकट अस्सल चंदनाच्या झाडाची. गाभाऱ्यात जाता-येताना हा चंदनाचा सुवास मंदसा येतोच येतो. डोंगराच्या कुशीत असलेलं, जणू डोंगरानं त्याच्या दोन्ही हातांनी कवटाळलेलं हे दगडी मंदिर.

वीज आली आणि मंदिरातही दिवे चमचमू लागले. फिकटसा पिवळा प्रकाश. मग कुणा भक्तानं गाभाऱ्यात ट्यूब बसवून दिली आणि मंडपातही. पिवळा प्रकाश पांढरा झाला, पण तो गढुळलेला पांढरा. व्होल्टेजच नाही तेवढं तर त्या ट्यूबलाइट्सही काय करणार? भप् भप् करत राहतात. मग केव्हातरी पेटतात. त्यापेक्षा शांत समईचा लालसर पिवळा उजेडच चांगला होता. मग कुणी जरा श्रीमंत भक्त आला. नवस बोलला आणि तो पूर्ण झाला म्हणून दगडी ओबडधोबड पायऱ्या फुटल्या आणि त्याजागी संगमरवरी एकसारख्या पांढऱ्या शुभ्र पायऱ्या आल्या. दिवसभर या पायऱ्यांवर डाग लागल्यासारख्या ह्या पायऱ्या दिसतात आणि त्यात लाल मातीच्या पावलांचे ठसे. इतर वेळी जरा तरी बरं, साध्या हिऱ्याच्या झाडूनं ती माती निघून तरी जाते; पण पावसाळा आला की ओले गिच्च धब्बे!

ही मंदिरं, त्यांचा जीर्णोद्धार जरूर व्हावा; पण तो पुरातनतेला संभाळून, जपून व्हावा. उगीचच श्रीमंती ह्या अशा बाबतीत तरी दाखवली जाऊ नये. आधीच्या पायऱ्यांचा दगडी स्पर्श आत्ताही जणू अनुभवतोय असा दत्तू पुजारीचा चेहरा झाला. तो सुखावला. तो खरबरीत स्पर्श ह्या गुळगुळीत संगमरवराला कधीही तुलनेतही येऊ शकत नाही.

आता ट्रस्ट स्थापन होणार अशी गावात चर्चा आहे. म्हणजे मंदिराबरोबरच गावही श्रीमंत होणार! या श्रीमंतीने माणुसकी हरवू नये म्हणजे मिळवली.

गणेशाला बाहेरूनच दंडवत घालून दत्तू पुजारी घराची वाट चालू लागला.

"आई भूक लागल्ये गं!"

"ये घरात, पोहे केलेत."

"गोठ्यात जाऊन येतो."

"बरं."

शाळेचा आजचा पहिला दिवस होता. पहिलाच दिवस म्हणून शाळा अर्धा दिवसच असणार होती. सकाळी शाळेत जायची गोविंदाला अगदी घाई झाली होती. दत्तू पुजाऱ्यानं त्याला तालुक्याहून नवीन गणवेश आणला होता. पावसाळ्यासाठी रेनकोट आणि प्लास्टिकचे बूट आणले होते. चार दिवसांपूर्वीच त्याच्या चौथीच्या पुस्तकांना वर्तमानपत्राची कव्हर्स घालून झाली होती. नवीन पेन्सिल, रबर आणि ते

ठेवायला छानशी पत्र्याची पेटी! दप्तरच तेवढं जुनं, गेल्या वर्षीचं होतं; पण स्वारी खूश होती. कधी एकदा मित्रांना हे सर्व दाखवतो असं त्याला झालं होतं.

शाळेत धमालच आली. नवीन मास्तर आले होते, आणि एक नवीन बाईसुद्धा. आणि तीन नवीन मुलं. धोंडू शिपायानं जोरजोरात घंटा वाजवली. देवळात वाजते ना तश्शीच. आम्ही सगळे धूम पळालो. वर्गात बाकावर बसलो. समोर पाहिलं तर काळा कुळकुळीत फळा. नक्की सुट्टीत धोंडू शिपायानं फळ्याला कोळसा उगाळला असणार. आता फळ्यापासून दूर राहायचं हे मी मनाशी पक्कंच केलं. नाही तर नवीन पांढरा गणवेश नक्की काळा होणार. प्रार्थना सुरू व्हायच्या अगोदर नवीन मास्तर वर्गात आले. आम्ही एक साथ नमस्ते केलं. मग प्रार्थना! आधी गणेशाची मग सरस्वतीची न् मग वंदेमातरम्! मस्त!

"अजून धम्माल! नवीन मास्तर सरळ म्हणाले, "मला सर म्हणायचं. काय म्हणायचं मुलांनो?" सगळे आम्ही ओरडलो, "स ऽ ऽ र!" मला गंमत वाटली. आम्ही पाऊस आला की, म्हणतो, 'सर आली.' आज्जी असंच म्हणायची. आईबाबा अगदी म्हादूसुद्धा पाऊस आला की म्हणतो, "सर आली बघ. पळ आडोशाला." आणि आता हे मास्तर सांगत होते, "मला सर म्हणायचं!" बरं, सर तर सर! सरसर! मज्जा.खार झाडावर सरसर चढते, गेल्या वर्षीच्या पुस्तकांत होतं हे वाक्य!

"माझं नाव 'रमाकांत कुशाग्रे' मी तुमच्या वर्गाचा मुख्य सर. क्लास टिचर!" सर मस्तच होते. त्यांनी विजार घातली होती. शर्ट होता आणि ते टोपी घातलेले नव्हते. त्यांनी शेंडीसुद्धा ठेवली नव्हती आणि त्यांच्या हातात छडी नव्हती. त्यांनी मस्त गोष्ट सांगितली. 'इसापनीती'. मज्जा आली. आणि माझ्या शेजारी एक नवीन मुलगा बसला होता. माझ्याहून बुटका पण गोरा होता, माझ्याहून जास्त. सर म्हणाले. "आता गोष्ट सांगितली मी, म्हणजे तुमची आणि माझी गट्टी झाली. हो ना?"

"हो..."

"तुम्हाला माझं नाव माहीत आहे. आता मला तुमची नावं सांगा."

मग एक-एक करून सगळे नावं सांगू लागली.

"मोरचंद्र ढापले, सर"

"तुकाराम महाडिक, सर"

"रूपा कदम, सर"

"अरे सर म्हणू नका. नुसती नावं सांगा. हं. करा सुरुवात."

"मनोहर देशमुख"

"लीना जोशी."

"रमेश भोगले."

“इंदिरा कुलकर्णी.”

चालूच होतं. मग माझी पाळी आली. मी खणखणीत आवाजात म्हणालो,

“गोविंदा दत्तू पुजारी.”

सगळे हसले. मी चुकलोच. दत्तू नाही. दत्तात्रय सांगायला हवं होतं. पण तितक्यात माझ्या शेजारचा म्हणाला,

“आनंद विद्याधर पुरोहित.”

मग ओळख झाली आणि शाळा संपली. फूस!

“अरे गोविंदा...”

“आलो.”

“किती वेळा हाक मारायची?”

“आई, आज शाळेत मज्जा आली. मला नवीन मित्रपण मिळाला.”

“हो? काय नाव त्याचं?”

“आनंद. आई नवीन मास्तर आलेत शाळेत. पण ते म्हणतात, त्यांना मास्तर नाही म्हणायचं. ‘सर’ म्हणायचं. पाऊस पडतो, त्याला सर म्हणतात ना? मग मास्तरांना पण सर कसं म्हणायचं? ते काय पाऊस आहेत?”

“नवीन नवीन काहीतरी! पण तुला सांगू एक? इंग्रजीत अशा मोठ्या साहेबांना आदराने सर म्हणतात आणि हिंदी भाषेत सर म्हणजे डोकं.”

“आणि मराठीत सर म्हणजे पाऊस! गंमत आहे ना?”

“हो. अशा खूप गमतीजमती असतात. तुला आता समजेल असं हळूहळू. खूप खूप वाच, अगदी तुला येतील तितक्या भाषा शिक.”

“हो.”

“आणि संस्कृतही शीक. ती आपली, भाषेची जननी, अगाध ज्ञान आहे. मी तुला पुस्तकं आणेन. तू वाच. मीही वाचून दाखवेन.”

आई खूप बोलत होती. मला सगळंकाही समजलं नाही. पण मस्त वाटत होतं. तेवढ्यात बाबा आले. मग मी पुन्हा सर्व बाबांना सांगितलं. आनंदबद्दलसुद्धा. आणि विसरलोच! दोन नवीन मुलीसुद्धा आल्या होत्या वर्गात. तेही सांगितलं. बाबा म्हणालेसुद्धा,

“वा! मज्जा आहे मग!”

“बाबा, मी सर्व दाखवलं मित्रांना, पाटी-पेन्सिल, वही, पुस्तकं.”

“छान! आता अभ्यासही जोरदार करायचा.”

“हो, बाबा.”

“पळा मग आता!”

"मी चित्रं काढू?"

"हो काढ."

गोविंदा गेल्यावर दत्तू पुजारी स्वैपाकघरात गेला. कालिंदी भाकरी भाजत होती.

"चिरंजीव खूश आहेत."

"हो ना! किती सांगू न् किती नको..."

"पुरोहित म्हणून आले आहेत गावात. आधी कोलाडला राहत होते."

"अस्सं! म्हणजे आनंद म्हणून म्हणतोय गोविंदा, तो त्यांचाच मुलगा का?"

"हो मधल्या आळीत राहतात. जोश्यांच्या बंगल्यात, मागच्या दोन खोल्यांमध्ये."

"आज कळलं तुम्हाला?"

"हो. तुलाही माहित्येय गेले पंचवीस दिवस फक्त आरती पुरता जात होतो. पूजा-आरती झाली की, लगेचच तालुक्याला जावं लागत होतं. संध्याकाळच्या आरतीनंतरही कधी थांबलो नाही. दिवसभर नुसता थकून जात होतो. आज जरा निवांतपणा मिळालाय."

"ही सरकारी कामं अशीच."

"पण हे होणं महत्त्वाचं होतं. पाटील तरी किती करणार? तसं वय झालंय त्यांचं आणि प्रकृतीही फारशी ठीक नसते. देवळाची जागा आणि त्याला लागून असलेली शाळेची जागा, दोहोंची सरकारी नोंद हवी ना! सात-बाराचा उतारा हवा. गणेश मंदिराची जमीन मंदिराच्या नावानंच हवी. आणि शाळेची जमीनही."

"शाळेचं बरोबर आहे. जमीन त्या नावानेच हवी. पण मंदिराचीसुद्धा? कोण असा माणूस असेल की, ती जमीन माझी आहे असं म्हणणारा? आणि सरकार तरी असं कसं करेल?"

"पेपर वाचायला मिळत नाही ना तुला! बेकायदेशीर मंदिरं पाडायलाही कमी करत नाही सरकार! शेवटी सर्व पैशांचा तमाशा! आता ट्रस्ट स्थापन झालाय. म्हणजे कायदेशीर बाब झालीये. गणेश मंदिर म्हणजे ट्रस्टचा हिशेब, किती देणग्या मिळाल्या, काय विनियोग केला, वगैरवगैरे आता लेखी ठेवावं लागेल. आधी पूजा झाल्यावर आरती घेताना तबकात आणे, चार आणे टाकायचे भाविक! ते पैसे पुजाऱ्याचे, असं गृहीतच धरलं गेलं होतं; पण आता ट्रस्ट झालाय. दान पेटी ठेवली गेलीये. पैसे भाविकांनी त्यातच टाकायचे, अशी पाटीपण लावली गेलीये."

"कधी? कुठे? माझ्या पाहण्यात कशी आली नाही?"

"कारण आपलं लक्ष फक्त गणेशाकडे असतं. फक्त 'दर्शन' हवं असतं. मग आजूबाजूला काय चाललंय हे नजरेत येत नाही."

"हो बाई. हे मात्र खरं."

"आता पुजाऱ्यांना पगार सुरू होणार आहे म्हणे."

"पगार?"

"होय. पगार. आणि जर कुणी भक्त अभिषेक वगैरे सांगतील तर त्या दक्षिणेतली काही रक्कम मंदिराच्या ट्रस्टमध्ये जमा करायची असंही ठरतंय."

"हे नवीनच!"

"म्हणूनच गणेश मंदिराची जमीन त्या नावाने होणं आवश्यक होतं."

"हा भला न्याय! एकीकडे म्हणायचं की, 'सब भूमि गोपाल की' आणि एकीकडे त्याच्या नावाने जमीन होण्यासाठी माणसांनी परवानगी द्यायची. न्याय न्यारा आहे!"

"ह्या मंदिराचा व्यवसाय झाला नाही म्हणजे मिळवली!"

"म्हणजे?"

"पैसे मागत होते ते सरकारी अधिकारी, मंदिराच्या नावानं जमीन करून देण्यासाठी!"

"काय?"

"होय. पण गणेशाची कृपा, त्यानेच त्या अधिकाऱ्याला थोडी अक्कल दिली आणि ती जमीन दान म्हणून मिळाली. पण त्यात हे इतके दिवस गेले."

"चला! कृपा त्या गणेशाचीही! पाटलांना सांगितलंत का हे सर्व?"

"अगं तेच तर मुख्य होते! मी आपला सांगकाम्या!"

"हे काहीतरीच! ह्या गावातल्या महत्त्वाच्या सुधारणा तुमच्यामुळे तर झाल्या."

"श्री गणेशा, श्री गणेश! तो करवून घेणारा! आपले फक्त श्रम!"

जेवणं उरकून गोविंदा, दत्तू पुजारी, कालिंदी जरा लवंडले. पाऊस येईल असं वाटत होतं. मळभ दाटलं होतं. उद्यापासून सर्व तजवीज करायला हवी. गोठा ठीकठाक करायला हवा. म्हादूला सांगून ताडपत्री आणायला हवीये. वीज गेली होती. त्यामुळे पंखा चालू नव्हता. सर यायलाच हवी आता. जरा थंड वाटेल. पण मळभ आलं आणि गेलं. दुपार तशीच सरली.

संध्याकाळ होत होती. वीज आली. चहापाणी झाल्यावर दत्तू पुजारी पाटलांकडे निघाला. कालिंदीला मागाहून यायला सांगून बाहेर पडला.

"आहेत का पाटील?"

"हो, हायत, या ना आत!"

"तू वर्दी दे. मी थांबतो तिथे."

"व्हय."

पाटील जरा थकल्यासारखे वाटत होते.

"बरं नाहीये का?"

"जराशी कमजोरी. आता असंच व्हायचं."

"हे कागद. सर्व जमीन आपली झाली."

"मंदिराची, शाळेची, होय ना?"

"होय."

"गणेश पावला. पण आता आमच्यावर ही जबाबदारी नको. उद्याच्याला मीटिंग बोलवा. ट्रस्टचे सगळे जमवा इथे. अध्यक्ष निवडा नि द्या त्याच्याकडं."

"असं नाही चालणार पाटील. तुम्ही हवेच. मी आहे ना तुमच्या मदतीला! तुम्ही फक्त हुकूम करायचा, आम्ही तो पाळू. पाटील, आज तुमच्यामुळे ही शाळा उभी राहिली. मंदिरही तुम्हीच उभारलंत."

"न्हाय न्हाय. मंदिर आम्ही न्हाय उभारलं. त्ये तर कुणी उभारलं कुणास ठावं."

"होय. पण मंदिराची सर्व तजवीज तुम्हीच करत आलात ना! गणेशोत्सव तुमच्याच आधारानं पार पडतो."

"गणेशाची कृपा."

"ठेवा हे कागद."

"दत्तूबुवा. पुरोहित म्हणून आलेत गावात राहायला."

"हो. आजच समजलं."

"कोलाडहून आलेत. आता इथेच राहणार कायमचे असं कानावर आलंय."

"असं? छान! गाव मोठं होतंय."

"दत्तूबुवा, हे पुरोहित म्हणजे नावाचे पुरोहित न्हाईत तर व्यवसायानं बी पुरोहित आहेत."

"असं? चला, छान झालं. नाहीतरी एका ब्राह्मणाची गरज होतीच."

"भोळे आहात, संभाळून राहा."

"म्हणजे?"

"गाव हे असं! त्यात तुमची नि वहिनींची समाजसेवा. त्यात तुमची कार्य."

"नका काळजी करू. पुरोहित आणि मी मिळून आता कार्य करू."

"भोळसट आहात झालं! प्रत्येक भटजी 'दत्तूबुवा' नसतो. ही पंचक्रोशी चालवलीये इतकी वर्षं! माणसांचे असंख्य नमुने बघितलेत, म्हणून सांगताहोत. संभाळा!"

"होय, मी तुम्हाला काय म्हणायचंय ते समजू शकतो. घेईन काळजी."

"येकदा भेटा त्यांना. नवीन नवीन असतानाच कल्पना दिलेली बरी."

"हो."

"उद्या मीटिंग बोलवाच. काही सांगायचंपण हाये."

"बरं. येतो."

“या.”

कालिंदी आली नाही, हे बघून दत्तू पुजाऱ्यानं घराची वाट धरली. ती का आली नाही? पाटील असं का बोलत होते? मी संभाळू म्हणजे नक्की काय करू?

“का गं आली नाहीस?”

चरचर वाजणाऱ्या वहाणा काढता-काढता दत्तू पुजारीनं कालिंदीला विचारलं.

“कशी येणार? नदी पलीकडल्या बायका आल्या होत्या. कायतरी एक-एक!”

“का? काय झालं?”

“नेहमीचंच. कुणीतरी भट्टी लावल्ये परत. नाव सांगितलं कुणी लावल्ये त्याचं. पण मला आत्ता आठवत नाहीये. सगळे पुरुष बसलेत तिथं पित.”

“ह्या लोकांना कितीही समजवा, शिकवा, पण उपयोग नाही.”

“उद्याला जा सवड काढून.”

“जायलाच हवं? बरं, वाढत्येस ना?”

“इतक्यातच? अहो काही शिजवलंच नाहीये अजून. सगळा वेळ त्या बायकांत गेला.”

“तुला खरंचकाही सुचत नाहीये. अगं आज मंगळवार! तरी बरं सकाळी सर्व फराळाचं केलं होतंस ते. फराळ देतेस ना? पुजेला जायचंय मंदिरात!”

“हे असं होतंय. हो, देते हं. खिचडी चालेल ना?”

“हो चालेल. गोविंदा कुठाय?”

“असेल गोठ्यात. म्हादू आलाय. गायींना चारापाणी करतोय.”

कालिंदीशी बोलावं का? सांगावं का तिला पाटील काय म्हणत होते ते? सांगावं, पण आत्ता नको. रात्रीला बोलू.

फराळ करून गोविंदाला सोबत घेऊन दत्तू पुजारी गणेश मंदिराकडे निघाला. पूजेची, आरतीची तयारी केली. आणि गाव जमण्याची वाट बघत बसून राहिला. एक-एक करून माणसं जमू लागली. दत्तू पुजाऱ्यानं तबक हातात घेतलं. लावलेलं निरांजन तबकात ठेवलं आणि गणेशाला हळद, कुंकू, फुलं, दुर्वा वाहून आरतीला सुरुवात केली. कुणी टाळ घेतला, कुणी झांजा. आरतीला सुरुवात झाली. पहिली, जय देव, जय देव, जय मंगलमूर्ती, दुसरी, दुर्गे दुर्गट भारी, तिसरी, जय देव, जय देव, जय श्रीशंकरा, मग विठ्ठलाची, मग ज्ञानेश्वरांची, हनुमंताची! घालीन लोटांगण आणि आता मंत्रपुष्पांजली! सुरुवात करणार, इतक्यात अतिशय सुरेल, मधुर आवाजात मंत्रपुष्पांजली कानांवर पडली. आश्चर्यानं सर्वांच्या माना वळल्या. पुरोहित डोळे मिटून, भाविकतेनं मंत्रपुष्पांजली म्हणत होते. त्यांचा स्वर, उच्चार, लय मंदिरात भरून राहिली.

“सभासदैति!”

मंत्रपुष्पांजली संपली. पण सगळे स्तब्ध उभे. भानच हरपलेलं. शिरस्त्याप्रमाणे "बोला पुंडलिकवरदे..." हेही विसरलं गेलं. दत्तू पुजारीही विसरला. पुरोहितांनी शांतपणे डोळे उघडले आणि पुढे होऊन त्यांनी फुलं गणेशाला वाहिली. तेव्हा कुठे हळूहळू सगळे भानावर आले.

मंदिरातून परतताना प्रत्येक जण पुरोहितांच्या मंत्रपुष्पांजलीबद्दलच बोलत होता. दत्तू पुजारीनं सोवळं बदललं. मंडपात येऊन रोजच्यासारखा साष्टांग नमस्कार घातला. गढुळलेली मंद ट्युबलाइट बंद केली. आता गाभाऱ्यातल्या अखंड तेवणाऱ्या समईचाच काय तो स्वच्छ प्रकाश होता. मंदिर बंद केलं आणि गोविंदाला घेऊन पारावर येऊन बसला.

"नमस्कार. मी पुरोहित!"

"नमस्कार. छान झालं, भेट झाली. आणि मनापासून सांगतो, अशी मंत्रपुष्पांजली मी आत्तापर्यंत ऐकली नव्हती. वा! अजून सूर कानांत घुमतायत."

"ईश्वराची कृपा."

"बसा ना! आपली आज भेट झाली, बरं वाटलं. तुम्ही इथे आल्याचं मला आजच समजलं. कोलाडला होतात ना अगोदर?"

"हो पण काही कारणास्तव कोलाड सोडलं. गणेशपूरला गणेशाच्या दर्शनाकरिता अगोदर तीन-चारदा येऊन गेलो होतो. हा परिसर, हे मंदिर, हे गाव तेव्हाही खूप आवडलं होतं. पहिल्या खेपेला आवडलं होतं आणि नंतरच्या प्रत्येक खेपेला जास्त जास्त आवडत गेलं. जेव्हा कोलाड सोडायचं ठरवलं तेव्हा फक्त गणेशपूर डोळ्यांसमोर आलं. वाटलं, 'गणेशा' बोलावतोय. मग पुन्हा खेप घातली. कुठे राहण्याची तजवीज होत्येय का बघण्यासाठी. योगायोगाने जोशीबुवा भेटले. म्हणाले, माझ्याकडे दोन खोल्या आहेत. चालतील का बघा. मग तसाच गेलो. खोल्या बघितल्या. आवडल्या. भाडं ठरलं. हल्लीच, पंधरा दिवसच झालेत, आलोय राहायला."

"उत्तम केलंत. गाव चांगलं आहे, ह्या पंचक्रोशीत सुधारलेलं असं हे एकमेव गाव. त्या सुधारणेत सर्वांत मोठा वाटा आपल्या पाटलांचा."

"आणि तुमचाही. समजलंय तसं मला."

"हे आपलं तसं म्हणायचं झालं. कर्ता करवीता गणेशा हेच खरं. घरी कोण कोण?"

"मी, सौभाग्यवती आणि एक मुलगा आहे. आनंद नाव त्याचं."

"हो? आनंद? मी ओळखतो बाबा त्याला. माझा मित्र आहे. तुम्ही आनंदचे बाबा!"

"हा माझा मुलगा, गोविंदा! नमस्कार कर काकांना."

"अहो असू दे, असू दे."

"छान भेट घडली. या घरी कुटुंबांना घेऊन. काही लागलं सवरलं तर संकोच मानू नका."

"येऊ जरूर."

"काका, आम्ही त्या... तिथे राहातो. बाबुभाईंचं दुकान आहे ना, तिथून पुढे."

"बरं बरं, येईन. निघायचं?"

"चला."

तिघे मंदिराच्या आवारातून बाहेर पडले. गप्पा मारत-मारत जोश्यांच्या बंगल्यापर्यंत पोहोचले. निरोप घेतला. गोविंदा आणि दत्तू पुजारी घराकडे निघाले.

पुरोहित चांगले गृहस्थ वाटले. आवाज फारच उत्तम आहे. असं काय झालं असेल की, ते त्यांचं गाव सोडून इथे आले? व्यवसायानं ते पुजारी म्हणजे भटजी आहेत. अर्थात पहिल्याच भेटीत हे असं विचारणं शिष्टाचाराला सोडून होतं. विचारलं नाही, बरंच झालं. पण नंतर केव्हातरी हा विषय निघणारच आहे. छान! नाहीतरी हल्ली कामं तशी वाढलीच आहेत. गावही मोठं झालंय. काम वाढणारच. आता सोबत मिळेल.

"बाबा, कुठे चाललात?"

"अं?"

"घर आलं ना बाबा."

"आलं का? चला."

"आई... भूक लागली."

"अरे हो, आत तर ये आधी. आज उशीरसा?"

"अगं, पुरोहित भेटले होते. गोविंदा त्या आनंदबद्दल सांगत होता ना, त्याचे वडील."

"हो, का? छान."

"गृहस्थ चांगले आहेत. आणि गातातही छान. त्यांनी मंत्रपुष्पांजली इतकी सुरेख म्हटली म्हणून सांगू? तू उद्या आरतीला येच. स्वत: ऐक."

"येईन. वाढू ना?"

"हो. मी तोपर्यंत गोठ्यात जाऊन येतो."

जेवणं उरकली आणि कालिंदी मागचं आवरून आली. गोविंदा कधीचाच निजला होता. दत्तू पुजारी झोपाळ्यावर चांदण्या बघत बसला होता. हवेतला उष्मा आत्ताही जाणवत होता. पावसाला कधीही सुरुवात होईल आता. हे शेवटचे उन्हाळ्याचे दिवस असेच तगमगीचे असतात.

"इथे जरा बरं वाटतंय नाही?"

"हं."

"कसला विचार करताय?"

"कालिंदी, आज पाटलांकडे गेलो होतो, तेव्हा..."

"सांगा ना."

"नाही म्हणजे पुरोहितांबद्दल तेव्हाच समजलं होतं. पण त्यांनी अजूनही काही सांगितलं."

"काय?"

"ते म्हणाले मला की, 'दत्तूबुवा संभाळा. हे पुरोहित नुसते नावानेच नाही तर व्यवसायानेही पुरोहित आहेत.'"

"म्हणजे?"

"मी समजलो नाही. त्यांना कसली भीती वाटत्येय हे मला समजलं नाही. मी संभाळू म्हणजे काय करू हेही त्यांनी सांगितलं नाही."

"मला समजतंय थोडं थोडं. पाटलांना वाटत असेल की, पुरोहित तुमची जागा घेतील."

"छे छे! तसं काही असणार नाही त्यांच्या मनात."

"कुणाच्या?"

"पुरोहितांच्या."

"ते आपण कसं सांगणार?"

"आणि माझी जागा म्हणजे काय? अशी मी कुठली खुर्ची अडवून ठेवलीये? आणि देवाच्या कार्यात राजकारणाला जागा आहे का? असते का? भटजींना खुर्ची नसते. त्यांचं स्थान पाटावर. आसनावर."

"तसं नाही. पण..."

"आणि ह्या वाढत्या लोकवस्तीसाठी मी एकटा कुठे पुरा पडत होतो? बरं झालं पुरोहित आपणहूनच आले ते. मागे तालुक्याला जाऊन किती प्रयत्न केला होता, एक तरी भटजी इथे मुक्कामी यावा म्हणून. कुणीही आलं नाही. हे आलेत आता. अगदी विनासायास गावाला भटजी मिळाला."

"तुम्ही खरंच भोळे आहात."

"अगं, पाटीलही असंच, हेच म्हणाले."

"बघा तर! त्यांना समजलं, मला समजलं, पण तुम्हाला समजत नाहीये."

"आ... ई"

"गोविंदा उठला बघ."

"घाबरला असेल झोपेत. तुम्हीही या आता, झोपा, जास्त विचार करू नका."

"मी आज इथेच, बाजेवर झोपतो. जरा बरं वाटतंय मोकळ्या हवेत."

"कंदील ठेवते आणून. मिट्ट काळोख आहे."

"चालेल."

पहाटे दत्तू पुजारीला जाग आली. कावेरी, गंगा हंबरत होत्या. दूर कुठेतरी कोंबडा आरवत होता. गावाबाहेरच्या मशिदीत बांग दिली जात होती. गावाबाहेरची ती मुसलमानांची वस्ती. तशी लहानशीच पण अगदी कट्टर. वेळप्रसंगी पंचक्रोशीतल्या सर्व गावांना पुरून उरेल अशी. सर्वच गावातून ह्या वस्तीला तसा विरोध होता. पण ह्या वस्तीमुळेच इथे दरोडेखोर येत नाहीत हे मान्य करायलाच हवं. ही वस्ती म्हणजे एक अदृश्य आधार आहे. ही बांग ऐकायला छान वाटतं. खरंतर मनापासून, अगदी आतून उच्चारलेली कुठलीही प्रार्थना छानच वाटते. जशी कालची पुरोहितांची मंत्रपुष्पांजली! आजही म्हणायला सांगू. म्हणतीलच ते आपणहून.

"अहो, उठलायत ना?"

"हो. ठेव चहा आणि स्नानाची तयारी करून ठेव."

"झालंय सर्व करून."

"मी काकड आरतीनंतर पाटलांकडे जाणार आहे. आज त्यांनी ट्रस्टीजची मीटिंग बोलवायला सांगितलीये. कुणाला कुणाला अजून बोलवायचं ते विचारायचंय. शिवाय मीटिंगमध्ये महत्त्वाचे मुद्देही ठरवायचे आहेत. यायला उशीर होईल."

आत्ताही मंत्रपुष्पांजली सुरेख झाली. प्रसन्न मनानं दत्तूपुजारीनं पुरोहितांना आरती दिली. प्रसाद वाटला. जो तो आपापल्या कामासाठी चालता झाला.

दत्तू पुजारीनं प्रसाद एका कागदात बांधून घेतला. सखारामला मंदिराचा परिसर स्वच्छ करायला सांगून तो निघाला. शाळेची वेळ होत होती. वाटेत मुलं येताना दिसत होती.

"बाबा..." दत्तू पुजारीनं हाकेच्या दिशेनं बघितलं.

"बाबा..."

"गोविंदा, लवकर आलास?"

"हो, ह्या आनंदला सांगितलं होतं तसं. आम्ही आधी देवळात जाणारोत."

"छान. प्रसाद ठेवलाय तिथे, तो घ्या."

"बाबा, हा आनंद!"

"हा आनंद का? छान. ये रे बाळा घरी गोविंदाबरोबर कधीतरी. जा. नमस्कार करा."

"चल रे."

दत्तू दोघांकडे कौतुकानं बघत काही वेळ तिथेच उभा राहिला. वाड्यावर जेव्हा पोहोचला तेव्हा पाटील अंगणातच बसलेले दिसले.

"अहो... ऐकलंत का? दत्तूबुवा आलेत. चहा आणा."

"पाटील, पुरोहित फार सुंदर गातात."

"तुम्ही कधी ऐकलंत?"

"गाणं ऐकलं नाही. पण मंत्रपुष्पांजली इतकी सुरेल म्हणतात, तुम्ही ऐका एकदा."

"दत्तूबुवा ते कीर्तनही छान करतात असं म्हणालं कुणीतरी."

"हो ना? मग मंदिरात करू या त्यांचं कीर्तन."

"करू. घ्या चहा घ्या. बरं, आज सर्वांना सांगताय ना मीटिंगचं."

"हो. आपण ट्रस्ट तर केला. पण म्हणावं तसं काम होत नाहीये."

"काम करणारे आहेत कोण? एक तुम्ही नि एक आम्ही. बाकीचे तिघं असून नसून सारखेच. कुलकर्णी, जोशी, निमकर, काही उपेग नाही."

"आज प्रत्येकावर एक-एक जबाबदारी द्या. कुलकर्णींकडे हिशेबाचं काम, जोशींकडे मंदिराची देखभाल, निमकर..."

"निमकरांचं बघू नंतर. तुम्ही पूजाअर्चा, उत्सव वगैरे संभाळा. मी मदतीसाठी आहेच."

दत्तू पुजारी वाड्यातून निघाला, तेव्हा सूर्य डोंगराच्या कडेला आला होता. ट्रस्टीजना संध्याकाळच्या मीटिंगचा निरोप देऊनच घरी जावं, असं ठरवून तो सर्वांच्या घरी गेला. निरोप दिला. अजून न्याहारी व्हायची होती. कुठेही जास्त न थांबता तो घरी परतला. न्याहारीला सुरुवात करणार, तोच गोंगाट ऐकू येऊ लागला.

"तुम्ही खाऊन घ्या. उठू नका असे. मी बघते कसला गोंगाट आहे तो."

कालिंदी अंगणात आली. दहा-बारा बायका आणि चार-पाच पोरं धावतच येत होते. कुणी रडत होतं, कुणी ओरडत होतं.

"वहिनीबाय..."

"पार्वती, काय झालं गं?"

"वहिनीबाय, संपलं गं समदी... बेगिन चल गो बाय."

"काय झालं?"

"समदा म्हारवाडा, चांबारवाडी रडतीया. ह्या मेल्या मानसानं विष पाजलं गं..."

"कुणी? कुणाला?"

"आतबट्टीत ग्येले समदे."

दत्तू तेवढ्यात अंगणात आला.

"अहो, ही पार्वती बघा काय म्हणत्येय !"

"ऐकलंय मी. पार्वती, तू पुढे हो. मी येतोय. कालिंदी, आज नशिबानं डॉक्टरांचा वार आहे. त्यांना तातडीने घेऊन ये. मी जातो."

"हो. अहो पण, न्याहारी."

"संपवली. तूही खाऊन घे. एकदा तिथे आलीस की, लगेच निघता येणार नाही. वाड्यावरही कळव. आणि खाऊन घेच. कामं करायची, तर स्वत:ची प्रकृती ठणठणीत हवी. समजलीस ना?"

"आणि गोविंदा?"

"आनंदच्या घरी जायला सांग. शाळेत निरोप दे तसा. म्हादू कुठाय?"

"येतच असेल उकाडे घालून."

"त्याच्याकरवी पाठव निरोप. आणि त्यालाही महारवाड्यात यायला सांग. मी निघतो."

महारवाडा, चांभारवाडीत एकच रडारड ऐकू येत होती. दत्तू पुजारी नदी ओलांडून जसा तिथे पोहोचला, त्याला ती रडारड ऐकवेना. लोक गडाबडा लोळत होती. आग-आग म्हणून ओरडत होती. कुणी त्यांना पाणी देत होते, कुणी दूध, कुणी ताक; पण जसं प्यायलं जात होतं, तशीच उलटी होत होती. कालिंदी डॉक्टरांना घेऊन आली. त्यांनी एकेकाला तपासायला सुरुवात केली. इंजेक्शन्स दिली. पण एक डॉक्टर कितीसा पुरणार? तरी शिकस्त केली जात होती. जितके वाचले ते सुटले. पण...

संध्याकाळी महारवाड्यात, चांभारवाडीत शोककळा पसरली. 'राम नाम सत्य है'चा घोष होत राहिला. बांगड्या फुटल्या. मळवट पुसलं गेलं. चिता धगधगत राहिल्या. उत्तररात्री थकले भागलेले दत्तू पुजारी, कालिंदी, डॉक्टर आणि म्हादू नदी ओलांडून अलीकडे आले. रात्री उशिरापर्यंत, पहाटेपर्यंत आक्रोशाचा नाद नदी ओलांडून अलीकडे येत राहिला. सर्व चुली थंड, तशाच पडून होत्या आणि नदी पलीकडच्या तीरावर राखेचा ढीग साचत जात होता.

४

घाबरलेला गोविंदा धावत-धावत घरात आला.

"बाबा, बाबा, पोलीस आलाय."

"असं? त्यांना झोपाळ्यावर बसायला सांग."

"अहो, काही विपरीत तर होणार नाही ना?"

"विपरीत व्हायचं होतं ते घडून गेलंय. आता अजून विपरीत ते काय होणार! तू चहा घेऊन ये."

"नमस्कार."

"नमस्कार दत्तूबुवा. त्रास देतोय, पण काय करणार, ड्युटी आहे ती माझी."

"त्रास कसला त्यात? विचारा जे काही विचारायचं आहे ते."

"तुम्हाला कधी आणि कसं कळलं त्या घटनेबद्दल?"

"महारवाड्यात पार्वती सुईण राहते. ती चार दिवसांपूर्वी सकाळी म्हणजे साधारण आठ साडेआठच्या सुमारास तीन चार बायका-मुलांबरोबर अगदी रडत-रडत माझ्याकडे आली. मी नुकताच वाड्यावरून घरी आलो होतो. वाटेत संध्याकाळी वाड्यावर होणाऱ्या मीटिंगचे निरोप दिले होते. न्याहारीला बसलो नि हाक आली, गोंगाट ऐकू आला. तसाच निघालो मग. कालिंदीला डॉक्टरांकडे पाठवलं आणि वाड्यावर निरोप देण्यासाठी म्हादूला धाडला. पण जसा पोहोचलो महारवाड्यात, दृश्य अंगावर काटा आणणारं होतं! माणसं नुसती तडफडत होती. ओरडत होती, आग आग! त्यांच्या पोटात जणू जाळ पसरला होता. पायातलं त्राणच गेलं. पण नंतर मात्र धीर एकवटला. खचून चालणार नाही, हे जाणवलं. पण मी सामान्य माणूस. अशा वेळेला काय करायचं, हेच माहीत नाही. नंतर कालिंदी डॉक्टरांना घेऊन आली. त्यांनी शर्थ केली. काही वाचले. काही दगावले."

"लगेचच ठाण्यावर कळवलं का नाही?"

"काय कळवणार आणि कधी? तेवढा वेळच नव्हता मधे."

"भट्टी कुणाची होती?"

"नक्की ठाऊक नाही; पण आपण जर चांभारवाड्यात गेलो तर समजेल.

कसलासा उत्सव होता त्यांचा आणि त्याच आनंदात सर्वांनी नशा केली. विषबाधा झाली. आम्ही तिथे गेलो, पण ही चौकशी करायला हवी हे तेव्हा ध्यानीमनीही आलं नाही. आणि गेल्या तीन दिवसांत माझंही तिथे जाणं झालेलं नाही. धैर्यच होत नाहीये. सतत डोळ्यांसमोर धगधगणाऱ्या चिता दिसताहेत.''

''तुम्ही खूपच मोठं काम केलंत दत्तूबुवा. आता पुढलं काम आमचं. आम्ही शोधून काढू त्या भट्टीवाल्याला.''

''शोधाच. इतके जीव घ्यायचा त्याला काहीही अधिकार नाही. संताप, नुसता संताप होतो माझा.''

''खरं आहे; पण ह्या मागासलेल्या लोकांनाही काही सांगून उपयोग नाही. जाणारे गेले, पण मागे राहिलेले त्यांचे नातेवाईक, त्यांचं काय? कमावणाराच गेला. बेकायदेशीर कामं करतात आणि किड्या मुंग्यांसारखे मरतात.''

''लोकजागृती होणं गरजेचं आहे आणि त्यासाठी सुशिक्षित लोकांनी ह्या समाजाकडे लक्ष देण्याची गरज आहे. मी माझ्याकडून प्रयत्न करतो; पण एकटा माणूस पुरेसा नाही. दारू प्यायची, बायका-मुलांना मारहाण, शिवीगाळ करायची, परवडत नसलं तरीही चार-चार मुलांना जन्माला घालायचं आणि त्यांना उपाशी ठेवायचं.''

''अगदी खरं बोललात. चला, निघतो आता. रिपोर्ट तयार करायला हवाच. येतो.''

दत्तू पुजारी खिन्न मनाने तसाच बसून राहिला. कालिंदीला त्याचं असं हे उदास असणं चिंता करायला भाग पाडत होतं. गोविंदाही शांत असायचा घरात. खूप काहीतरी वाईट झालंय इतकंच त्याला समजत होतं. गेले तीन-चार दिवस दत्तू घराबाहेरही पडला नव्हता की त्याचं खाण्यापिण्यातही लक्ष नव्हतं. कालिंदी संध्याकाळची महारवाड्यात जात होती. ज्या विधवा झाल्या होत्या, त्यांना धीर देत होती. त्यांचं दुःख हलकं करण्याचा प्रयत्न करत होती. राहून राहून तिला एकाच गोष्टीचं आश्चर्य वाटत होतं, गेल्या तीन दिवसांत गावातलं कुणीही तिच्या घराकडे फिरकलं नव्हतं, नाही कुणी ह्या महारवाड्यात चौकशीसाठी आलं होतं. जातींमधली भिन्नता माणसाला माणुसकी विसरायला लावते? ह्या महारवाड्याचा, चांभारवाडीचा आक्रोश गावातल्या एकाही माणसाच्या कानांवर पडला नाही? त्यांना त्याचं सोयरसुतक नाही? ह्या माणसांना माणूस म्हणायचं तरी कसं? आणि पाटील? गावचे पाटील ना हे? त्यांच्याच गावात ही घटना घडलीये ना? त्यांच्याच शेतात राबणारे काही हात कायमचे अदृश्य झालेत, तरीही त्यांना त्याचं दुःख नाही? निरोप देऊनही त्यांनी प्रत्यक्ष येणं तर सोडाच, पण गड्याकरवी चौकशीही करू नये? कालिंदी आजही

संध्याकाळी बाहेर पडली. दत्तू पुजारीला विश्रांती घ्यायला सांगून तिची पावलं आज महारवाड्याची दिशा सोडून वाड्याच्या दिशेला चालू लागली. कालिंदीला आलेली बघून पाटलीणबाई जरा अडखळल्या. तिला आत येऊ न देता, त्याच बाहेर आल्या.

"कालिंदी, तू आत्ताशी?"

"हो. बरेच दिवस भेट नाही झाली, म्हणून आले."

"बरं केलंस हो, बैस ना."

"इथेच?"

"छान वाटताय ना?"

"हो."

"घरात अगदीच घुसमट होतीया."

"बाईजी, एक विचारू?"

"हो... विचार की."

"गावात इतकी दुर्घटना झाली. कुणी आलं नाही तिथे चौकशीला?"

"समजलं गं बाई ते आम्हाला, पन येनार कसं सांग?"

"का? काय झालं?"

"सायबास्नी हल्ली बरं नसतंय. अशा वेळेला जिवाला संभाळायला नको?"

"हवं ना. पण..."

"आता व्हत नाय तेवढं, वय वाढलंया. आनि ह्या बाप्यांना काय अक्कल नाय? सायबांनी कित्येक वेळा सांगितलंय तरी आईकाचं न्हाय म्हंजे काय? जरा हातात खुळखुळाया लागलं की हे चाल्ले. नशापानी करून घर डोईवर घ्यायचं. पोरास्नी उपाशी ठिवायचं न बायकोला बदडून काडायचं. भोगा आता म्हनावं."

"बाईजी! तुम्ही असं म्हणावं? अहो अडाणी माणसं ती. आनंद साजरा करायची तशीच त्यांची अडाणी वृत्ती. पण आपण शिकली सवरलेली माणसं. आपण त्यांना शिकवायचं नाही तर कुणी? त्यातून तुम्ही गावचे पाटील. गावाची जबाबदारी तुमच्यावर! ती माणसंही गावाचीच. त्यांच्याच कष्टांमुळे आज घरं भरलेली राहतात. ती माणसंच जर अशी नाहीशी झाली तर घरं भरलेली राहतील का?"

"कालिंदी, खूप बोललीस हो. समजतंय काय म्हनत्येस ते. श्येत ओस पडनार न्हाईत माजी. साहेब आहेत तेवढे सक्षम."

"तसं नाही म्हणायचंय मला. विपर्यास होतोय. साहेबांनीच जर त्यांची साथ सोडली तर इतर त्यांना आधार द्यायला येतील का? त्यांनी कुणाकडे बघायचं?"

"हे त्यांचं त्यांना समजत न्हाई?"

"समजत असतं तर अशी वेळ आली नसती."

“ह्या लोकांनी तरास करून ठीवलाय आनि सायबांना ख्येपा पडतायत तालुक्याच्या. त्येही बरं नस्ताना. दत्तूबुवा आल्ये न्हाईत ना सायबांच्या चौकशीला? एवढी मीटिंग बोलावली नि दत्तूबुवा गायब. तरी बरं, जोशीबुवा त्या पुरोहितांना घेऊन आले, म्हणून मीटिंग झाली तरी.”

“म्हणजे? मीटिंग झाली?”

“देवाचं काम. लांबणीवर कसं टाकायचं गं?”

“ह्यांना नंतर कुणी कळवलंही नाही. पुरोहित होते म्हणून मीटिंग झाली, ह्याचा अर्थ?”

“ते तू सर्व साहेबांनाच विचार.”

“समजले. नको काही विचारायला. ह्यांनी इतकी वर्षं गावाच्या भल्याचा विचार केला. उच्च-नीच असं काही मानलं नाही. गरजेला प्रत्येकासाठी उभे राहिले. गावातल्याच माणसांवर आपत्ती कोसळली आणि त्यासाठीच हे मदतीला धावले. हे त्यांनी देवाचं काम केलं बाईजी. मीटिंग अजून सुतक संपल्यावर झाली असती तरी तो गणेशा नाराज झाला नसता. ही आपत्ती गावावर होती. ह्यांच्या घरची, म्हणजे आमच्या घरावरची नव्हती. तरीही ह्यांना डावलून मीटिंग झाली. आणि मग ठरलं तरी काय त्यात?”

“ते तू साहेबांनाच विचार ना. मला बाई आत कामं हाईत.”

“हं! समजलं. निघत्ये मी. पण जाण्यापूर्वी एकच सांगा, पुरोहित...”

“अगं त्येच तर गणेशाची पूजा करताहेत. चार दिस झाले, दत्तूबुवांचा पत्ता न्हाय. पूजेशिवायच ठिवायचं का गणेशाला? इतके भक्त येतात. काय म्हणतील? गणेशाची पूजा व्हत न्हाई आनी हे म्हणे गणेशपूर. चालल का? रीत व्रतं संभाळायला नकोत?”

“हवीत ना. योग्य केलंत. पुरोहितांना ह्यांच्या जागी उभं केलंत. घरातलं कुणी गेलं तर बारा दिवस घरातल्या देवांची पूजा होत नाही. ह्यांना वाटलं गावातली इतकी माणसं गेली, त्या गावाच्या देवाची पूजा कशी होणार? सुतक संपायला हवं. पण हे वेडे. घर आणि गाव वेगवेगळं असतं, माणसंही वेगवेगळी असतात, हे त्यांना समजलं नाही. अशीच, बोलू नये तरीही विचारते, ब्राह्मण आळीतली माणसं गेली असती, तर ह्या सर्व ब्राह्मणांनी असंच वर्तन केलं असतं का?”

“कालिंदी, जर तर कशापायी? ही ब्राह्मणं हातभट्टीची पीत नाहीत. तेव्हा...”

“संकट यायचंच असेल तर त्यासाठी कारण कुठलं ह्याला महत्त्व नाही. येणारं संकट येतंच. असू दे. तिन्हीसांजेला असं अभद्र बोलू नये. गणेशाची क्षमा मागते. मी येते.”

कालिंदी वाड्यातून बाहेर पडली आणि मग मात्र ती स्वतःला थांबवू शकली

नाही. तिला गदगदून आलं. हुंदक्यांवर हुंदके येत होते. रस्त्यात चालताना हे असं रडणं बरं नाही. चार नजरा बघत असतात. तिन्हीसांजेला रडू नये, हे सगळं समजत असूनही तिला स्वत:वर ताबा ठेवता येत नव्हता. त्यांना काय म्हणायचं? माणसं? ही माणसं अशीकशी? आज बाईजींनी घरातही घेतलं नाही. बाहेरच्या बाहेरच थांबवलं. साधं पाणीही विचारलं नाही. पाटील घरात असते तर तेही असेच वागले असते का? कदाचित, दत्तूबुवा आज गावावर आलेल्या आपत्तीमुळेच मीटिंगला आले नाहीत, म्हणून आपण ही मीटिंग स्थगित करावी असंही त्यांना वाटलं नाही ना? त्यांना ही आपत्ती गावावरची वाटतच नाहीये. नदी अलीकडील वस्ती म्हणजेच गाव आणि नदी पलीकडील वस्ती म्हणजे गावातली नाही. हे असं वागून काय मिळतं? आणि ते पुरोहित, गोरे की काळे ठाऊक नाहीत, पण त्यांनी लगेचच ह्यांचं स्थान घ्यावं? मंदिरातल्या घंटा सकाळ संध्याकाळ वाजत होत्याच, ऐकू येत होत्या. पण तेव्हा असं मनाला शिवलंच नाही की त्या पुरोहितांच्या हाती वाजत आहेत. ह्यांना काय वाटेल हे ऐकून? ह्यांनी पाटलांना विचारायला हवंच. हे, हे अयोग्य आहे. अन्याय आहे. ह्यांच्यावर आणि त्या मृत पावलेल्यांवर, घरातला कर्ता गेला तर पाटलांनी निदान चौकशी, मदतीचा हात पुढे करायला हवा होता. गणेशा, का रे असं? गणेशा...

कालिंदी सैरभैर झाली. तशीच, त्याच मन:स्थितीत, ती घरी पोहोचली. आणि स्वैपाकाला लागली. दत्तू पुजारी तिला निरखीत होता. काहीतरी बिनसलंय हे त्याला जाणवलं, पण तो ती आपणहून काही सांगेल ह्याची वाट बघत राहिला. जेवणंही शांततेत आटोपली. झाकपाक करून कालिंदी अंगणात झोपाळ्यावर जाऊन बसली. विजा लखलखत होत्या. पावसाचा असा एक सुगंध असतो, तो वातावरणात पसरला होता. ढगांआड दृश्य-अदृश्य होणाऱ्या चंद्रकोरीकडे ती डोळे लावून बसली.

"काय झालं? कुठे गेली होतीस?"

"पाटलांकडे!"

"मग?"

आणि तिचा बांध फुटला. ती दयनीय झाली. तिची असाहाय्यता तिच्या शब्दांशब्दांमधून दत्तूला जाणवत राहिली. तिचा उद्रेक, वेदना! दत्तू पुजारी फक्त ऐकत होता. आणि तेवढ्यात सरसरून सर आली. टप्पोरे थेंब ताडताड पत्र्यांवर फुटत राहिले. दोघेही तसूभरही हलले नाहीत. जणू तिचा उद्रेक सृष्टीलाही भिडला. बऱ्याच वेळानं पत्रा तडतडायचा थांबला. सर्व बोलून टाकल्यामुळे कालिंदीला हलकं वाटत होतं. फाटकाबाहेरून एक लहानसा ओघळ वाहता झाला. झाडांच्या पानांवरून काही धुळीनं भरलेले थेंब थांबत-थांबत पडत राहिले. पानं हिरवीगार झाली. ओला

चिंब दत्तू निथळणाऱ्या कालिंदीकडे बघून हलकंसं हसला. कालिंदीनंही त्याला हलकासा प्रतिसाद दिला. घराच्या चौकटीत बावरून उभा असलेला गोविंदा त्या दोघांकडे आश्चर्यानं बघत होता.

सर्वकाही समजल्यानंतर दत्तू पुजारी पाटलांना भेटायला निघाला. घरून निघताना तो कालिंदीला म्हणाला होता, ''कालिंदी, जे होतंय, जे घडतंय त्याची तू चिंता करू नकोस. आपण धर्म पाळला. मी तुला आधीही म्हणालो होतो की, ही वाट खडतर आहे आणि मला अभिमान आहे की, ह्या वाटेवरून चालताना मला तुझं संपूर्ण सहकार्य आहे. आपण काही ज्योतिबा फुले, आगरकर नव्हेत; पण आपल्या परीने जे काही शक्य आहे, ते तर करतो आहोत! मनाचं समाधान हा सर्वांत मोठा आनंद. दुसऱ्यानं काय करावं, हे जसं आपण ठरवू शकत नाही, त्याचप्रमाणे, आपण काय करावं हे दुसरे ठरवू शकत नाहीत. आपणच ठरवलेल्या मार्गावर, वाटचालीत काही अडथळे आले, तर त्याला संपूर्णपणे जबाबदार आपणच. मग दुःख कशासाठी?''

''पाटील नमस्कार.''

''या दत्तूबुवा. अहो, जरा तांब्याभांडं पाठवा.''

''प्रकृती बरी आहे ना?''

''चाललंय. आता खाली वर व्हायाचंच. घ्या. पाणी घ्या. हं, कसं चाललंय तुमचं?''

''उत्तम! वेगळं काय असणार?''

''कामंच तशी तुमची.. ''

''म्हणजे?''

''आता काय बोलावं दत्तूबुवा! खूप वाईट वाटतंया. पण गावापुढं काही चालेनासं झालंय बघा.''

''मी समजलो नाही.''

''जाऊ द्ये. झालं त्ये झालं. तुमच्या कानांवर आलंच असल, मीटिंग झाल्याचं!''

''हो कालिंदी म्हणाली मला.''

''मीटिंग घ्यावी लागली आम्हाला. चांभारवाडी आणि महारवाड्यात काय गोंधळ माजला व्हता त्ये समजलं होतं; पण ही बाकीची मंडळी ऐकेनात. तुम्ही न्हाईत ह्ये माहीत असूनही. तुम्हाला म्हाईतच आहे, ह्या मंडळींचा किती राग आहे.''

''कुणावर?''

''आता कुणावर म्हंजी...! दत्तूबुवा, ही जातपात आजही धरून आहेत सगळे. तुम्ही ती मानत नाही, पण सगळेच दत्तू पुजारी न्हाईत. आम्ही तरी काय करणार?

आता वय साथ देत नाही. पिकलं पान आमचं. अगदी कातरीत धरल्यागत झालं बघा आम्हाला. तुमचंबी खरं आणि त्यांचंबी! काय करावं?''

''मी तुम्हांला दोष देत नाही पाटील. मी कुणालाच दोष देत नाही. मला फक्त इतकंच जाणून घ्यायचंय की मीटिंगमध्ये काय झालं?''

''ते सांगतो आम्ही. ट्रस्ट तसा स्थापन केलाच होता आपण. आता त्यात काय -काय गोष्टी कुणी-कुणी संभाळायच्या असं ठरलं. तुम्ही आणि पुरोहित बुवा दोघांनी गणेशसेवा, भक्तांनी सांगितलेल्या पूजा, अभिषेक बघायचे. एक महिना तुम्ही आणि एक महिना पुरोहितबुवा असं करायचं. दरमहा गणेशाच्या सेवेचा पगार दोघांनाही महिना दीड-दीड हजार मिळणार. वरचं उत्पन्न म्हणजे अभिषेकाचं वगैरे त्या त्या महिन्याचं त्या त्या पुजाऱ्यांना मिळणार. त्यातले दहा टक्के प्रत्येकानं मंदिराला द्यायचे. कुणी पेढे, धान्य ठिवतंय, नारळ ठिवतंय तर निम्मं करायचं आणि दोघांत वाटायचं. हार फुलं, ताट प्रत्येक जण आपापलं ठिवू शकतंय. त्यासाठी छोटं बाकडं टाकून द्यायचं असंल तर टाकावं. बाकीची कामं जशी अगुदर नेमली होती, ती तशीच हायत. पटलं का?''

''पाटील, हे ठरवलं गेलं आहे. इथं पटतंय की नाही पटत, हा प्रश्न नाहीच. पटलं तर काम करायचं, नाहीतर सोडून द्या, असाच ह्याचा अर्थ आहे. ठीक आहे. गणेशाची कृपा!''

''असं नका म्हणून दत्तूबुवा.''

''पाटील, मी खरंच काही म्हणत नाही. माझ्या वडलांनी सेवा केली ह्या गणेशाची! मी नाही कसं म्हणेन? त्यांनी उभारलेलं हे मंदिर! मला आजही त्यांचं अस्तित्व त्या मंदिरात जाणवतं. त्यांचा स्पर्श जाणवतो. त्यांनी केलेल्या उद्घोषाचे पडसाद अजूनही त्या गाभाऱ्यात घुमताहेत, मला ऐकू येतात. बरं झालं. गावाला भटजी मिळाला. नाहीतरी मी आधीपासूनच तसं सांगत होतो. ह्या उच्चभ्रूंचा नाइलाज होता म्हणून ते मला, माझ्या विचारांना, कार्याला सहन करत होते. आता पुरोहितांमुळे माझ्यावरचं ओझं कमी झालं. पाटील, खरंच माझी काहीही तक्रार नाही. मला काहीही म्हणायचं नाही.''

''दत्तूबुवा,''

''तुम्ही असे खिन्न होऊ नका. तुम्ही तुमच्या परीनं माझ्यासाठी सर्वकाही केलंत. आज जर मला घर आहे ते तुमच्याचमुळे. माझंच नाही, तुम्ही गावाचं भलं करत राहिलात. आता काही ठिकाणी तुमचाच नाइलाज आहे, हे मी समजू शकतो. पाटील, तुम्ही गणेश देवस्थानाची सोय उत्तम केली आहेत. तो गणेशाच ह्या पंचक्रोशीचा आधार आहे. मी मीटिंगमध्ये ठरल्याप्रमाणे गणेशाची सेवा करत राहीन. हा महिना पुरोहितांचा आहे का?''

"हो. तुम्ही गेले बारा पंधरा दिवस नव्हतातच, म्हणून."

"काही हरकत नाही. आज संध्याकाळच्या आरतीला येतो. त्यांची मंत्रपुष्पांजली ऐकून बरेच दिवस उलटले. आज ऐकायला मिळेल."

"दत्तूबुवा, पाणी प्यायला नाहीत. चहा येतच असेल."

"नको पाटील तसदी घेऊ नका म्हणावं वहिनींना."

"राग धरलायत?"

"नाही पाटील."

"मग?"

"स्पष्ट बोलू?"

"हो."

"कदाचित वहिनींना आता आवडत नाही आमचं वाड्यावर येणं."

"असं कशावरून म्हणता? तुम्हालाही ठावं आहे ना, आम्ही तुमच्यापरीस वयानं मोठे, पण तुम्हाला मानतो आम्ही."

"होय, पण वहिनींना नसेल तसं आवडत."

"अस्सं! म्हणजे चार दिवसांपूर्वी कालिंदी येऊन ग्येली. तेव्हा..."

"अं. होय. जर कालिंदीची जागा अंगणात असेल, तर माझीही जागा तिथेच. राग धरू नये पाटील, पण साधं पाणीही विचारलं जाऊ नये, अशी ही ह्या वाड्याची संस्कृती नाही, हे मला ठाऊक आहे; पण नुकत्याच घडलेल्या अपघटनेत कालिंदीही माझ्याबरोबर काम करीत होती, हे रुचलं नसेल. तिला साधं पाणीही विचारलं नाही, हे मनाला लागलं माझ्या. पाटील, तक्रार नाही माझी. आपले संबंध कायम तसेच राहतील जसे आधी होते. कधीही हाक मारा, मी, कालिंदी अगदी गोविंदासुद्धा धावत येऊ. येतो."

दत्तू पुजारी वाड्यातून निघाला. पण आत्ता आपल्याला नक्की काय वाटतंय हे त्याला समजेना. अहंकार आहे का? दु:ख होतंय. पण ते कसलं? समजत नाहीये. हेच पाटील काही दिवसांपूर्वी म्हणाले होते, "दत्तूबुवा संभाळा. काळजी घ्या." ह्याचा नक्की अर्थ तेव्हा समजला नव्हता; पण आत्ता थोडाथोडा समजतोय. पण मी काळजी घ्यायची म्हणजे काय करायचं? गावात भटजी हवा होता. मला वाटलं होतं, तो हे सर्व विधी करेल. दिवस करून देईल. आपण गणेशाच्या सेवेसाठी, अभिषेकासाठी, लग्न, मुंजी, सत्यनारायणाची पूजा ह्यासाठी मोकळे होऊ; पण असं झालं नाही. भटजी मिळाला गावाला आणि महिन्याभरातच तो सरळ मंदिरातल्या गाभाऱ्यात पोहोचला. आपण बाहेर तिष्ठत थांबलोय. हे असंकाही होईल, याची अस्पष्टशी शंकाही आली नाही. ह्याचं दु:ख होतंय का? हो. ह्याचंच दु:ख होतंय.

आपली पूजा झाल्यानंतर मंत्रपुष्पांजली म्हणणारा पुरोहित आपल्याला खुपला नाही. पण आता संपूर्ण पूजाच...

दत्तूबुवा, हा अहंकार सोडा. देवाचं कार्य कुणा एका माणसावर अवलंबून नसतं. आणि तूच म्हणतोस ना की, कुठलंही काम मन:पूर्वक केलं की ते देवाचंच! मग? आज हा सारासार विचार कुठे गेला. पूजा ही एक कृती. एक कर्म! भाव असणं महत्त्वाचं, जो पूजा केली, नाही केली तरी मनात असतोच. सोड हे दु:ख! तू तुझं कार्य चालू ठेव. ह्या संपूर्ण पंचक्रोशीला असं कार्य करणाऱ्या अनेक दत्तूबुवांची गरज आहे.

विचार करता-करता दत्तूपुजारी हसला. प्रसन्न झाला आणि अतिशय आनंदानं तो गणेश मंदिराची वाट चालू लागला. आज त्याला गणेशाला अगदी डोळे भरून पाहायचं होतं.

५

गणेशपूरची कीर्ती दशदिशा पसरत हाती. 'नवसाला पावणारा' म्हणून भक्तांची रीघ लागत होती. नवस फेडले जात होते. गणेशाचं रूप पालटत होतं. कुणी सोन्याचा मुकुट दिला तर कुणी सोन्याचा हार. चांदीच्या दुर्वांचे हार तर अगणित. चांदीच्या मोदकांनी तबकं भरू लागली. दगडी मंदिर हळूहळू संपूर्ण संगमरवरी होऊ लागलं. अर्धा तास चालणारी आरती आता तासावर गेली. मंदिराचा कळस सोन्याचा झाला आणि मंदिराबाहेर हार, फुलं, नारळ, तांब्यांच्या अंगठ्या कड्यांची दुकानं सजली. साखरफुटाण्यांच्या संगतीनं गंडे ताईत, फोटोफ्रेम्सची दुकानंही लागली. उसाचं गुऱ्हाळ आलं आणि लिंबू सरबताची गाडी लागली. कुणा बेकारांनी गाड्यांना पार्किंगसाठी जागा तयार करून दहा-दहा रुपयांची तिकिटं फाडली.

गणेशपूर बदलत होतं. करता-करता मंदिरातले भटजीही संख्येनं वाढले. आता सकाळ, दुपार, संध्याकाळ अशी भटजींची नोकरी सुरू झाली. एखादा भटजी नसेल तर काही अडत नव्हतं. नवी वस्ती, नवी घरं, नवे नियम! ह्या नव्याच्या राज्यात जुना दत्तू पुजारी पार मागं पडत चालला. आता गणेशा शांतपणे भेटेनासा झाला. सतत ढणढणणाऱ्या ट्युबलाइट्स, ज्योतीची सुंदरता, सौम्यता नष्ट करत होत्या.

दत्तू पुजारी शांत बसला होता. त्याला आता त्या गाभाऱ्यात त्याच्या वडलांचं अस्तित्व जाणवत नाही. त्यांचा स्पर्शही जाणवत नाही. तो आता मनोभावे त्याचं कार्य करतो इतकंच. मंदिराचं सौंदर्य दिवसागणिक हरवतंय इतकं मात्र त्याला राहून राहून जाणवतं; पण तो शांतच राहतो.

मंदिराशेजारी असलेली शाळा आता हलवण्यात आलीये. ती पार तिथे गावाच्या वेशीपाशी गेली. शाळेच्या खोल्या आता भाविकांसाठी देण्यात येतात. भक्तनिवास असं त्यांचं नामकरणही झालंय.

दत्तू पुजारी हे सर्व बघत शांत बसला होता. मध्ये किती काळ लोटला? बराच. अगदी पूर्वी कधीतरी असं काहीतरी होतं, ते मंदिर – दगडी, जरा एका बाजूला, तो काळोखा गाभारा, सर्व सर्व जणू गेल्या जन्मातलं. आत्ता बघावं तर फक्त गर्दी, लांबच लांब रांगा. एक व्यवसाय. ह्यात भक्ती दिसत्येय का कुठे?

शांतपणे दत्तू पुजारी मंदिराच्या आवारातून बाहेर पडला. वाटेत वाडा लागला.

पण तो गेला नाही. तसंही आता वाडा जुनाट, वृद्ध वाटतो. वहिनी गेल्या त्याला दोन वर्षं झाली. अहेवपणी गेल्या. तशी त्यांची इच्छा होतीच, ती पूर्ण झाली. पाटीलही आताशा वाड्याबाहेर पडत नाहीत. माघी गणेशोत्सवाला तेवढे आवर्जून येतात. आता कधी गेलोच तर फक्त भूतकाळ उगाळला जातो. त्यासाठी पाटील कशाला हवेत? आपल्या मनातली ही भूतकाळाची भुतं काय कमी नाचतात?

"कुठे जात असता तासन्तास?"

"मंदिरातच होतो."

"कशाला ते?"

"जुनी सवय."

"सोडा तर मग ती आता."

"सोडायला हवी गं. पण..."

"मी समजू शकते. खरं सांगू? मला तुम्हांला असं बघवत नाही."

"मग मी काय करावं? मला ब्राह्मण्यापलीकडे अजून काही करता आलंच नाही."

"दिवस बदललेत."

"तेच तर समजलं नाही. काळ बदलतोय, आपणही बदलायला हवं. आता कुणालाही फारशी आपली गरज नाहीये."

"नसू देत. आपण जोपर्यंत एकमेकांसाठी आहोत, तोपर्यंत मला काळजी नाही."

"खरं आहे. पण कालिंदी, दिवस तर असे आहेत की, महागाई वाढलीये, म्हणावा तेवढा पैसा नाही. गोविंदा मोठा झालाय. त्याच्या गरजा वाढल्यात. आणि..."

"होईल सगळं व्यवस्थित; पण तुम्ही असे तासन्तास कुठेतरी जाऊन बसू नका. जिवाला घोर लागतो."

"नाही जाणार. गोविंद आला का?"

"आलाय. आहे आत. काही सांगायचंय का त्याला? बोलावू?"

"नको. काय सांगणार त्याला? आजही त्याच्या फीची सोय नाही होऊ शकली."

"असू दे, न होऊ दे. माझ्याकडे आहेत जमा काही. फी देते उद्या त्याला. आता जेवायला चला."

"हे काय आई? आजही पिठलंच?"

“अरे, गेले नाही ना मी बाजारात! उद्या आणेन हं भाजी.”

“नेहमीचंच आहे हे. मला नको जेवायला.”

“गोविंदा, अन्नाचा अपमान करू नये. जेव बघू.”

दत्तू पुजारी खिन्न झाला. अंगणात करकरणाऱ्या झोपाळ्यावर बसला. कालिंदीला भरून आलं. सर्व आवरून ती दत्तू जवळ आली.

“असं काय ते?”

“कालिंदी, एकुलता एक मुलगा. त्याला साधी भाजीही मिळू नये?”

“उद्या आणते ना.”

“कुठे चुकलो?”

“काही चुकला नाहीत. नका कष्टी होऊ.”

“मला आताशा कुणी पूजेला बोलावत नाहीत. बोलावणं येतं ते फक्त चांभारवाड्यातून, महारवाड्यातून. वर्षातून फार फार तर चार वेळा. बाकी कुणीच बोलावत नाहीत. हां, कुणी मेलं तर मात्र धावतपळत येतात. मग ते ब्राह्मण आळीतलं कुणी असो की महारवाड्यांमधलं. काही वर्षांपूर्वी एक मारवाडी नव्हता ह्या पंचक्रोशीत! आणि आता? आता त्यांचं एक जणू नगरच झालं आहे. बघावं तिथे ह्यांची दुकानं! वस्ती एवढी वाढली. पण...”

“नका नं असं करू. तुम्हीच धीर धरला नाहीत, तर आम्ही काय करावं?”

“मला दिशा दिसत नाही.”

“दिसेल. गणेशाच्या कृपेनं आज ना उद्या सापडेल मार्ग. तो आपली परीक्षा घेतोय.”

“ही परीक्षा जीवघेणी न ठरावी कालिंदी.”

“असं अशुभ बोलू नका.”

“रडत्येस? नाही बोलणार.”

“आपण कुठे दुसरीकडे वस्तीला गेलो तर...”

“शक्य नाही. आणि जाणार तरी कुठे?”

“मुंबईला. तिथे खूप मोठमोठाली मंदिरं आहेत. तिथे फक्त पुजारी म्हणून काम करायचं. शहरात पुजाऱ्यांना मानही असतो म्हणे मोठा.”

“कुणी सांगितलं? सगळे निव्वळ समज आहेत. म्हणजे मान असेल, पण शहरात आपला टिकाव कसा लागणार? राहणार कुठे? गोविंदासाठी शाळा? इथला त्याचा खर्च कधीकधी परवडत नाही, तर शहरातल्या महागड्या शाळेचा खर्च परवडणार का? आणि कालिंदी ही गणेशपुरी म्हणजे आपली कर्मभूमी. ह्या गणेशपूरच्या विकासासाठी किती झटलोय आपण! शक्य नाही गणेशाला सोडून जाणं.”

“आई, मी झोपतोय. सकाळी लवकर उठव. आणि हो, फी दे उद्या. मॅडम

विचारत होत्या.''

''देईन. नीज.''

''तुम्हीही नीजा आता आणि हो, काळजी नका करू. आपण कायम गणेशपूरलाच राहणार.''

''हसलीस? छान वाटलं. उमेद आली.''

''हो तर!''

''खरंच!''

पहाटेच गोविंदाला जाग आली. शाळेला अजून अवकाश होता; पण तरीही सर्व आटोपून तो बाहेर पडला. घरापासून शाळेत जायला पंधरा ते वीस मिनिटं लागतात. वाटेत एक आमराई आहे. गोविंदाला ह्या आमराईत बसायला फार आवडतं. इथे तो बसला तरी आमराईची निगा राखणारी गडी माणसं त्याला हटकारत नाहीत. आजही तो आमराईत आला. एका झाडाखाली त्यानं स्वत:ला पसरवून दिलं. आता डोळ्यांना पानांचा गारवा दिसत होता. वर हळूहळू प्रकाशात येणारं करडं, लालसर आकाश, असंख्य पक्ष्यांचे चित्रविचित्र आवाज आणि संपूर्ण आमराईभर दरवळत असलेला गोडसर मादक सुगंध!

पण आज ह्या कुठल्याही गोष्टी, हा निसर्ग त्याला खुणावत नव्हता. काल रात्रीचा आईबाबांचा संवाद त्यानं ऐकला होता. त्याचं मन भरून येत होतं.

'काही वर्षांपूर्वी किती छान होतं सर्व. बाबांचं बोट धरून रोज मंदिरात जात होतो आपण. बाबांचा तो धीरगंभीर गाभाऱ्यात घुमणारा आवाज, ते श्लोक, ती आरती! किती जण बाबांना वाकवाकून नमस्कार करायचे. शतायुषी व्हा, सौभाग्यवती भव, चिरंजीवी भव, बाबा सर्वांना आशीर्वाद देत राहायचे. कुठे कुठे सत्यनारायणाची पूजा सांगायला जायचे. ती कथा तर तोंडपाठ झाली होती. वाईट वागल्याबद्दल शिक्षा, मग क्षमा मागितल्यावर सत्यनारायण प्रसन्न! पण मोह असायचा तो साजूक तुपातल्या शिऱ्याचा. काहीकाही घरी त्या घरच्या बायका प्रसाद बनवायच्या, पण तिथे नदी पलीकडे मात्र बाबाच प्रसाद बनवायचे. अगदी खमंग, गोड, तुपाळलेला. आणि गणेशोत्सव म्हणजे तर नुसती मज्जा! मोदक, पेढे, बर्फी, फळं, मग ब्राह्मणाचा मान. आग्रह करकरून पानं भरायची आणि संपायचीसुद्धा आणि दक्षिणा, धोतरपान, टोपी, कुणी काय, कुणी काय, पण द्यायचेच. अगदी नारळांची रास! मग बाबा जायचे तालुक्याला. कपडे, पुस्तकं, धान्य गोणीच्या गोणी भरून यायच्या आणि लग्न, मुंजी, वास्तुशांत, काही ना काही असायचंच आणि हेही असायचं, मरण!

लहान असताना, काही समजत नव्हतं तेव्हा वर्गातली ब्राह्मण आळीतली मुलं

त्रास द्यायची. नेहमी नाही पण अधूनमधून. कित्ती रडायचो तेव्हा मी. नंतर पुन्हा काही दिवसांनी चांगलं वागायची. आईबाबा समजूत घालायचे. हसवायचे. मीही सर्व विसरून जात असे. मला नाही घेत खेळायला? नका घेऊ. गेलात उडत! मग माझा खेळ सुरू व्हायचा गंगा, कावेरी, ते पाडस ह्यांच्याबरोबर. गोष्टी असायच्याच आईच्या मग बाबांनीही खूप गोष्टीची पुस्तकं आणली. त्यात रमलो. मोठा होत गेलो.

आनंदशी मैत्री झाली. अगदी घट्ट मैत्री. त्याचे बाबा कीर्तन छान करतात. पूजाही छान सांगतात, असं सगळे म्हणू लागले. मग मंदिरात तेच पूजा करत राहिले. बाबा अधूनमधूनच करू लागले.

मंदिराचं जेव्हा काम सुरू झालं ना, तेव्हा जो तो म्हणू लागला, ''गणेशाच्या मंदिराचा जीर्णोद्धार होतोय.'' धड्यात शब्द होता – जीर्ण म्हणजे जुना, पडझड झालेला. विरणारं वस्त्र! मंदिर कधी जीर्ण होतं? आपण मुलांनी मात्र खूप धमाल केली. रेती, खडींच्या ढिगांवरून उड्या मारल्या. किल्ले बनवले, लपाछपीपण खेळलो. मंदिर मोठं झालं आणि खूप लोक यायला लागले. शाळेला त्या गर्दीचा, सतत वाजणाऱ्या घंटेचा त्रास होऊ लागला. मग शाळा गेली, तिकडे दूर! ही शाळा वेगळीच वाटते. आपली वाटत नाही. कित्ती सर आणि मॅडम आलेत नवीन नवीन. ही शाळा पैसेपण खूप घेते. बाबांकडे नसतात एवढे पैसे. नवा युनिफॉर्महीं नाही मिळाला ह्या वर्षी. हा जुनाच, हा हा जीर्ण युनिफॉर्म घालावा लागतोय. शाळेत बरं वाटत नाही. आनंदही आता मित्र राहिला नाही. त्याचं घर खूप मोठं आहे ना! कुणी म्हणतात, जीर्णोद्धार मंदिराचा केला, तसाच तो पुरोहितांचाही झाला. म्हणजे काय? काय की! पण तो आता टाळतो मला. तसं तर कुणीच नाही माझं. कुणीच नीट बोलत नाहीत. काहीकाही सरसुद्धा! राग करतात माझा. मला चांगले मार्क मिळतात तरीही.

ही आमराई मात्र मला कधी दूर करत नाही. हिच्या सावलीतच तर मोठा झालो. रडू आलं तर हिने कुशीत घेतलं, हसू आलं तर तीही हसते. आई म्हणाली, ''मुंबईला जाऊ.'' खरंच, गेलो तर? मजा येईल? पण ही आमराई? नको. मुंबई नको. आमराई गं, मी तुला सोडून जाणार नाही गं!'

''गोविंदा अरे काय हा तुझा अवतार?''
''काही नाही गं.''
''कुठे लोळून आलायस?''
''अं?''
''खरं सांग.''

“आमराईत.”

“आमराईत?”

“हो. आज शाळेत गेलो नाही.”

“का?”

“फी नव्हती. मॅडम ओरडल्या असत्या. सगळी मुलं मग हसतात. चिडवतात आणि मग कुणी बोलत नाही माझ्याशी. आनंदसुद्धा बोलत नाही. मी नाही जाणार शाळेत.”

“असं नाही करायचं बरं. हे बघ, पैसे देत्ये मी तुला. फी भर उद्या.”

“काल रात्रीला असंच म्हणालीस, पण दिले नाहीसच.”

“आत्ता देत्ये ना. घे.”

“खरंच ना? घेऊ?”

“हो. हातपाय धू. तोंडही बघ कसं झालंय. जा स्वच्छ करून ये. मी खायला देते.”

“पिठलं नकोय मला.”

“पिठलं नाही देत. शिरा केलाय. प्रसादासारखा.”

गोविंदाने हपापल्यासारखा शिरा खाल्ला. अगदी पोट भरून. कालिंदीच्या डोळ्यात पाणी आलं.

“आई रडत्येस?”

“तुला चांगलंचुंगलं खायला मिळत नाही, मला त्याचा त्रास होतो रे.”

“नको रडूस ना! मी नाही मागणार काही. पण तू रडू नकोस. तू, तू खा ना गं शिरा.”

“खाते.”

“आत्ता खा.”

“बाबा आले की त्यांच्या बरोबर खाईन.”

“बाबा गेलेत तरी कुठे?”

“महारवाड्यात. पूजा आहे ना लोखंड्याकडे, ती सांगायला.”

“म्हणून तू शिरा केलास?”

“अरे प्रसादाचा शिरा ब्राह्मणांनीच करायचा असतो. मी करून दिला आणि जास्तीचा घरी ठेवला.”

“आई, बाबा पूर्वीसारखं मंदिरात का नाही पूजा करत?”

“करतात की अधूनमधून! आता मंदिर मोठं झालं. पवित्र, अपवित्र असे नियम लागू झाले. मंदिरासाठी आता खूप माणसं आहेत. साफसफाईला वेगळी, चतुर्थी घालायला वेगळी, मंत्रघोष करणारे वेगळे, पूजा करण्यासाठी तर इतकी आहेत की,

पाळ्या लागल्यात. पण गणेशानं निर्माण केलेल्या ह्या भिन्नभिन्न माणसांना संभाळणारी माणसं मात्र एकही नाही रे. ते काम बाबा करतात. म्हणून आपण लहान झालो आहोत. पण ह्या लहानपणात किती मोठेपणा आहे हे ह्या माणसांना समजत नाहीये. कीर्तनं करायची ती तुकाराम, नामदेव, एकनाथ, चोखा ह्यांच्या भक्तिरसानं ओथंबलेल्या गीतांवर! पण त्यांच्याच भावबांधवांना मात्र झिडकारायचं. काय उपयोग? बाबांना कीर्तन करता येत नाही. पण वर्तन करता येतं.''

''आई...''

''जा बाळा. गोठ्यात जरा वैरण टाकून ये. दोनच जीव उरलेत, त्यांना संभाळायला हवं.''

पदरानं डोळे पुसता-पुसता कालिंदीनं गोविंदाच्या चेहऱ्यावरून हात फिरवला. देवाजवळ दिवा लावण्यासाठी ती उठली. गोविंदा आईचे शब्द आठवत तसाच बसून राहिला. कितीतरी वेळ. गोठ्यातून हंबरण्याचा आवाज येईपर्यंत.

गोविंदाला काहीतरी समजलं. आपण इतरांपेक्षा वेगळे आहोत आणि हे वेगळेपण आपल्याला सतत भेडसावत राहणार. आपण नक्की काय करायचं? मोठं व्हायचं? लवकर लवकर मोठं व्हायचं. आईला हसायला लावायचं. ती हसली पाहिजे. होयच. ती हसली पाहिजे. खूप! खूप! हसताहसता, हसल्यामुळे तिच्या डोळ्यांतून पाणी येईल इतकी!

दत्तू पुजारी घरी आला तेव्हा रात्र झाली होती. गोविंदा, कालिंदीनं जेवून घेतलं होतं. गोठ्यात गंगा, कावेरी रवंथ करत बसल्या होत्या. एक भटकं कुत्रं अंगणात अंगाची चकली करून झोपलं होतं.

दत्तू लोखंड्याकडे जेवूनच परतला होता. कापडी पिशवीत दान म्हणून काही जिन्नस होते. आणि सव्वा अकरा रुपये दक्षिणा त्यानं कालिंदीच्या हातावर ठेवली. गोविंदा मिचमिच्या उघड्या बल्बखाली अभ्यास करत बसला होता.

''गोविंदा.''

''ओ बाबा.''

''तू आज शाळेत गेला नव्हतास?''

''अं, नव्हतो गेलो.''

''मी सांगते ना नंतर. तुम्ही.''

''कालिंदी, मला त्याच्याकडूनच समजायला हवं.''

''फीचे पैसे नव्हते. शाळेत मॅडम नाही नाही ते बोलतात. लाज वाटते मला, रागही येतो.''

''आई देणारच होती ना!''

''आधीच चार महिने झालेत. फी कधीचीच भरायला हवी होती. आता वर्गातली मुलंही काहीही बोलतात. मला आवडत नाही ते.''

''काहीही बोलतात?''

''अरे सांग, काय बोलतात?''

''नाही सांगू शकत बाबा. उद्या जाईन शाळेत.''

''गोविंदा, मी समजू शकतो, पण अरे शिक्षण हवंच त्याशिवाय प्रगती नाही. आमचं बालपण वेगळं होतं. पारतंत्र्यात होता तेव्हा देश. दशा झाली होती सगळी. माझ्या बाबांनी जी विद्या मिळवली, दशग्रंथी ब्राह्मण होते, पण तितकीसुद्धा माझ्यापर्यंत पोहोचू शकली नाही. लहान होतो आणि ते गेले. पण जितकं काही तोपर्यंत शिकलो होतो त्यावरच तर आलो इथपर्यंत! पण हे ज्ञान, शास्त्रं पुरेसं नाही. तू शिक, मोठा हो. त्यांच्यासारखा दशग्रंथी ब्राह्मण हो.''

''मी ब्राह्मण म्हणून काम करणार नाही.''

''गोविंदा.''

''असू दे कालिंदी, काही हरकत नाही. तू आता मोठा झाला आहेस. तुला समजतं सर्व. तू तुला जे आवडेल, जे व्हायचं असेल ते हो. पण त्यासाठी बाळा...''

''नाही बुडवणार. रोज जाईन. मग मुलं काहीही बोलू देत. चिडवू देत.''

''आता सातवीत जाशील पुढच्या वर्षी.''

''करेन अभ्यास.''

''शाब्बास! पण एकच सांगतो. तुला जे व्हायचं असेल ते हो. आमचा आशीर्वाद आहे तुला; पण माझ्या कार्याचा राग करू नकोस. नको राग करूस.''

दत्तू पुजारी कष्टपूर्वक उठला. त्यानं निरांजनाची वात जरा मोठी केली आणि तो सरळ अंगणात झोपाळ्यावर जाऊन बसला. कालिंदी स्तब्ध, काहीशी अवाक, काहीशी चिंताग्रस्त.

रात्री उशिरापर्यंत झोपाळ्याची करकर काळोखावर चरे ओढत राहिली.

बऱ्याच दिवसांनी दत्तू पुजारी वाड्यात बसला होता. काठी टेकत टेकत पाटील ओटीवर आले. गड्यानं त्यांचा तक्क्या त्यांच्या पाठीला आधारासाठी ठेवला. तो पाणी आणण्यासाठी आत गेला.

''कसे आहात पाटील?''

''चाललंय. जीव आहे तोपर्यंत.''

''औषधं चालू आहेत ना?''

''हो. डॉक्टर येतोय रोजच्याला. तुम्ही कसे आहात?''

''ठीक चाललंय.''

"दत्तूबुवा तुम्ही सांगितलं नाहीत, तरी पोचत्यात बातम्या आमच्यापर्यंत. बोला दत्तूबुवा."

"काय बोलायचं? परिवर्तन होतंय. अजून होईल. ह्या शर्यतीत आम्ही मागेच पडणार. ही शर्यत नकोच आहे मला. भाग घ्यायचाच नाहीये."

"चुकलो आम्ही दत्तूबुवा. आमच्याचमुळं..."

"नाही पाटील. तुमच्यामुळे काहीही झालेलं नाही. प्रत्येकाचे भोग असतात. कुणीतरी निमित्तमात्र ठरतं."

"कालिंदी, गोविंदा कसे आहेत?"

"तिचं काम आता बंद झालंय. महारवाड्यातली, चांभारवाडीतली माणसं आता हुशार झाल्येत. सरकार त्यांच्यासाठी खूपकाही करतंय. त्यांना आता कालिंदीच्या सल्ल्याची आवश्यकता राहिलेली नाही. गरीब-गरीब म्हणता म्हणता नदीपलीकडच्या वस्तीत घरं उभी राहू लागल्येत. सरकार त्यांना स्वस्तात घरं बांधून देतंय. निवडणुका, प्रचार, आश्वासनं, सर्वकाही व्यवस्थित चालू आहे. बाकी कुठेही आता जात आडवी येत नाही. ती आडवी येते ती फक्त 'धर्मात.' धर्मकार्यात. विधीत! ज्यांचे बंगले, ज्यांची घरं उभी राहताना माझ्याकरवी भूमिपूजन केलं गेलं, नंतर वास्तुशांतही केली गेली, त्या घरांत साध्या सत्यनारायणाच्या पूजेचा प्रसाद दिला जात नाही असे आम्ही वरच्या जातीतले लोक."

"दत्तूबुवा, आम्हाला लाजवताय? आमच्या कुटुंबानेही कालिंदीला तशीच वागणूक दिली हे आम्ही..."

"छे छे! हे तर माझ्या स्मरणातही नाही."

"पण आमच्या आहे आणि आज बघताय ना? आमची काळजी घेणारा ह्यो गडी, खायला घालणारा, पाणी पाजणारा, त्याच वाडीतला आहे. कुणी वरच्या जातीतला न्हाई. पण खरा माणूस आहे. आम्हांला आत्ता समजतंया, तुम्ही जे आयुष्यभर सांगत आलायसा."

"पाटील तुम्ही साथ दिलीत मला."

"न्हाई हो. तसं न्हाई. एक पुरोहित येत्यो काय, नि आम्ही आमचा म्होरा बदलतो. नाविलाज म्हणून साथ दिली असं म्हणायला पायजेल. आज कबूल करतो आम्ही. चुकलो दत्तूबुवा."

"नका शोक करू. मी तर त्या वाटेवरून कधीचाच पुढे आलोय. गणेशाच्या कृपेनं मी खचलो नाही. खचणारही नाही. जे व्रत घेतलं ते घेतलं. आता काळानुरूप त्या व्रताला काही महत्त्व नाही हे मी जाणतो. पण..."

"नका बोलू दत्तूबुवा."

"राहिलं."

“गोविंदा कसा आहे?”

“अभ्यास करतोय. काहीतरी मोठं करायचं, असं म्हणतो. मोठं म्हणजे वेगळं. त्याला माझं कार्य पसंत नाही.”

“असो. दत्तूबुवा, काळजी घ्या त्याची. त्याच्या मनाप्रमाणं होऊद्यात. पोर म्हणजे काय, हे तुम्हा पोरं असलेल्यांना न्हाय समजायचं. आम्हांला समजतंय. ही पण गेली. किती काळ निपुत्रिकाचं दु:ख ठेवलं मनात. सुटली. ह्यो वाडा कधी गजबजलाच न्हाय. ना बाळाचं रडू ऐकलं, ना हसू. तुम्ही भाग्यवान. संभाळा गोविंदाला.”

“होय पाटील. येऊ?”

“आज चहा पानी झाल्याशिवाय न्हाय जायचं.”

“ठीक आहे पाटील. आज मोडतो माझी शपथ!”

चंद्र उगवता उगवता दत्तू पुजारी भरल्या मनानं वाड्याबाहेर पडला. जडसा पण तरीही मोकळा!

“परवा संध्याकाळी मीटिंग आहे. जोशींकडून निरोप आलाय. मंदिरातल्या वरच्या मजल्यावर जमणार आहेत सगळे.”

“मंदिरात मीटिंग? वाड्यावर नाही? मग पाटील कसे येणार? त्यांना तर चार पायऱ्याही चढवत नाहीत.”

“ते काही माहीत नाही; पण तुम्ही मात्र जा.”

“जाईन.”

“गोविंदा हल्ली गप्प गप्प असतो. पूर्वीसारखं बोलत नाही. शाळेत काय घडलं, सांगत नाही. मला त्याची काळजी वाटते.”

“हं. बघतो. बोलेन त्याच्याशी.”

“मी बाजारात जात्येय. काही आणायचंय का तुमच्यासाठी?”

“सुपारी आण. जास्त नको. तीन-चार खूप झाल्या.”

कालिंदी बाहेर पडली. दत्तू पुजारी पाठमोऱ्या कालिंदीला बघत राहिला.

‘जराशी स्थूल वाटत्येय हल्ली. केसांनाही करडा रंग फुटतोय. चाल मंदावलीये. साधंसं पण स्वच्छ पातळ. हल्ली सगळ्या रंगाच्या पातळांवर पांढरं पोलकं घालते. हिचं आपलं बरंय. कधी तक्रार नाही, राग नाही. स्वत:ला गुंतवून ठेवणं चांगलं जमतं हिला. चांगलं आहे.’ साध्या वहाणांचा चटचट आवाज हलका होत होत ऐकू येईनासा झाला. कालिंदी नजरेआड गेली तेव्हा दत्तू घरात वळला.

‘कित्येक वर्षांत घराला गिलावा नाही; पण तरीही घर स्वच्छ! कायम टापटीप. घरात इन मिन तीन माणसं. आणि हो, म्हादू आहे की. त्यानं साथ सोडली नाही.

आपण कधी त्याला जा म्हणून सांगितलं नाही. दोन पैसे काही त्याला उचलून देता येत नाहीत. तरीही तो आहे. ह्या पंचक्रोशीतून रात्री-अपरात्री कधी सांगावा आला, तर म्हादूच्या जिवावर बेधडक जाता येतं. कवटी फुटेस्तोवर थांबता येतं. परतीच्या वाटेवर सोबतीला गणेशा असतो म्हणून काळजी, भीती वाटत नाही. म्हादूच सर्व करतो. ऊन पाणी, वस्त्रं सर्व तयार असतं. 'वैनीबाईला तरास द्यायला' त्याला आवडत नाही हं!'

"बाबा आई कुठाय?"
"बाजारात गेलीये. येईल लगेचच."
"बरं."
"गोविंदा, कशी चाललीये शाळा? तुझा अभ्यास."
"चांगली. बाबा, मला परीक्षेत चांगले मार्क मिळाले. मी दुसरा आलो."
"अरे व्वा! शाब्बास."
"बाबा, आता मला नवा गणवेश आणाल?"
"हो... आणीन हं."
"कधी?"
"लवकरच आणेन."
"भूक लागल्ये."
"मी बघतो. आईनं खायला केलं असेल."
"ते नको. मला दहा पैसे देता? ते छोटं खोपटं आहे ना, तिथे वडा मिळतो."
"अं, बघतो हं. अरे, पाचच पैसे आहेत."
"चालेल. मी एकच वडा खाईन."
"बरं घे."

गोविंदाने धूम ठोकली. खूप दिवसांनंतर त्याचा चेहरा हसरा दिसला. पोरगं हुशार आहे. ह्याच्यासाठी सर्वकाही करायला हवं. आपली मतं, आपले विचार, कार्य, सर्व बदलायला हवं. परवा मीटिंग आहेच. सांगून टाकू की, आता मी विधी करण्याचं सोडून दिलंय. गोमूत्र घेतो. त्यांच्या म्हणण्याप्रमाणे पवित्र होतो. चार पैसे गाठीला असायला हवेत. अगदी गंगास्नान करायला सांगितलं तर तेही करू. पण आता लक्ष एकच, गोविंदा! बरोबर आहे पाटील तुमचं. मलाच बदलायला हवं. त्याला संभाळायला हवं.

"जमले का सगळे? कुलकर्णी, रानडे, जोशी..."
"मग तुम्ही कोण?"

“मीही जोशीच. पण ते अ.आ. जोशी.”

“यायचेत अजून.”

“बरं, पुरोहित, भट, आणि पुजारी.”

“हो. जमले. अ.आ. जोशी येईपर्यंत अहवाल वाचन होऊ दे.”

“अहवाल तयार आहे. मंदिराचं उत्पन्न, भक्तनिवासाचं उत्पन्न, खानावळ म्हणजेच प्रसादम्, त्याचं उत्पन्न, देणग्या, द्रव्यरूपी आणि ह्या बाजूला खर्च. सर्व काही नीट पडताळून पहा. पेटी फोडताना हजर असलेल्यांची नावं आणि पेटीतून मिळालेली चिल्लर यांची मोजणी जोशी, परचुरे, रानडे ह्यांच्यासमक्ष झाली. खाली सर्वांच्या सह्या आहेत.”

“आता ठरवल्याप्रमाणे आतापर्यंत झालेली कामे.”

“तो अहवाल तयार करण्याची जबाबदारी दीक्षितांची होती. त्यांना विचारावे.”

“दीक्षित आलेले नाहीत.”

“मी त्यांना निरोप द्यायचा विसरलो. ते तालुक्याला गेलेत.”

“मग पुढे?”

“ह्या वर्षी सरासरी पंचवीस टक्के वाढ झाली आहे भाविकांची. शहरातून दूर-दूरवरून गणेशरायाच्या दर्शनाला भाविक येतच आहेत. आत्ता जे भक्तनिवास आहे, ते अपुरं पडतंय. माझी अशी विनंती किंवा माझा असा प्रस्ताव आहे की, भक्तनिवास निदान दुमजली करावं. त्यासाठी टेंडर्स मागवावेत आणि ट्रस्टीजनी त्यावरून निर्णय घ्यावा. जो कुणी टेंडर भरेल, जो ट्रस्टीजतर्फे छानबिन करून संमत केला जाईल त्याचीच बाकीचीही जबाबदारी राहील. सरकारी बांधकामाचा परवाना, हे त्यात मुख्य. आणि बांधकाम झाल्यावर सरकारी मान्यतापत्र हे की! कसं?”

“कल्पना चांगली आहे. पण ह्या बांधकामासाठी लागणारा पैसा?”

“पाटील आहेतच. त्यांना सांगू, ते काही...”

“एक बोलू?”

मधेच दत्तू पुजारीचा व्यत्यय इतरांना खटकला.

“पाटील आत्ता ह्या मीटिंगला हजर नाहीयेत. अजूनतरी ते अध्यक्षस्थानी आहेत. त्यांना ह्या ठिकाणी शारीरिक दुर्बलतेमुळे येता येणं शक्य नाही हे ठाऊक असूनही मीटिंग त्यांच्या सोयीच्या जागी होणं आवश्यक होतं. ते तर घडलं नाहीच आणि त्यावर कडी म्हणजे त्यांच्या संपत्तीला गृहीत धरणं...”

“दत्तूबुवा, ते आम्ही बघू. मंदिरात एकूण काय चाललंय, जबाबदाऱ्या किती वाढल्या आहेत, अनेक तऱ्हेच्या सोयी होणं आवश्यक आहे. तुम्हाला काय माहित्ये ह्यातलं? नुस्त दुपारचं यायचं, भक्तांनी दिलेलं ताट गणेशाला वहायचं, चार मंत्र पुटपुटायचे की झालं! तरी बरं, ह्या भाविकांना माहीत नाहीये की, तुम्ही अंत्यविधी

करणारे, खालच्या जातीत मिसळणारे पुजारी असे आहात म्हणून. जर भाविकांना हे समजलं तर विटंबना होईल, मंदिराचं पावित्र्य नष्ट झालं म्हणून बोंबाबोंब होईल. खरंतर तुम्ही जुने, जाणकार पुजारी म्हणून अजून कमिटीवर आहात. पण नवीन सदस्यांना हे मान्य नाही. आम्ही त्यांची समजूत घालतो. हे सदस्य पावित्र्य कठोरपणे पाळणारे आहेत, पण...''

''म्हणजे एक प्रकारे तुम्ही माझ्यावर उपकारच करत आहात तर!''

''असंकाही मी म्हणालेलो नाही. सत्य परिस्थिती सांगितली इतकंच.''

''तसं असेल तर मी आज राजीनामा देतो. अगदी आत्ता.''

''दत्तूबुवा, ती तुमची मर्जी. उद्या कुणी आमच्यावर बोट ठेवायला नको. पण दत्तूबुवा तुम्ही ही कामं सोडून का नाही देत?''

''सोडून देतो. माझी काहीच हरकत नाही. संपूर्ण वेळ गणेशाची सेवा करतो. पण मग गावाचं काय होईल? जसे जन्म होत राहतात, तसेच मृत्यूही. मग त्या कलेवरांचं काय करायचं? कोण दशक्रिया, अग्नि देणार? कुणी आहेत भटजी? आणता? जरूर आणा. कारण ही कलेवरं जर अग्निरहित राहिली तर रोगराई पसरेल. गावंच्या गावं रोगीट होतील, दूषित होतील. प्रेत खालच्या जातीतलं की वरच्या ह्यानं काय फरक पडणार? सडताना जात दिसत नाही.

''मी ह्या क्षणापासून हे माझं कार्य थांबवतो. मीही मग तुमच्या सर्वांसारखा सुखी होईन. मलाही पैसा मिळेल. तो तर हवा असतोच. मग सर्व प्रश्न संपतील ना? मंदिर पवित्र होईल ना? भविकांमध्ये बोंबाबोंब होणार नाही ना? ठीक. सोडलं मी माझं कार्य. जा कुणी तुळशीपत्रं घेऊन या. मी पाणी सोडतो.''

सगळे स्तब्ध झाले. कुणी काही बोलेना. एकही अवाक्षर उमटलं नाही. दत्तू पुजारी शांतपणे उठला. धोतर सारखं केलं. वहाणा अडकवल्या आणि जिना उतरला. मंदिराच्या मंडपात न जाता किती काळ बसून होता.

दत्तू पुजारीला स्वत:चीच लाज वाटली. पैशांसाठी आपण काल माणुसकी विसरलो? असा विचार आपण केलाच कसा? आपलं कार्य, जर आपलीच त्या कार्यावर श्रद्धा नसेल, तर इतरेजनांकडून ती कशी काय असणार? श्रद्धा आणि विश्वास! म्हणजे इतर जे काही सांगतात, जे स्वानुभवाचं नाही, अशा वक्तव्यावर, दिलेली मान्यता आणि श्रद्धा म्हणजे स्वानुभव. आपण करत असलेल्या कार्याची मान्यता. मी इतरांच्या कार्यावर विश्वास ठेवायला निघालो? हा तर स्वार्थ झाला. मी चुकलो गणेशा. माझी माझ्या कार्यावर श्रद्धा आहे.

''हे असं सगळं घडलं.''

''तुम्ही योग्य तेच केलंत.''

"कालिंदी, मी मनाशी पक्कं केलं आहे. गणेशाची सेवा मंदिरात गेल्यानेच होते असं नाही. तो तर सर्वत्र आहे. मी ट्रस्टीजना माझा राजीनामा पाठवणार आहे. मला ह्या अशा लोकांबरोबर कार्य करायला जमणार नाही. मला ह्यांचे उपकार नकोत."

"मलाही नकोत. आत्तापर्यंत प्रत्येक शुभकार्यात मला टाळण्यात आलं. बोलावणं आलंच तर तिथे गेल्यावर हीन वागणूक देण्यात आली. मंगळागौर, हळदीकुंकू अशा ठिकाणी इतर बायकांनी कधी सामावून घेतलं नाही. मला त्याचं दु:ख नाही. पण... कसं सांगू?"

"का? काय झालं?"

"आता नदीपलीकडचेही मोठे झालेत. त्यांनीही मला टाळावं?"

"कुणी?"

"शेवंताकडे आज बारसं होतं. म्हादू सांगत होता. मला नाही बोलावलं. ही एवढीशी होती शेवंता, तेव्हापासून बघत्येय मी तिला. ही जगली ती माझ्यामुळे. अहंकाराने सांगत नाहीये, पण जेव्हा हिला कावीळ झाली होती, वैद्यांकडून पानं, पुड्या रोज घेऊन जात होते. वैद्य काही त्या वस्तीत यायला तयार नव्हते की तिला इथे आणलेलं त्यांना चालत नव्हतं. ती जगली. कावीळ उतरली! पण आज तिला पिवळेपणा चढलाय तो हळदीचा. त्यात तिला, तिच्या आईला इतर काही दिसत नाहीये. लग्नात चढवलेली हळद अजून उतरतच नाहीये. मी तिच्या बाळाला असं काय करणार होते? त्यांनाही आता आपली बाधा वाटू लागली? पवित्र-अपवित्र जाणवू लागलं?"

दत्तू पुजारी खिन्न झाला. काय बोलावं, कसं समजवावं, काय समजवावं? दाराआडून ऐकणारा गोविंदा मात्र दुखावला. अधिक दुखावला. काहीतरी बिनसतंय, काहीतरी हरवतंय असं त्याला भासत राहिलं. जो त्रास वर्गातली मुलं आपल्याला देतात, तसाच त्रास ही मोठी माणसं आईबाबांनाही देतात? मग त्यांच्याजवळ तक्रार ती काय करायची? कुणाच्या कुशीत जायचं? कुठे जाऊन रडायचं? गोविंदाला तिथल्या तिथे हुंदका फुटला. तो घरातून धावत निघाला. थेट आमराईत पोहोचला. तिथे त्यानं मनसोक्त रडून घेतलं.

"ए ह्याला बाहेर काढा रे, काढा रे. काढा."

"पण मी का म्हणून?"

"तू जा, त्यांच्यात खेळ जा."

"म्हणजे?"

"आम्हांला नाही माहीत. आईबाबांनी सांगितलंय. जा तू."

"आनंद, तू माझा मित्र ना?"

"मी आहे. हे कुणी ऐकत नाहीत."

"ए बामणाच्या, ये हिथं. त्ये समदी तसलीच. काय नादी लागू नगस."

"जा रे बामणाच्या, तुला बोलावतायत. जा बाबा जा."

आत्ताही गोविंदाला हे आठवत होतं. त्याला बाबांना विचारायचं होतं, ते सगळे असं का म्हणाले? मला खेळायला का नाही घेत? माझ्या बाकावर कुणीच बसत नाही. असं का? आधी, गेल्या वर्षाला असं कुणी वागत नव्हतं. पण ह्या वर्षाला, मला कुणीच मित्र नाही. मला नाही आवडत त्या नदीपलीकडच्या मुलांत बसायला, खेळायला. ती मुलं कशीतरीच वाटतात. मला नदीअलीकडच्या मुलांत बसायचं, खेळायचं. पण काहीच विचारता आलं नाही. आईच किती रडत होती. नि बाबा...?

काय करतात आपले बाबा? का नाही कुणी आपल्याला कुठे बोलवत? इतर मुलांचे बाबा रोज बाहेर जातात कामाला. बाबा कधी कधीच जातात. आज विचारायचं बाबांना. नक्की विचारायचं.

गोविंदा विचार पक्का करून घरी परतला.

"आई, बाबा कुठायत?"

"बाहेर गेलेत. कामाला. उशीर होईल यायला. का रे? आणि असा काय दिसतोयस? चेहरा बघ किती रडवेला झालाय. काय झालं?"

"मला बाबांशीच बोलायचंय!"

"हो क्का? अरे वा! मोठ्ठा झालायस ना. मला नाही सांगणार?"

"तू तर नीट सांगतच नाहीस. मला समजतं. पण सगळं अर्ध. सांग, बाबा असं काय काम करतात म्हणून मला शाळेत मुलं खेळायला घेत नाहीत?"

"गोविंदा, आपण आधीही बोललोय ना ह्याबद्दल? थोडा अजून मोठा हो. सर्व समजेल. एकच गोष्ट लक्षात ठेव. बाबा खूप खरे आहेत तुझे."

"बाबा, पूजा सांगतात. ते भटजी आहेत. हो ना?"

"हो."

"आनंदचे बाबापण भटजी आहेत. त्याला खेळायला घेतात, पण मला घेत नाहीत. आनंदला नवा गणवेश मिळतो, नवी पुस्तकं, वह्या, पेन-पेन्सिल, बूट, पण मला नाही मिळत. मी तर दुसरा आलो परीक्षेत, तो बारावा आला."

"मग मला सांग, सर्व नवं-नवं आनंदला मिळालं, पण जिंकलं कोण? तू की तो?"

"अं, मी."

"मग झालं तर. शाळेत शाबासकी तुला मिळाली ना? मग ह्याहून मोठं बक्षीस कुठलं असणार? बेटा, वस्तूंवरती यश अवलंबून नसतं. सचोटी, सातत्य आणि

प्रामाणिकपणावर यश अवलंबून असतं.''

''पण...''

''सगळेच दिवस सारखे नसतात. तुलाही मिळेल सर्व नवं, पण जरा वाट बघायला हवी. मीसुद्धा वाट बघत्येय.''

''खरंच असं होईल?''

''का नाही? आमच्याकडून नाही झालं तर तुझ्याकडून होईल. अगदी नक्की.''

गोविंदाचा त्रास शमला. तो राग विसरला. कालिंदी मात्र अस्वस्थ झाली. सर्व परिस्थिती तिची अस्वस्थता वाढवतच होती. पण तिनं निर्णय घेतला. आता कुणाकडेही शुभ कार्य असेल, आमंत्रण असेल तरीही जायचं नाही. कधीच नाही. हे गाव बदललंय. परके इथे येऊन स्थायिक झाले ते आपले होऊन आणि ह्या गावानं आपल्यांना मात्र परकं केलंय. गोविंदा, खूप मोठा हो. इतका की, हेच गाव तुला आपलंसं करेल. आपला म्हणेल. तुझ्या आजोबांनी इथे जे रोवलं आहे, त्याचं फळ म्हणून तू बहर...

''रात्री बराच उशीर झाला यायला? मला कधी झोप लागली समजलंच नाही. म्हादूने आवाजही दिला नाही.''

''मीच उठवू नकोस म्हणून सांगितलं. आवरून आत आलो तर गोविंदाला अगदी कुशीत घेऊन निजली होतीस.''

''गोविंदाबद्दल बोलायचंच आहे तुमच्याशी. त्याला आपल्या कार्याबद्दल संपूर्ण माहिती द्यायला हवी. आता टाळाटाळ करून चालणार नाही. ही गावातली मोठी म्हणवणारी माणसं आपल्याशी जशी वागायची तशी वागोत; पण ती मुलांनाही तसंच शिकवतात!''

''समजलो. मी आजच बोलेन गोविंदाशी. कालिंदी, मी एक ठरवलं आहे. आता ह्या पुढे पूजा, मुंजी, लग्नकार्य, सर्व बंद करायचं. तसंही कुणी बोलवत नाहीतच. पण नदीपलीकडल्या वस्तीतही जाणार नाही. आता फक्त अंत्यविधी!''

''अहो...''

''मी योग्य तोच निर्णय घेतलाय आणि ह्यात काहीही बदल होणार नाही. हे असं दुहेरी कार्य आता नको. समाजाच्या दृष्टिकोनातून जी-जी पवित्र कार्य आहेत, ती करणारी बरीच मंडळी आहेत. गेल्या सहा-सात वर्षांत गणेश मंदिरात दहा-बारा भटजी, चुकलो, त्यांना पुजारी म्हणायचं, तर इतके पुजारी झाले आहेत. पण हे कार्य करण्यासाठी कुणीही पुढे आलं नाही. समाजाच्या दृष्टिकोनातून हे अपवित्र कार्य आहे ना! पण कुणी ना कुणी तरी करायला हवं ना? मी करतोच आहे आणि आता हेच करेन. मग हा समाज तुला, मला, गोविंदाला बाजूला सारतोय, तर सारू देत; पण

शेवटी तो येईल आपल्यापाशीच. प्रत्येकालाच तर ह्याच वाटेवरून जायचंय. पण आत्ता ते वेगळ्या विचारात आहेत, तर असू देत.''

''खरं सांगू? काल रात्री मी अगदी हेच ठरवलं. कुणाच्याही शुभकार्यांना ह्यापुढे आमंत्रण आलं तरी जायचं नाही.''

''बघितलंस? माझ्या मनाचे पडसाद तुझ्या मनावर उमटले!''

''अगदी खरं.''

''खूप बरं वाटलं. इतके महिने, वर्षं, होणारी मनाची घालमेल एकदम थांबली. स्वच्छ, मोकळं वाटलं. गणेशानेच मार्ग दाखवला. आता पुढे काहीही होवो.''

''काहीही होवो, असं का म्हणता?''

''म्हणजे? राहू दे. बरं गोविंदा कधी येईल?''

''आज शनिवार ना? येईल दोन तासांत.''

''त्याला घेऊन गणेशाच्या डोंगरावर जाईन म्हणतो.''

''तुला आज इथे मुद्दामहून घेऊन आलोय. तुझ्याशी मनसोक्त...''

''मनसोक्त म्हणजे?''

''म्हणजे भरपूर! खूप गप्पा मारायच्या आहेत. बेटा, मी गेले काही दिवस बघतोय, तू माझ्याशी नीट बोलत नाहीस. का? अगदी मोकळेपणी सांग. अजिबात संकोच, म्हणजे घाबरू नकोस. आपण मित्र आहोत.''

''तुम्हांला राग येईल, वाईट वाटेल.''

''नाही राग येणार आणि वाईटही नाही वाटणार, सांग.''

''बाबा, मला तुम्ही नक्की काय काम करता, असं विचारायचंय.''

''सांगतो. बेटा, जी जी गोष्ट अस्तित्वात असते ती ती केव्हा ना केव्हातरी नष्ट होते. संपते. तुला कपडे घेतले. नवीन असतात तेव्हा त्याचे रंग चमकदार असतात. मग ते आपण धुतो. धुतल्यावर त्याची चमक थोडी कमी होते. मग जितके वेळा धुतले जातात, तितके वेळा चमक कमी-कमी होत जाते. रंग उतरतो आणि शेवटी कपडा जुना दिसतो आणि करता-करता फाटून जातो, टाकून द्यावा लागतो. पेन्सिलीला टोक काढली की ती झिजत जाते. संपते. असं प्रत्येक गोष्टीचं होतं. वस्तूंचं, झाडांचं, प्राण्यांचं आणि माणसांचंही. वस्तूंना कचरा म्हणून टाकून दिलं जातं. झाडं सुकतात, त्यांचं सरपण म्हणून वापरात आणलं जातं, काही झाडांच्या वस्तू बनतात. प्राणी मरतात, माणसांकरवी, पक्ष्यांकरवी त्यांचं मांस अन्न म्हणून सेवन होतं आणि माणसं, त्यांना म्हणजे मरणोत्तर त्यांच्या प्रेतांना अग्नी दिला जातो. कुणी जमिनीखाली पुरतात. ह्याचाच अर्थ प्रत्येक गोष्टीचं नष्ट होणं, संपणं हा सृष्टीचा नियम आहे. मी मरणोत्तर शरीराला अग्नी देण्याचं कार्य करतो.''

''का बाबा? भीती नाही वाटत? म्हणजे आज्जीलाही तुम्हीच जाळलंत?''

''हो. हे करावंच लागतं. भीती वाटत नाही कारण हे सत्कर्म आहे. बाईला अग्नी मीच द्यायला हवा होता. कारण मुलगा, तिचा एकुलता एक मुलगा ह्या नात्यानं मी माझं कर्तव्य केलं.''

''मला नको हे असं कर्तव्य. मी आईला नाही देणार अग्नी.''

''गोविंदा, अरे रडू नकोस. हे बघ माझं ऐक, अरे गोविंदा आईला नाही द्यावा लागणार अग्नी. अरे ऐक...''

''मला नाही ऐकायचं. बाबा, तुम्ही नका न करू असं. मला नाही आवडत. भीती वाटते. तुम्ही भटजी नका होऊ.''

''बाळा, कुणाला ना कुणाला हे कर्म करावंच लागतं. नाही तर सर्व विटंबना होईल. रोगराई पसरेल.''

''पण तुम्ही नका करू. तुम्ही आधी मंदिरात जायचात ना? तसे जा ना.''

''ती वाट माझ्यासाठी बंद झाली आहे. आता फक्त भक्त म्हणून जाऊ शकेन.''

''नको ना बाबा.''

''रडू नकोस. मी काहीही वाईट काम करत नाहीये. मोठा झालास की, तुला पटेल. नीट समजावून सांगू शकेन तेव्हा. आत्ता जरी सांगितलं तरी तुला ते समजणार नाही.''

''मला कधीच समजून घ्यायचं नाही. कधीच नाही.''

''मी तुला हे सगळं घरातही सांगू शकलो असतो. पण तुला ह्या डोंगरावर घेऊन आलो. का? सांगू? इथून जग बघ. उंचावरून बघितलं की, जास्त चांगलं दिसतं. जमिनीवर, खाली असताना जे डोळ्यांना दिसत नाही ते वर, उंचावर आल्यावर दिसू लागतं. हे जग ज्यानं निर्माण केलं, तो किती मोठा आहे हे जाणवतं. जमिनीवर माणसंच मोठी वाटतात. त्यांनी तयार केलेले नियम मोठे वाटतात. ह्या मोठेपणाच्या सर्व कल्पना इथे आल्यावर, इथून बघितल्यावर किती खोट्या आहेत हे समजतं. चांगलं-वाईट असं काहीच नसतं. जे आपल्याला आवडतं, त्याला आपण चांगलं म्हणतो, जे आवडत नाही त्याला वाईट म्हणतो. जीवन चांगलं आणि मरण वाईट असं ठरवूनच टाकलंय. पण तसंकाही नाहीये. दोन्ही चांगलं. जन्मल्यावरही बारा दिवस सुतक पाळतात. त्याला सोयर म्हणतात, त्याला आनंद म्हणतात आणि माणूस मेल्यानंतरही बारा दिवस सुतक पाळतात. त्याला दुःख म्हणतात. सुतक हे सुतकच असतं. मग त्यात आनंद आणि दुःख का? देवानं पाठवलेला जीव पुन्हा देवाकडे जातो. मागे मी तुला सांगितलं होतं ह्याबद्दल. आठवतंय? मी त्या देवाकडे परतून जाणाऱ्या जिवाचा प्रवास सुखकारक करण्याचं

कार्य करतो. हे वाईट आहे का?''

''नाही ना बाबा, नको ना मला असं. नका करू ना तुम्ही...''

''बरं. असू दे हा विषय. सोडून देऊ. तू शाळेत काय काय शिकलास?''

''कविता, गणित, इतिहास, शिवाजी महाराज! बाबा, काय मस्त होते हो शिवाजी महाराज!''

''हो तर! एकदम मस्त होते.''

''आणि चित्रकला.''

''छान!''

''बाबा भूक लागल्येय. घरी जाऊ या?''

... ...

''बाबा तुम्ही...''

''निघू या गोविंदा''

''बाबा, खाली बघा. केवढी मोठ्ठी रांग आहे. कित्ती माणसं. किती लहान लहान दिसताहेत. बाबा, ह्या सगळ्या माणसांना कामं नाहीत? किती वेळ उभी राहणार?''

''आस्तिक आस्तिक म्हणवूनी घेतो
लावितो दारी तुझ्या रांग
मोलाचे ते क्षण, क्षण करूनी तास,
कर्तव्यास मारतो टांग.''

६

"म्हादू, अरे काय झालं?"

"पाटील लई बेजार हायीत. निरोप धाडलंय. बेगीन जा."

"निघतोच. कालिंदी... ए कालिंदी..."

"आले आले. काय झालं?"

"पाटील बरेच आजारी आहेत वाटतं. निरोप आलाय. जाऊन बघतो."

दत्तू पुजारी जरासा धावतच निघाला. "सायकल असायला हवी होती. लगेच पोहोचता आलं असतं," असं म्हणत म्हणत निघाला.

"कोण? राम का रे? काय झालंय पाटलांना?"

"समजत न्हाई. घाम येतुया. काहीतरी बोलत्यात. पण समजत न्हाई."

"तू जा न् डॉक्टरांना घेऊन ये. मी आहे त्यांच्याजवळ."

"वैद्यबुवांचं औसध चालू हाय न्हवं."

"असू देत. अशा वेळी डॉक्टरच हवा. जा. सायकल घे नि सूट."

दत्तू पाटलांच्या खोलीत गेला. प्रथमच. आत्तापर्यंत इतके वेळा जाणं झालं होतं, पण वाड्यात इतक्या आत तो कधी गेला नव्हता.

"पाटील मी आलोय. दत्तू. काळजी करू नका. राम गेलाय डॉक्टरांना आणायला. सर्वकाही व्यवस्थित होईल."

"दत्तूबुवा...?"

"हो. दत्तूच."

"ती गाय व्यायली का रे?"

"अं?"

"गाय? व्यायली?"

"पाडस?"

"छान आहे."

"गाभाऱ्यात दिवा लावायचाय. तुम्ही लावा."

"लावतो."

"मंदिराकडे जा. अंधार आहे तिथे."

"जातो. तुम्ही शांत पडून राहा."
"चहा घेतलात ना?"
"हो."
"मोहोर लागलाय वाटतं. घमघमाट सुटलाय."
"शांत पडून राहा. जरा थांबा हं. कुणीतरी आलंय वाटतं."
"कालिंदी तू? बरं झालं आलीस."
"कसे आहेत? डॉक्टर..."
"राम गेलाय आणायला. तू बस इथे."
"पाणी हवंय का त्यांना?"
"पाटील, पाणी हवंय? बघा, कालिंदी आल्ये. ती पाणी देत्ये. पिणार का?"
"कालिंदी आली? बरं झालं. सगळ्या बायकांना हळदकुंकू लाव."
"लावते हं."
"तू आधी पाणी पी. चहा घे."
"हो घेते."
"दत्तू, आपली साथ संपली रे."
"काका, असं म्हणू नका."
"काका? बरं वाटलं. दत्तू, कालिंदी..."
"ओ."
"दत्तू अन्याय झाला तुझ्यावर."
"नाही काका."
"दत्तू, दत्तू, कालिं..."

डॉक्टरांना घेऊन राम आला. त्यांनी तपासलं. पाटील बेशुद्ध झाले होते. त्यांना तातडीनं तालुक्याला न्यायची सोय व्हायला हवी. मग धावाधाव सुरू झाली. नाडी मंद होत-होत धडधडायची थांबली. बातमी वाड्यावरून पसरली. तोपर्यंत सारा गाव गोळा झाला. एक-एक करून पाटलांचं अंत्यदर्शन घेत होता. रडत होता, हळहळत होता. पाटलांचे गडी एका बाजूस मान गुडघ्यात ठेवून हमसाहमशी रडत होते. दत्तू, कालिंदीला तर धक्काच बसला होता. आत्ता पाच-आठ मिनिटांपूर्वी आपल्याला हाक मारणारा आवाज असा अचानक कायमचा मुका होतो? इतकी मरणं, इतके मृत्यू पाहिलेला दत्तूही हबकून गेला होता. आपल्याला आधार देणारं एकमेव गावातलं स्थान, वडीलमाणूस त्यानं आधार हिरावून घेतला? आणि अगदी जाता-जाता शेवटच्या क्षणी नातं निर्माण करून गेला. हे असं का?

कुणीतरी पाटलांच्या अचेतन देहाला स्नान घातलं. कुणीतरी कोरी वस्त्रं आणून

नेसवली. कुणीतरी तिरडी बांधत होतं. आणि अचानक दत्तू पुजारी सावध झाला. त्यानं सर्व जबाबदारी आपल्या शिरावर घेतली. मंत्रोच्चार सुरू केले. अंत्येष्टी संस्कारांना प्रारंभ केला. पाथेय श्राद्धानं सुरुवात झाली. दक्षिणेकडे तोंड करून, आचमन करून, दर्भाचे पवित्रक करंगळीच्या शेजारच्या बोटात, अनाम मध्ये घालून आमंत्रक प्राणायामाला सुरुवात केली.

तिथिर्विष्णुस्त भावारोनक्षत्रं विष्णुदेव च ।
योगश्च करणंचैव सर्वाविष्णुमयं जगत् ।
अद्यपूर्वोच्चरित वर्तमान एवं गुणविशेषण ।
विशिष्टयां पुण्यतिर्थो मम आत्मन: ।
श्रुति स्मृति पुराणोक्त फल प्राप्त्यर्थं...

"वाडा अगदी सुना सुना झालाय."

"भकास! भकास झालाय. माणसांशिवाय घराला घरपण नाही."

"शेवटपर्यंत, अगदी निरोप घेईपर्यंत तुमच्याबद्दलचेच विचार होते त्यांच्या मनात."

"एक-एक ॠणानुबंध असतात! कसे जडले हे मात्र ठाऊक नाही."

"तुम्ही जाताय ना वाड्यावर?"

"खरं सांगू कालिंदी, नाही जावंसं वाटत. ती रिकामी बैठक बघवत नाही."

"पण जायला तर हवं ना! त्यांचे कुणी नातलग आलेत, त्यांची विचारपूस तर करायला हवी."

"आहेत ना गावातले अनेक! असतात वाड्यावर कुणी ना कुणी."

"तरीही. शेवटी त्यांनी तुम्हालाच हाक मारली होती. अगदी भ्रमात होते, तरीही."

"खरं आहे. ठीक. जातो."

"मीही येईन नंतर. दोघीच आहेत त्या. मी कधी त्यांना पाहिलं नव्हतं आधी."

"पाटलांच्या भावाच्या सुना आहेत त्या. मीना आणि उर्मिला."

"हो. ते मला नंतर समजलं. येते मी वाड्यावर. त्यांना काही मदत लागेलच."

आणि मग एकेका दिवसाचे एकेक विधी पार पडू लागले. बारावं झालं आणि पाटलांशी असलेले संबंध लौकिकदृष्ट्या संपुष्टात आले. कालांतराने एक-एक करून पाटलांचे नातेवाईक परतले आणि वाड्यानं प्रथमच कुलूप बघितलं. वाडा जायबंदी झाला.

दत्तू पुजारीला आता जास्तच एकाकीपण भेडसावू लागलं. चार गोष्टी बोलायला, बोललेलं ऐकायला घर राहिलं नाही. आता कुणाला गरज पडली तरच घराबाहेर

पडायचं असं न ठरवताच होऊ लागलं. कालिंदीला चिंता वाटू लागली. काहीतरी करायला हवं. ह्या अवस्थेतून दत्तूनं बाहेर पडायला हवं, हे सतत तिला जाणवू लागलं. शेवटी एक दिवस तिनं विषय काढलाच.

गोविंदा शाळेत गेला होता. म्हादू सकाळची कामं संपवून निघून गेला होता. कालिंदीनं तिची नित्याची कामं उरकली आणि ती अंगणात आली. पारावर दत्तू पुजारी कुठेतरी नजर लावून बसला होता.

"कसला विचार करताय?"

"नाही, कसलाच नाही."

"मला तुमची काळजी वाटते. तुम्ही हल्ली मोकळेपणाने बोलत नाही."

"काय बोलायचं? बोलण्यासारखं काही आहे का?"

"आपण काही वेगळं काम करू या?"

"काय वेगळं करणार? मला ह्या पूजाअर्चा, आणि अंत्येष्टी संस्कारांपलीकडे दुसरं काही येतही नाही."

"आपण मुलांना हे शिकवायला सुरुवात केली तर?"

"कोण येणार शिकायला? पूजा म्हणजे ह्या समाजाच्या दृष्टीनं पवित्र कार्य, आता कुणाला शिकायचंय? मुलं आता शाळेत जातात. इथलं शिक्षण संपलं की, तालुक्याला जातात. प्रोफेसर, डॉक्टर, इंजिनियर असं काहीतरी व्हावं आपल्या मुलांनी ही हल्लीच्या आईवडलांची इच्छा. मुलानं भटजी व्हावं असं कुणाच्याही आईवडलांना वाटत नाही. अगदी भटजी असलेल्या वडलांनाही त्यांच्या मुलानं भटजी व्हावं हे मान्य नाही. हे सर्व पवित्र कार्याबद्दल, मग समाजाच्या दृष्टिकोनातून अपवित्र कार्य म्हणजे अंत्येष्टिसंस्कार, ते विधी, हे कोण, कशाला शिकायला पाठवतील आपल्या मुलांना?"

"तुम्ही संस्कृत तर शिकवू शकता?"

"हो... निश्चित! बघ कुणी येऊ इच्छितात का?"

"दहा ठिकाणी सांगितल्याशिवाय कसं कळणार कुणाला? मी सांगेन, तुम्हीही सांगा. गोविंदाच्या शाळेत सांगून ठेवू."

"असं म्हणतेस?"

"प्रयत्न करायला काय हरकत आहे? शिवाय महिन्याची तोंड मिळवणीही होईल. मला करंदीकरांकडे काम मिळतंय. एक वेळ, सकाळी जेवण बनवायचं. मी होकार देऊ इच्छिते."

"तू स्वयंपाकाचं काम करणार? आत्तापर्यंत आपल्या घरातलं बाईमाणूस ह्या अशा कामासाठी कधी घराबाहेर पडलं नाही."

"मान्य! पण तेव्हाची परिस्थिती वेगळी होती. आत्ताची परिस्थिती बघता मीही

काही काम करणं गरजेचं आहे आणि अगदी मनापासून सांगते, त्यात मला काहीही कमीपणा वाटत नाही.''

''कालिंदी, मी असमर्थ ठरलो, हेच ह्यातून व्यक्त होतंय.''

''कदापि नाही. हा संसार आपल्या दोघांचा आहे आणि बायका काम करतात की! नदीपलीकडे बघितलंत ना? सगळ्या बायका...''

''ते नदीपलीकडचं वेगळं.''

''का वेगळं? आत्तापर्यंत तुम्ही असं वेगळेपण कधी मानलंत?''

''मानायला हवं होतं. म्हणजे आज अशी परिस्थिती आपल्यावर आली नसती.''

''काही परिस्थिती वगैरे म्हणू नका. मला तुमचा अभिमान आहे. तुम्ही कधीही माणुसकी सोडली नाहीत. नदीपलीकडे काय, नि अलीकडे काय सगळे सारखेच आहेत, हे मला तुम्हीच शिकवलंत ना? आता भेद का करता?''

''मला काही सुचेनासं झालंय.''

''मी आहे ना! नका काळजी करू. हेही दिवस जातील. आपल्याला आता फक्त गोविंदाची काळजी घ्यायची आहे. त्याला नीट मोठं करायचं आहे. बस! ह्याशिवाय आता दुसरं काहीही उद्दिष्ट नाही.''

''खरं आहे. गोविंदाची काळजी घ्यायला हवी. नाही ते, नको ते प्रश्न विचारत असतो. काय उत्तर द्यावं समजत नाही. जमेल तसं सांगतो त्याला, पण... पण त्याला मी जे करतो तेच पसंत नाही. त्याला तिटकारा आहे, हे त्याच्या नजरेवरून समजतं. हे कार्य त्याला मान्य नाही, मला काळजी वाटते, उद्या हे कार्य करणारा बाप त्याला मान्य होणार नाही.''

''असंकाही बोलू नका. मला धडधडायला लागतं. आपला गोविंदा तसा नाही.''

''तो तसा नाही हे कबूल, पण आजूबाजूची माणसं तशी आहेत ना! शेवटी येतात माझ्याकडेच, पण ते कधी? तर शेवटी. जीवनाची अखेर होते तेव्हा, पण इतर वेळी जिवंतपणी त्यांना माझी आठवण येत नाही. असं का? मी माणूस नाही? असलं कुठलं अघोरी कृत्य करतोय? कसलं अपावित्र्य आहे त्यात? अरे, जिवंतपणी गोरगरिबांवर अन्याय करून जगणारी ही माणसं, हे असं अन्याय करणं, अब्रू लुटणं, चोऱ्या करणं ही ही पवित्रं कार्य आहेत काय? गणेशाच्या नावानं हजारो भाविकांची फसवणूक चालल्येय, हे पवित्रं कार्य आहे? गणेशावर चढवलेले नारळ तेच पुन्हा विक्रीसाठी ठेवणारे, जीर्णोद्धार करता करता, स्वत:च्या घरांचाही त्याच पैशातून जीर्णोद्धार करणारी ही पुजाऱ्यांची पलटण पवित्र कार्य करत्येय? सर्वांना दिसत असूनही सगळे जण ह्या अशा असंख्य गोष्टींकडे डोळेझाक करून वावरताहेत. आणि सच्चाईनं मृतांना मोक्ष प्राप्त व्हावा म्हणून दिवसरात्र, काळवेळ, ऊनपाऊसथंडी

काहीही न बघता धावणारा मी... मी मात्र अपवित्र, अपवित्र!''

''अहो...''

कालिंदीला समजेना, काय बोलावं? काय करावं? ती फक्त दत्तू पुजारीला थोपटत राहिली. बराच वेळ. रणरणतं ऊन दोघांनाही भाजून काढत होतं. शुष्क करत होतं, पण त्या दोघांनाही त्याचं भान नव्हतं.

गणेश मंदिरात घंटा वाजली. कुणीतरी नगारा बडवला. आताशा काळवेळ असं काही राहिलेलंच नाही. कुठून कुठून ह्या आडमार्गी लोक येतात, असंतुष्ट, गांजलेली, त्रासलेली, गणेशाला साकडं घालायला. पूर्ण झालं साकडं तर बोलाफुलाला गाठ म्हणायचं की, ते साकडं पूर्ण होणारच होतं, फक्त साकडं घालणारा त्याआधी गणेशाकडे आला, की गणेशामुळेच ते पूर्ण झालं असं म्हणायचं? आणि समजा पूर्ण झालं नाही, तर पुन्हा दोष आपलाच, कमी पडलो कुठेतरी, काहीतरी पाप केलं होतं म्हणून अपूर्ण राहिलं. मग क्षमा मागण्यासाठी गणेशाचं दार ठोठावत राहायचं. घंटा वाजवत राहायची. हा नगारा अशाच कुणा इच्छा पूर्ण झालेल्या भक्तानं मंदिरात आणून ठेवलाय. प्रत्येक पोर त्यावर बुक्की मारतं. एक गंमत!

काकड आरतीची घंटा निनादू लागली आणि कालिंदी खडबडून उठली. तिला आजपासून करंदीकरांकडे जायचं होतं. चटाचट कामाला सुरुवात झाली. गोविंदाची तयारी, न्याहारी, गायींचा चारा पाणी, स्नानासाठी बंबं पेटवणं.

दत्तू पुजारी तिची लगबग बघत होता. काल रात्री त्याला घरी यायला तसा उशीरच झाला होता. मृताचे नातेवाईक गोळा होईस्तो थांबावं लागलं होतं. मग दुखवटा दाखवणं, छाती बडवून घेणं, किती खरं नि किती खोटं? अशा वेळेस त्रयस्थासारखं बसून राहणं अगदी जिवावर येतं; पण नाइलाज असतो. आता ह्या गोष्टीचा एक प्रकारचा थकवा येऊ लागलाय. सर्व उरकून घर गाठायला उत्तररात्र झाली. आणि जाग आली ती आत्ता! हिची धावपळ चालू असताना!

''चहा घ्या. गोविंदा, ए गोविंदा, ऊठ बाळा.''

''थोडा वेळ...''

''दुपारी झोप. आत्ता ऊठ बरं. आवरायचंय सर्व.''

''कालिंदी, मी बघतो त्याच्याकडे. तू तुझं आवरून घे.''

''चालेल?''

''हो हो. मी बघतो.''

देवाला नमस्कार करून कालिंदी बाहेर पडली. अंथरुणात लोळत पडलेल्या गोविंदाला आश्चर्य वाटलं. आई ह्या वेळेला कधीच बाहेर गेलेली त्यानं पाहिलं नव्हतं.

''बाबा, आई कुठे गेली?''

"कामाला. आता बाळराजे, तुम्ही उठा. तोंड धुऊन घ्या आणि दूध प्यायला या. म्हादूला सांग, गरम पाणी काढून द्यायला. तोपर्यंत मी तुझा डबा भरतो."

"म्हणजे आई इतका वेळ येणार नाही?"

"हो, तेव्हा उठा."

"पण कुठे गेलीये?"

"कामाला गेलीये. ऊठ. आणि..."

"मला आई..."

"गोविंदा, ऊठ, शेवटचं सांगतोय हं. आणि आज मी तुला शाळेत सोडायला येणार!"

"खरंच?"

"हो. खरंच."

गोविंदाला आनंद झाला. तो खरोखरच झटपट तयार झाला. म्हादूला घराकडे बघायला सांगून गोविंद आणि दत्तू पुजारी शाळेकडे निघाले. वाटेत गोविंदाची बडबड चालू होती.

"बाबा, आता ना तुम्ही त्या आनंदला दम भरा. तो नेहमीच मला चिडवत असतो. त्याचे बाबा मंदिरात मोठे आहेत ना कुणीतरी, तर जाम भाव खात असतो."

"हं."

"आणि बाबा, मुक्याला पण ओरडा. मुक्या म्हणजे तो मुकुंद हो. तो... ब्राह्मण आळीत राहतो तो. तोही मला चिडवतो. माझी शेंडी खेचतो. त्याने न बाबा शेंडी नाही ठेवलीये. केस मोठे केलेत. शिवाय तो टोपीपण घालत नाही. त्याच्या घरी मोठा रेडिओ आहे. तो नेहमी सिनेमातली गाणी म्हणतो. त्याला कविता येत नाहीत."

"असं."

"न तो भालू आहे ना तोपण..."

शाळा जवळ आली. नाही, शाळा जिथे होती तिथेच होती. दत्तू पुजारी आणि गोविंदा शाळेजवळ पोहोचले.

"गोविंदा, मी सर्वांना ओरडेन. तू आता वर्गात जा. मी तुझ्या मास्तरांना भेटतो."

"मग नंतर या हं वर्गात!"

"येतो."

कालिंदीचं बोलणं आठवत, मनाशी शब्दांची जुळवाजुळव करत दत्तू मुख्याध्यापकांच्या ऑफिसबाहेर बोलावणं येण्याची वाट बघत थांबला. काही वेळानं

शिपाई त्यांना आत घेऊन गेला.

"नमस्कार."

"या दत्तूबुवा. बसा. काय काम काढलंत?"

"अं, काम म्हणजे..."

"बोला. अगदी नि:संकोचाने बोला."

"सर, तुम्हांला माझी परिस्थिती अनभिज्ञ नाही. आत्तापर्यंत जे जे काही फेरबदल गावामध्ये झाले आहेत, त्यात माझी भूमिका तुम्ही ह्या गावातलेच रहिवासी असल्यामुळे जाणून आहात. गणेश मंदिरातल्या ट्रस्टीजमधून मी कधीचाच बाहेर पडलो आणि जे कार्य मी करतो, त्यात पैशांसाठी कुणाला अडवण्याची माझी प्रथा नाही. तशी हातातोंडाची गाठ पडते पण..."

"समजलो. मी काय करायला हवं? माझ्याकडून तुमच्या काय अपेक्षा आहेत?"

"संस्कृत, मराठी ह्या दोन्ही भाषा मला उत्तम येतात. संस्कृत भाषा शालेय अभ्यासक्रमात आहे. मी मुलांना ह्या दोन्ही भाषा शिकवू इच्छितो."

"फारच छान."

"पण त्यासाठी मला शाळेतल्या मुलांपर्यंत पोहोचणं गरजेचं आहे."

"ते काम माझं. मी वर्गावर्गांमधून ह्यासंबंधी सूचना देतो. खरंतर तुम्ही शाळेतच हे काम करू शकता."

"योग्य! प्रश्न असा आहे की, मी करत असलेल्या कार्याला वेळकाळ नाही. शाळेत येऊ लागलो, तर तिथे खोळंबा आणि तिथे गेलो की, मुलांचं नुकसान."

"मग म्हणणं काय आहे?"

"मुलं जर घरी शिकायला येऊ लागली तर प्रश्न मिटेल. शिवाय ते ऐच्छिक असेल. पालकांना आपण मुलाला कुणाकडे पाठवत आहोत हे त्यांनी जाणून, मान्य केलेलं असेल. ज्यांना मान्य नसेल, ते पाठवणार नाहीत. म्हणजे शाळेलाही काही पेच नको आणि पालकांनाही."

"दत्तूबुवा, खूप विचार करता सर्वांचा. खरंतर तुमचे विचार लोकांपर्यंत पोहोचतच नाहीत. तेवढी त्यांची उंचीच नाही. मी सूचना पाठवतो. ज्यांची नावं माझ्याकडे येतील, ती गोविंदातर्फे तुम्हांला पाठवेन, इतरांचं मला माहीत नाही. पण माझी दोन्ही मुलं तुमच्याकडे शिकायला येतील. अगदी उद्यापासून. आता तुमची फी सांगा."

"सर, खरंतर मीही असं पहिल्यांदाच म्हणजे आत्तापर्यंत कुणापाशी असा मदतीसाठी म्हणजे..."

"समजलो. मी बघतो."

"सर, धन्यवाद."

"असं म्हणू नका."

"येतो."

आधी जितकं कठीण वाटलं होतं बोलायला, तेवढं ते सोपं होतं असं दत्तू पुजाऱ्याला वाटलं. शाळेतून बाहेर पडताक्षणी अगदी मोकळं वाटू लागलं. मुलांना शिकवायचं. उत्तम उत्तम श्लोक शिकवायचे. चांगल्या कविता शिकवायच्या. जे जे ज्ञान आपल्या बाबांनी आपल्याला दिलं ते पुढे न्यायचं. कालिंदी म्हणाली ते खरं, योग्य ठरलं.

दत्तू पुजारी समाधानानं घरी परतला. कालिंदी त्याचीच वाट बघत होती.

"कुठे गेला होतात? गोविंदाला शाळेत सोडायला?"

"हो. आणि मी सरांशी बोललो. उद्यापासून त्यांची दोन्ही मुलं संस्कृत आणि मराठी शिकण्यासाठी येणार आहेत."

"खरं?"

"तू मार्ग दाखवलास. मला खरोखरच खूप बरं वाटतंय आता."

"मलाही छान वाटतंय."

"अगं, विचारायचं राहूनच गेलं. कधी आलीस?"

"झाला अर्धा तास. जास्त काही करायचं नव्हतं."

"म्हादू होता ना?"

"हो. आत्ताच गेला. वाढायचं का?"

"चालेल..."

दत्तू पुजारीचा जम हळूहळू बसू लागला. बोलल्याप्रमाणे सरांची दोन्ही मुलं शिकवणीसाठी येऊ लागली. दत्तू त्यांना शिकवण्यात दंग होऊ लागला.

"मुलांनो, आपण अध्ययनाला सुरुवात 'ओम्'पासून करू या. ओम्, ज्यात हे ब्रह्मांड सामावलेलं आहे. ओम् हा ब्रह्मांडाचा ध्वनी आहे. त्या ओंकारामुळे जनमानसातले भेद नष्ट होतात आणि एक एकरूप स्वर चराचर व्यापून राहतो. ह्या ओमकाराचं वर्णमय स्वरूप स्पष्ट करताना ज्ञानेश्वर महाराज म्हणतात,

जया ओंकाराचिये कुशी । अक्षरे होती अ उ म कारेसीं ॥

प्रभू रामचंद्रांनी आपल्या परम भक्त हनुमानाला ओमकाराचे जे स्वरूप सांगितले ते असे –

अकार: प्रथम: प्रोक्त: उकार स्तदनन्तरम! ।
मकारश्चार्धमात्र च नादबिन्दुस्तत: परम! ॥
कला तत: कलातीता शान्ति: शान्ते: परा तत: ।
उन्मेन्कादशी प्रोक्ता द्वादशी तु मनेन्मनी ॥
पुरीच मध्यमा पश्चात्पश्यन्ती च परा तत: ।

एवं षोडषरूपो यं प्रणव: सूक्ष्मामात्रक ।।

मुलांनो, अ, ऊ, म, अर्धमात्रा, नाद, बिंदू, कला, कलतीता, शान्ति, शान्त्यतीता, उन्मनी, मनोन्मनी, पुरी, मध्यमा, पश्यन्ती, आणि परा अशा ह्या सोळा प्रणवाच्या मात्रा आहेत.''

आणि दत्तू पुजारीला बाबा, त्याचे बाबाच आपल्या मुखातून बोलत आहेत असं वाटू लागलं. ''जेव्हा मी संस्कृत शिकायला सुरुवात केली तेव्हा मुलांनो ह्याच ओंकाराने सुरुवात झाली. माझे वडील दशग्रंथी ब्राह्मण. त्यांनी मला ओंकार असाच शिकवला. अजून खूपकाही ओंकाराबद्दल सांगता येईल. पण, तुमच्याकरता इतकं पुरे. संस्कृत भाषेमुळे वाणी, आत्मा, मन शुद्ध होतं, असा माझा विश्वास आहे. ही भाषा देवाची बोली आहे. आज आता आपण इथेच थांबू. आणि उद्यापासून पाठ्यपुस्तकातल्या अभ्यासास सुरुवात करू.''

मुलं निघून गेली तरी दत्तू पुजारी तसाच बसून राहिला. त्याला त्याच्या बाबांचे स्वर आठवत होते. कानी निनादत होते. त्यांचा तो गाभाऱ्यात उमटल्यासारखा, भरून राहणारा धीरगंभीर आवाज जणू आत्ताही उमटत होता. दत्तूला शिकवत होता.

यत्रसुप्तो न कंचन, कामं कायमते न कंचन स्वप्नं पश्यति तत्सुष्पुप्तम्!
सुष्पुप्तस्थान एकोभूत: प्रज्ञानघन
एवानन्दमयी ह्यानन्दभुक चेतो मुख: प्राज्ञ ।

देवघरात समई प्रसन्नपणे तेवत होती आणि दत्तू पुजारीच्या नेत्रांतून अश्रू वाहत होते. अखंड!

''आई, तू रोज रोज छान छान जेवण करतेस.''

''आवडतंय ना तुला? पोटभर जेव.''

''आधी का असं जेवण करत नव्हतीस?''

''आधीचं विसर. आता करते ना?''

''जेवण बनवायला जातेस ना त्या करंदीकरकाकूंकडे?''

''तुला कुणी सांगितलं?''

''तो आनंद्या चिडवत होता मला, 'हा बघा स्वैपाकिणीचा गोट्या.'''

''असं म्हणाला? म्हणू देत.''

''पण का?''

''त्यात खोटं काय आहे सांग? मी जाते त्यांच्याकडे, जेवण बनवते, ते मला त्याचे पैसे देतात. त्या पैशांमुळेच आपल्या घरी चार चांगले जिन्नस बनतात.''

''बाबा माझं ऐकत नाहीत. म्हणून तुला हे असं काम करावं लागतं. मी त्यांना सांगितलं होतं की, तुम्ही असं काम करू नका. ते का ऐकत नाहीत?''

"ते काहीही चुकीचं करत नाहीयेत. तू मोठा झालास की, तुला समजेल. आणि मीही काहीही चुकीचं किंवा कमी प्रतीचं काम करत नाहीये. खरेपणानं जे जे करू ते नेहमी चांगलं असतं. त्यानं आपली प्रतिष्ठा कमी होत नाही."

"पण..."

"गोविंदा, एक कायम लक्षात ठेव, इतर काय म्हणतात, ह्यापेक्षा आपलं मन काय म्हणतं, का म्हणतं, चुकीचं की बरोबर आहे ते मन, ह्याचा पडताळा आपण घ्यायचा. आणि एक मन अगदी आतून आपल्याला सूचना देत असतं. ते ऐकण्यासाठी एक वेगळी श्रवणशक्ती हवी. ती कमवण्याचा प्रयत्न कर. ते मन कधीही चुकीची घंटा वाजवत नाही. मात्र त्या घंटेचा निनाद ऐकण्याची सवय लावून घ्यावी लागते."

"म्हणजे?"

"समजेल तुला हळूहळू."

"आत्ता सांग ना. सारखं तुम्ही दोघं एकच काय सांगता की, मोठा झालास की समजेल म्हणून? यापेक्षा आत्ता समजेल असं का नाही सांगत?"

"कारण तू प्रश्नच असे विचारतोस! तू लहान मुलासारखे प्रश्न विचार, मग तुला आत्ता समजेल असं आम्हाला सांगता येईल."

"बघ, परत तू, ते सांग ना दुसऱ्या मनाबद्दलचं."

"समज, म्हणजे समजच फक्त हं, की तू तुझा अभ्यास केला नाहीयेस. गृहपाठ राहिला करायचा. मग मास्तरांनी वर्गात विचारलं की, का नाही केलास? मग तुला भीती वाटली. मास्तरांनी शिक्षा करू नये म्हणून मग तू असं सांगितलंस की, 'बरं वाटत नव्हतं' हे सांगताना, एक मन म्हणतं बरोबर केलंस, दुसरं मन म्हणतं चूक केलंस. आणि अगदी आतून तुला वाटतं, शिक्षा झाली तरी हरकत नाही; आत्ता तू खोटं सांगितलंस ते कबूल करून टाक. तर ह्या आतल्या मनाचं त्या क्षणी ऐकायला हवं. मग मास्तर ओरडले, आधी खोटं का बोललास म्हणून शिक्षा जरी केली तरी चालेल."

"समजलं आई. मी तसा प्रयत्न करेन."

"शाब्बास."

"आता तू मला एकच सांग. करंदीकरांकडे जे पदार्थ उरतात ते पदार्थ त्या तुला घरी घेऊन जायला सांगता ना? तेच उरलेलं जेवण आपण जेवतो?"

कालिंदी स्तब्ध झाली. काय सांगावं, कसं हो म्हणावं तिला समजेना. पण ती गोविंदाच्या शंका व्यक्त होणारा चेहरा बघत होती. जर आपण त्याला काही शिकवतोय तर आपलं वागणंही त्याप्रमाणेच हवं. आणि तशीही परिस्थिती काय आहे, हे समजण्याइतपत तो खचितच मोठा झालाय.

"हो. नेहमी नाही. पण..."

“मला समजतं ना ते. रोज रोज असं जेवण आपण करत नाही.”

“अन्न आहे ते. मग कुठेही का शिजलेलं असेना! पण गोविंदा, एक नक्की लक्षात ठेव. ते अन्न मागून आणलेलं नाहीये.”

“मी जेवेन. तू वाईट वाटून घेऊ नकोस.”

“गोविंदा...”

“मी मोठा होईन. खूप मोठा. आणि तुला मग कधीही काम करू देणार नाही. मी पैसे कमवीन. मी बाबांसारखा भटजी होणार नाही. तसा झालो तर आपण असेच राहू. तुलाही काम करत राहावं लागेल. हे असं उरलेलं अन्न पुन्हा तेव्हासुद्धा खात राहावं लागेल. असं नाही व्हायचं मला भटजी. मी मोठा होणार.’

आणि मग गोविंदानं एकच ध्यास घेतला. मोठं व्हायचं, कसंही करून. काहीतरी वेगळं व्हायचं. गावात राहायचंच नाही. भटजी व्हायचंच नाही. बाबा संस्कृत शिकायला बसवतात. ह्यापुढे संस्कृत शिकायचंच नाही. नकोत ते श्लोक आणि नको ती शेंडी. आता आनंदसारखे केस वाढवायचे. ठरलं. ठरलं म्हणजे ठरलंच. ती शाळेतली मुलं भटुरड्या म्हणतात. त्यांना दाखवून द्यायचं, ‘मी भटुरडा अजिबात नाही.’ परवा त्या मुक्याकडे पूजा होती. त्यानं सगळ्या मुलांना प्रसादासाठी बोलावलं. तो प्रसाद नाही मिळाला पूजेचा म्हणून किती वाईट वाटलं. आमराईत जाऊन किती रडलो. गंगा, कावेरीलाही सांगितलं. त्यांनापण रडू आलं. त्यांची मऊशार कातडी थरथरत होती. पण आईबाबांना हे नाही सांगितलं आपण. सांगून काही फायदाच नव्हता. परत म्हणाले असते, “असू दे गोविंदा, नको बोलावू देत. आपण घरी करू प्रसाद तुझ्यासाठी.” इतकंच कशाला? गेल्या महिन्यात बाबांनी घरी सत्यनारायण घातला होता. कथाही वाचली. तो सत्यनारायण बाबांना का नाही प्रसन्न होत? मी शाळेतल्या सगळ्या मुलांना बोलावलं, तर कुण्णी कुण्णी आलं नाही. आले ते सगळे नदी पलीकडले. छाट! मला अजिबात आवडत नाहीत ती मुलं. मग दुसऱ्या दिवशी शाळेत सगळ्यांनी चिडवलं, “ए ऐकलं का, भटुरड्याच्या पूजेला कोण कोण गेलं? उंदीर, घुशी आणि माकडं.” खूप राग आला होता. पण... पण नाही चिडलो. शांत राह्यलो. काय करणार? मी गरीब नि ते सगळे श्रीमंत आहेत ना! मीपण श्रीमंत होणार. खूप खूप श्रीमंत. मुंबईला जाणार. कशी असेल मुंबई? शाळेतले कितीतरी जण मुंबई बघून आलेत. सुसाट गाड्या असतात. गाड्या! बैलगाड्या नाहीत काही, तर गाड्या! आणि इमारती, मोठ्ठ्या. बस असते. ती तालुक्याला येते तशी, त्याहूनही मोठी. खूप दिवे असतात. आपल्या घरी दोनच दिवे आहेत. तेही कधी पेटतात, तर कधी नाही. मुंबईला जायचं. जायचं म्हणजे जायचंच. तिथे काम केलं की, खूप पैसे मिळतात. ठरलं. ठरलं म्हणजे ठरलंच.

"गोविंदा, कसला विचार करतोय?"

"कसलाच नाही."

"बघ, खरं सांग."

"सांगू पण तू कुण्णाला सांगायचं नाहीस. बाबांनाही नाही. शप्पथ?"

"हो. शप्पथ!"

"मी मोठा झालो की, मुंबईला जाणार."

"अगं बाई! एकटाच? आणि तो कसा काय?"

"एकटाच बसनं जाणार. मग मी तिथे काम करणार. पैसे जमवणार. तुला आणून देणार. मग तू त्या करंदीकरकाकूंकडे जेवण बनवायला जायचं बंद कर."

"अस्सं?"

"हसू नकोस. मी ठरवलंय. अगदी पक्कं!"

"वा!"

"पुन्हा हसलीस? कट्टी करेन हं तुझ्याशी!"

"नको रे बाबा. मी हसत नाही बघ. झालं समाधान? मग पळा आता अभ्यासाला. मुंबईला जायचं तर खूप अभ्यास करायला हवा."

"करेनच."

कालिंदीला हसूही येत होतं आणि चिंताही वाटत होती. नेमकं गोविंदाच्या मनात काय चाललंय हे तिला समजत होतं. आपला त्याला तिरस्कार तर वाटणार नाही ना? बाबांचं भटजी असणं त्याला खुपतंय हे जाणवू लागलंच आहे. वडील अंत्यविधी करणारे आणि आई स्वैपाकीण. त्याला लाज वाटत असेल का हे सांगायला? काय करावं? त्याला कसं समजवावं? कालांतरानं त्याचे विचार बदलतीलही, पण असं म्हणतात ना की, ह्या वयात जे काही विचार, जी काही मतं तयार होतात ती आजन्म तशीच राहतात.

"काय चाललंय?"

"तुम्ही? तुम्ही केव्हा आलात?"

"नुकताच."

"वाढायचं?"

"हो."

"कालिंदी, सकाळी म्हादू म्हणत होता की, गंगा जरा अस्वस्थ दिसत्येय म्हणून."

"हो. झाले दोन दिवस. तिला चाटण दिलंय करून."

"काय होतंय?"

"तसं नीट सांगता नाही येणार; पण तिचं दूध आटलंय थोडं."

"चारापाणी तर व्यवस्थित चालू आहे."

"हो, म्हादू अगदी व्यवस्थित करतो. पण कास धरली तरी म्हणावी तशी धार लागत नाहीये."

"बघतो दुपारला."

"शंकररावांकडे उद्या दहावं आहे ना?"

"हं. मोठा आघात झालाय त्यांच्या मनावर. ह्या वयात मुलगा जाणं म्हणजे आधारच गेला. खचलेत अतिशय."

"काय तरी दैवाचा खेळ? शंकररावांचे वडील अजून हयात आहेत. वर्षानुवर्षं त्या गादीवर पडलेले, मरणाची वाट बघणारे, ते जगताहेत अजून आणि हा चालता बोलता, तरणा पोरगा, सर्व इच्छा, स्वप्नं अर्धवट ठेवून असा निघून जातो. काय म्हणावं?"

"दैवगती. दुसरं काय? उद्या पिंडाला कावळा शिवणार का असाच प्रश्न सगळ्यांना पडला आहे."

"बाबा, कावळा शिवणार म्हणजे?"

"अरे, तू इथे काय करतोयस? अभ्यास करत होतास ना?"

"पाणी प्यायला आलो. पण बाबा, कावळा शिवतो म्हणजे काय?"

"हे बघ, बाबा दमून आलेत. त्यांना जेवू दे. नंतर बोलत बसा. विचार नंतर. जा. हा अचानक आला. तुम्ही जेवा."

"कालिंदी गोविंदाला उत्तरं ही द्यावीच लागणार."

"पण..."

"आत्ता काय नि नंतर काय."

"हे मला अजिबात मान्य नाही. काही उत्तरं द्यायची आवश्यकता नाही. हा विषय इथेच बंद करा."

कालिंदी घाबरली होती. तिच्या मनात चाललेली खळबळ तिला दर्शवून द्यायची नव्हती. तिला सतत गोविंदाचे शब्द आठवत होते. गोविंदाला ह्या सगळ्यापासून दूर ठेवायला हवं. घरात हे विधी, दहावं, बारावं काहीही उच्चारता कामा नये. काहीही...

"कालिंदी, ए कालिंदी..."

"आले हो..."

"म्हादू, गंगेला धर."

"काय झालं?"

"हे बघ. गंगेला इथे जखम आहे. चट्टा असा दिसतोय बघ."

"खरंच की!"

"लेप करून आण आणि म्हादू गंगेला जास्तीतजास्त पाणी पाजत जा. गोठा अगदी धुऊन घे. कावेरीला जरा दूर बांध."

"घ्या."

"म्हादू, दर चार-पाच तासांनी हा लेप लावत राहा. दूध काढू नका. आधी ती बरी होऊ दे."

"गंगे, बाई गं, दुखतंय का गं? कसं गं लक्षात नाही आलं. अहो, गावात एक डॉक्टर आलेत ना जनावरांचे, बोलवायचं का त्यांना?"

"आज बघू लेप लावून, नाही काही फरक पडला तर उद्या गोविंदाला सांग त्यांना घेऊन यायला."

"म्हादू लक्ष ठेव रे बाबा!"

"आक्का, जरा धुरी करा. शेक देऊ या."

"लेप लावला की शेक नाही देता येणार आणि नकोच. कसला चट्टा आहे, हे माहीत नाही. उगीचच काहीतरी वेगळंवागळं व्हायचं."

"बरं."

पण गंगा बरी होत नव्हती. दुसऱ्या दिवशी डॉक्टर आणला. त्याने सुई टोचली. अगदी केविलवाणी हंबरली तेव्हा. घराला घोर लागला. वासरू होती जेव्हा आणली होती. दान म्हणून मिळाली होती. आताशा दान करायला कुणाला परवडत नाही आणि ती प्रथाही हळूहळू लोप पावत चाललीये. गोविंदा किती लहान होता जेव्हा गंगा घरी आली. की गंगा आल्यानंतर गोविंदा जन्मला? काही सुचत नाही. आठवत नाही. घर सैरभैर झालं. दिवसन्रात्र गंगेचं केविलवाणं हंबरणं तेवढं राहिलं. सगळे चिंतातूर झाले. रोज रोज डॉक्टर परवडण्यासारखा नव्हता. पण गंगेसाठी त्याचीही क्षिती बाळगली नाही. कसंही करून ती बरी व्हावी हीच इच्छा तेवढी राहिली. नवस बोलून झाले. गोविंदाला रडू आवरेना. कालिंदीचेही डोळे सतत पाणावलेले. माणसांपेक्षा जास्त जीव लावला गंगीनं. आचळाला नुसता स्पर्श करण्याचा अवकाश, भरभरून दूध! त्या दुधावरच तर गोविंदा मोठा झाला. त्या दुधानंच घराला चार घास दिले. बरी हो गं गंगा.

प्रार्थना फळली नाही आणि शेवटी गंगाने प्राण सोडला. दत्तू पुजारी म्हणाला "सुटली. यातनांतून मुक्त झाली."

हे ऐकलं मात्र आणि गोविंदाला अजून अपार दु:ख झालं. म्हादूने नदी

पलीकडल्यांना बोलावून आणलं. आठ-दहा जणांनाही ती भारी पडत होती. हातगाडीवर जेव्हा गंगाला ठेवलं, तेव्हा मात्र गोविंदाला आवरता-आवरता कालिंदी दमली.

"नका नेऊ तिला." गोविंदानं हंबरडा फोडला.

दिवस सुन्न गेला. गंगाचं दावण रिकामं, ती जागा आता ओकीबोकी दिसत होती. कावेरीलाही समजलं. तिनं आपला पान्हा आक्रसून घेतला.

"बाबा, गंगीला कुठं नेलं?"

"नदी पलीकडे."

"का?"

"तिथे तिला मुक्ती दिली."

"तिथे का? आपल्या इथे का नाही?"

"आत्तापर्यंत असं ज्या ज्या घरात घडलं, ती ती सर्व जनावरं..."

"तिला, गंगीला जनावर म्हणू नका."

"हो, बरोबर आहे बेटा. ती खरोखरच गंगा होती."

"मग का नेलंत तिथे!"

"पुरावं लागतं ना?"

"तिला पुरलं?"

"हं. तसं करावं लागतं."

"का बाबा?"

"जीव गेला की राहतं ते फक्त शरीर. आणि जीव नसलेलं शरीर लगेचच खराब व्हायला लागतं. कुजतं. त्याने दूषित जंतू पसरतात. रोग होतात, वाढतात. तुला शास्त्रामध्ये हे सर्व शिकवतील. पुढच्या वर्षी."

"माणसांचं पण असंच होतं."

"हो."

"माझंपण असंच होणार?"

"गोविंदा, पुरे. तू बाहेर जा बघू. कावेरीनं पाणी पण तोंडाला लावलं नाहीये. जा जरा तिच्याजवळ."

गोविंदा जरा नाराजीनंच बाहेर गेला. त्याचे प्रश्न अजून संपले नव्हते. त्याला खूप खूप विचारायचं होतं. त्याला बाबांना जाब विचारायचा होता.

"काय भलतंसलतं बोलत राहता पोरासमोर?"

"काय करू? काय उत्तरं देऊ?"

"टाळायचं उत्तर द्यायला. विषयांतर करायचं."

"तो ऐकणार असं वाटतं तुला?"

"निदान प्रयत्न तरी असाच हवा."

"गंगा गेली ह्याचं दु:ख खूप तीव्र आहे. तो हे फार मनाला लावून घेतोय. अशा वेळेस भावनांवर संयम हवा आणि वास्तव, रोखठोक सांगायला हवं."

"हे तुमचं तत्त्वज्ञान मला मान्य नाही. भावना जपायला हव्यात. कटु सत्य जाणवून देत राहिलो तर तो भावनाशून्य होईल. आपल्यापासून मनानं दूर जाईल."

"जे होणार नाही त्याची वाच्यता कशाला? म्हणतात ना, वास्तु तथास्तु म्हणत असते. मग?"

"हे आत्ता सुचतंय तुम्हांला? मघा काय काय बोलत होतात?"

"बरं, हे पैसे, नीट ठेव. मी गोविंदा काय करतोय ते बघतो."

दत्तू पुजारी अंगणात आला. वळसा घालून गोठ्याकडे गेला. चारही पाय मुडपून बसलेल्या कावेरीच्या गळ्यात हात घालून मुसमुसणाऱ्या गोविंदाला बघून दत्तूला गलबलून आलं. कितीतरी वेळ ते दृश्य बघत तो तसाच आकसून उभा होता. कितीतरी वेळ... माणसांचं करतात तसं सर्व दत्तू पुजारानं गंगाचं केलं. सुतक पाळलं. अंत्येष्टी संस्कार केले. पण सर्व गोविंदापासून लपवून. त्यानं त्याच्या परीनं गंगाला मुक्ती दिली.

म्हादू अगदी अबोल झाला होता. तसाही मुळात तो कमी बोलणारा होता. त्याला वाचा फुटायची ती गोठ्यात. गंगा, कावेरीशी तो बोलायचा. त्यांना आपली सुखंदु:खं सांगायचा आणि त्यांची विचारायचा. पण आता तो गप्प झाला. पूर्वी असा त्याचा संवाद सुरू असताना घरात कालिंदी, दत्तू हसत राहायचे. आता तेही शांत झाले. ही शांतता कधीकधी असह्य व्हायची. काहीतरी बिनसतंय असं सतत वाटत राहायचं. बाई गेली तेव्हाही काही दिवस असंच होत होतं. पण तेव्हा गोविंदा लहान होता. त्याची बडबड, धडपड, हसणं, खेळणं ह्यानं सर्व सावरलं गेलं होतं. पण गोविंदा आता तसा राहिलेला नाही. काहीतरी सूक्ष्मपणे बदलतंय. जाणवतंय पण सांगता येत नाही.

गंगा जाऊन निदान वीस-पंचवीस दिवस तरी झाले आणि एका दुपारी शाळा सुटल्या-सुटल्या गोविंदा धावतच घरी पोहोचला. अंगणातूनच त्यानं हाक दिली.

"आई..."

"ए आई..."

"आले रे. आले. काय झालं? अशी काय हाक मारतोयस? घाबरले ना मी..."

"आई, तू आधी इथे ये."

"काय झालं?"

“बस. मला एक सांग, आपण म्हणजे बाबांनी गंगाला पुरलं. हो ना?”

“एकदा त्यांनी सांगितलं ना तुला तसं? मग?”

“मग मला सांग तो भिक्या सांगतो ते खरं की खोटं?”

“कोण भिक्या?”

“महारवाड्यात राहाणारा. तो मला म्हणाला, ‘ए भटा तुझ्या गंगीचं मटण अगदी इ्याक व्हतं. अन तिच्या सालीची लय भारी बोली आली.’ का?’”

“काय?”

“खरं सांग आई. बाबांनी गंगाला पुरलं होतं ना?”

“गोविंदा अरे खरंच, खरंच पुरलं.”

“मग तो भिक्या असं का म्हणाला?”

“खोटं बोलतोय तो. विनाकारण तुला चिडवायला.”

“हो ना? मग ठीक. उद्या साल्याला...”

“गोविंदा! वाईट शब्द.”

“बोलणार. तो तसाच आहे, हलकट, माझ्या गंगाबद्दल घाणेरडं बोलतो.”

“हे बघ गोविंदा... गोविंदा.”

कालिंदी नि:शब्द झाली होती. गोविंदाला सावरणं, संभाळणं कठीण जात होतं. तो रडत, ओरडत होता. त्या भिका की कोण त्याला नाही-नाही ते बोल लावत होता. ह्या घरात आजतागायत न ऐकलेले असे अनेक अपशब्द ते घर आज ऐकत होते. कसंबसं ती त्याला घरात घेऊन आली. रडता-रडता केव्हातरी गोविंदाला थकवा आला, ग्लानी आली, झोप लागली. त्याच्या अंगावर पातळसं जुनेरं घालून कालिंदी देवापुढे येऊन बसली. हात जोडून, डोळे मिटून देवापुढे बसलेल्या कालिंदीला सतत गंगा दिसत होती. मिटलेल्या डोळ्यांमधून पाणी ओघळू लागलं. ओघळत राहिलं.

दत्तू पुजारी गणेश मंदिरातून परतला. माजघरात आला. देवापुढच्या कालिंदीला बघून त्याला आश्चर्य वाटलं. ह्या वेळी कालिंदी देवापाशी?

“काय झालं कालिंदी?”

“आलात? तुम्हीही या इथे.”

“का गं?”

“या. बसा. मला एक सांगा, गंगा गेली, त्यादिवशी तुम्ही मला काही पैसे दिलेत. ते कसले पैसे होते?”

“का? असं अचानक एकदम विचारत्येस? सांगतो. आत्तापर्यंत तू मला कधीही असा प्रश्न विचारला नाहीस, म्हणून जरा आश्चर्य वाटलं. ते पैसे मी उसने

आणले होते. गंगाला तपासायला डॉक्टर येत होते. त्यांची फी द्यायची होती. शंकररावांकडून विधींचे पैसे मिळणार होते, पण काही कारणानं ते देऊ शकले नाहीत आणि मी मागितले नाहीत. उसने आणले, पण गंगा तेव्हा, त्याच दिवशी गेली. नंतर दोनच दिवसांनी शंकररावांकडून पैसे मिळाले. तेच पैसे उसने जिथून आणले होते त्याला देऊन टाकले.''

''ओझं उतरलं मनावरचं. संशय म्हणजे पाप आहे. हे पाप आज माझ्या हातून झालं. मला क्षमा करा.''

''पण काय घडलं ते तरी कळू दे.''

''नको, पुन्हा वाच्यता नको. सांगा, तुम्ही मला क्षमा केलीत ना?''

''हे बरं आहे, काही...''

''क्षमा केलीत ना?''

''कालिंदी नको अशी केविलवाणी होऊस. तुझ्या ठिकाणी मी असतो तरी अशीच शंका आली असती. दारिद्र्य मनुष्याला फार शंकेखोर बनवतं.''

''म्हणजे, तुम्हांला ठाऊक आहे?''

''आहे. तशी चर्चाच चालू आहे गावात. माझ्या कानावर येणार नाही असं कसं होईल?''

''गोविंदा.''

''संभाळू त्याला आपण...''

झोपेतही मुसमुसणाऱ्या गोविंदाकडे दोघं जण हतबुद्ध होऊन बघत राहिले. देवापुढे अखंड तेवणारी समईची ज्योत दत्तू पुजारी आणि कालिंदीची पुसटशी सावली भिंतीवर पुढे-मागे करत होती.

७

गणेश मंदिर मोठं होत होतं. ट्रस्टीज मोठे होत होते. पुजारी मोठे होत होते. शरीर आणि धन दोन्ही तऱ्हेनं मोठे होत होते. गणेश मात्र जसा आधी होता, तसाच राहिला. दगडी. मागच्या डोंगराच्या आकाराशी साधर्म्य असणारा. ओबडधोबड. डावं-उजवं न करणारा. पण असं वाटत होतं की, दत्तू पुजाऱ्याच्या बाबतीत तो तटस्थ, त्रयस्थ वागत होता.

दत्तू पुजारी आत्ताही रोजच्या शिरस्त्याप्रमाणे काकड आरतीला उभा होता. त्याचं स्थान आता मंडपात होतं. हाच गाभारा आधी त्याच्या आवाजानं भरून जायचा. त्याचा आवाज घुमायचा. तो घुमकार सर्व मंदिरात उमटत राहायचा. आवाज खणखणीत, स्पष्ट, धारदार. गाता यायचं नाही म्हणून काय झालं? ते स्पष्ट उच्चार भारून टाकायचे; पण आता सर्व संपलं होतं. आता नव्हे, कधीचंच. समाजाची स्मरणशक्ती फार तोकडी असते. ती विरून जायला वेळ लागत नाही. त्याबद्दल दुःख होतं का? नाही. दुःख असं नाही, पण चुटपुट मात्र नक्की होती. श्लोक म्हणणाऱ्या, गाभाऱ्यात पूजा करणाऱ्या भटजींची धावपट्टी सुरू व्हायची, चुकूनमाकून एखादा शब्द जरी कानी पडला आणि तो चुकीचा उच्चारला गेला असला की, दत्तू पुजारी मनातल्या मनात त्याचा नीट, स्पष्ट उच्चार करत राहायचा. आत्ताही त्यानं तसंच केलं.

"शंन्नो मित्र: शं वरुणा: शंन्नो भवत्मर्य:
शंन्नो इंद्रो बृहस्पतिही..."

त्याच्या नकळत त्याचा आवाज मोठा झाला. तो पूर्वीसारखाच आत्ताही तल्लीन झाला; पण त्याची लय आणि पुजाऱ्याची धावपट्टी जमेना. पुजाऱ्यानं जोरजोरात घंटा वाजवायला सुरुवात केली.

दत्तू पुजारी त्याच्या नित्याच्या पारावर येऊन बसला. हल्ली त्याला एक जणू चाळाच लागला होता. दर्शनाला येणाऱ्या भाविकांना न्याहाळत राहायचं. आत्ताही तो असाच न्याहाळत होता आणि तो दचकला. पाटलांची आठवण व्हावी इतकं साम्य असलेली एक व्यक्ती समोर रांगेत उभी होती. त्या व्यक्तीला न्याहाळता-न्याहाळता त्याला पाटील आठवले. त्याच्या डोळ्यांत पाणी तरळलं. तो उदास झाला. मग

त्याच्याच्यानं तिथे बसवेना. तो निघालाच आणि जराशी वाट वाकडी करून वाड्याजवळ आला. त्याला उगीचच असं वाटलं की, वाडा उघडा असेल. कुणीतरी वाड्यात असेल. ते भलंमोठं लोखंडी कुलूप उघडलं असेल. तो जरासा रेंगाळला. वाडा सुनसान होता. वाड्याभोवती लावलेली झाडं सुकत चालली होती. त्याच्याच्यानं बघवेना. तो माघारी आला आणि घरची वाट तुडवू लागला.

"आज लवकर आलात?"

"हो." उपरणं खुंटीला अडकवत दत्तू पुजारी म्हणाला.

"चहा ठेवू?"

"हं. आज मंदिरात अगदी हुबेहूब पाटलांसारखा मनुष्य दिसला. मग तिथे बसवेना. वाड्यावरून आलो."

"मी ऐकलंय की वाडा विक्रीस काढतायत."

"काय? कोण?"

"पाटलांचे कुणी नातेवाईक. इंदूरला असतात ना, ते."

"म्हणजे त्यांचे चुलत बंधू?"

"तेच असतील मग. करंदीकरबाई म्हणत होत्या."

"म्हणजे, जे गृहस्थ पाटलांसारखे दिसले ते तर नव्हेत?"

"काय की? मी कुठे पाह्ययलंय त्यांना?"

"मीही नाही बघितलेलं. वहिनी, पाटील दोघे गेले, तेव्हा ते नव्हते आले."

"त्यांना म्हणे दम्याचा आजार आहे. ते सहसा जात नाहीत कुठे. म्हणजे जाऊ शकत नाहीत."

"वाडा विकणार?"

"ठेवून तरी काय करणार? कोण येऊन राहणार आहे गावात? एकदा शहरात राहायची सवय झाली की झाली."

"वाईट आहे हे. जुनं जपायला हवं माणसांनी."

"असं तुम्हांला वाटतं. जर आपला गोविंदा उद्या शहरात गेला की येईल का परतून?"

"काय वाट्टेल ते बोलत्येस. तो का जाईल शहरात? इथे काय कमी आहे? इथेही आता सुधारणा होत आहेत!"

"मी नुसतं उदाहरण दिलं. मी बोलले फक्त, म्हणजे तो खरंच जाणार, असं आहे का? आणि खरंच जायचं म्हणाला, तर त्याला आपण अडवू शकणार आहोत का?"

"नाही कालिंदी, आपण कुणालाच अडवू शकत नाही. जाणारा जातोच. मग हे जाणं कशाही स्वरूपाचं असो. बाबा गेले, तुझे आईबाबा कधीचेच गेले, मग बाई

गेली, गंगा गेली, पाटील गेले, आता वाडाही जाईल. जो कुणी तो वाडा घेईल, त्यानं तो तसाच ठेवला तर ठीक. नाहीतर तोही जमीनदोस्त होईल आणि जे नवं उभं राहील, त्याच्याकडे बघवणार नाही. ते परकं, अपुरं वाटेल.''

''अहो, मी असंच काहीतरी बोलले. इतकं का मनाला लावून घेताय? तुम्हीच नेहमी सांगतना की, जुनं संपल्याशिवाय नव्यासाठी जागा रिकामी होणार नाही म्हणून.''

''हं.''

''चहा घ्या. मला उशीर होतोय. करंदीकरांकडे आज कुणी पाहुणे येणार आहेत. खूप काम आहे.''

''घेतो आणि माझी मुलंही येत असतील.''

''गोविंदाला यायला उशीर होणार आहे.''

''कुठे जाणारे तो?''

''काही बोलला नाही.''

''ह्या मुलाचं मला काही समजेनासं झालंय. मी जणू त्याचा शत्रूच आहे. नीट बोलत नाही. जे सांगेन त्याच्या विरुद्ध करतो. चांगलं संस्कृत घ्यायचं, तर ते सोडून हिंदी घेतलंन. भाषा ही चांगलीच असते. मग ती कुठलीही असो. पण संकृत घेतलं असतं, तर मी आहे ना शिकवायला! त्याच्याच वर्गातली मुलं येतात ना शिकायला! परवा त्याचेच सर मला विचारत होते, 'गोविंदाने हिंदी भाषा का घेतली आहे?' काय सांगणार?''

''मी बोलेन त्याच्याशी.''

''काही नको. कुणी सांगितलं म्हणून त्यानं त्याचं मत बदललं, हे मला आवडणार नाही.''

''माझी अगदी पंचाईत होते. काय करू?''

''काही नको करूस. जे जे होतंय, होऊ देत.''

''दत्तूबुवा...''

''कोण ते?''

''मी, श्याम.''

''काय झालं रे?''

''पुरोहितांची आई गेली.''

''कधी रे?''

''झाले दीड-दोन तास. तुम्हालाच बोलवायला आलोय.''

''अरे पण त्यांचे नातेवाईक जमायचे असतील ना?''

''ते माहीत नाही.''

"येतो."

"अहो, मीपण निघत्ये. आता काय माहीत करंदीकरांकडे तरी पक्वान्न शिजतील का? अगदीच शेजारचं घर आहे! म्हादू, लक्ष ठेव रे, निघतोय आम्ही."

पुरोहितांकडे बरीच गर्दी जमली होती. पंचक्रोशीतली माणसं बातमी समजताच आली होती. वातावरण तसं गंभीर, पण दुखवटा शांतपणे व्यक्त होत होता. दत्तू पुजाऱ्याला हा फरक नेहमी जाणवत असे. नदीपलीकडल्या वस्त्यांमधून दुखवटा दाखवायचा तो म्हणजे अगदी मोठ्ठा गळा काढून रडायचं. छाती पिटून घ्यायची. ओरडायचं. आणि इथे? जरा उच्चभ्रू, सुशिक्षित लोकांकडे शांततेनं शोक व्यक्त केला जातो.

"या."

"काय झालं होतं आईंना?"

"काही कळायला मार्ग नाही. काल संध्याकाळपर्यंत ठीक होती. संध्याकाळी फक्त फलाहार घ्यायची आणि रात्री निजण्यापूर्वी अर्धा कप दूध. तिनं नित्याप्रमाणे फलाहार घेतला. जरा पडते रे, असं म्हणून तिच्या खोलीत गेली. आनंदची आई तिला दूध द्यायला गेली ती तशीच परत आली. मला म्हणाली, 'सासुबाईंना छान झोप लागलीये. काय करू?' मी म्हणालो, 'तर मग झोपू देत. नको उठवूस.' आणि सकाळी बघतो तर..."

"श्रीहरि श्रीहरि."

"शांत, झोपेतच मृत्यू आला."

"धन्य, धन्य!"

"तुम्ही संस्कारांना सुरुवात करा. आमचे नातलग बरेच दूर राहतात. कुणासाठीही थांबण्यात अर्थ नाही."

"ठीक." दत्तू पुजारानं संस्कारांना सुरुवात केली.

केशवाय नमः नारायणाय नमः माधवाय नमः गोविंदाय नमः....

अंगणातून तिरडी उचलली आणि दबका हुंदका ऐकू आला. तो खचितच पुरोहितांचाच असणार. आयुष्यात कधी ना कधी ह्या सत्याला सामोरं जावं लागतंच. आपल्याला अगदी लहान वयातच हे सत्य उमगलं. सामना करावा लागला. गणेशाची इच्छा! चार खांदे सावकाश पुरोहितांच्या बंगल्यातून बाहेर पडले.

सर्व होईतो संध्याकाळ झाली. दमूनथकून दत्तू पुजारी घरी पोहोचला तेव्हा दिवेलागण होत होती. कालिंदानं सर्व तयारी बाहेरच्या न्हाणीघरात करून ठेवली होती. दत्तूनं चार तांब्ये अंगावर घेतले आणि आवाज आला.

"गुरुजी हायत का वं?"

"कोण ते?"

“वैनीबाईगं, गुरुजी हायत न्हवं?”

“आहेत. आत्ताच आलेत. स्नान करतायत.”

“बिगीन या मन्हावं.”

“कुठे?”

“चिंचोलीचा म्या चव्हान.”

“अस्सं? काय झालं?”

“प्वार ग्येलं. गुरुजींना सांगावा घालायला इलो.”

“कुणाचं मूल गेलं?”

“आक्कासायबाचं.”

“म्हणजे जावडेबाईंचा मुलगा?”

“व्हय जी.”

“कशानं रे?”

“काय सांगावा? ज्वर इला आसं म्हनत व्हती आक्कासायब.”

“अरे देवा!”

“येत्याल नव्हं?”

“हो. सांगते मी.”

“म्या व्हउ का म्होरं?”

“जा तू.”

दत्तू पुजारानं दोन घास रिचवले आणि तो निघाला. आता परतायला पहाट होणार हे तो जाणून होता. चिंचोलीला जाणारा मार्ग तसा अडचणीचा होता. मध्ये जंगलही लागायचं. उजेडासाठी, वाट दिसण्यासाठी त्यानं विजेरी घेतली होती. आता चालता-चालता थकवा जाणवत होता. अडीच तीन मैल चालत जायचं, सगळे संस्कार करायचे आणि पुन्हा तितकंच अंतर काटत घर गाठायचं. कठीण वाटत होतं. ही सर्व कर्म करायची, तर देह नावाच्या ह्या साधनाला चलनवलनासाठी यंत्र हवं. दत्तू पुजारीच्या मनात असा विचार आला आणि त्याला त्याच्या वडलांचे शब्द आठवू लागले.

“देह म्हणजे एक महान साधन आहे बाळा. ह्या देहात अनेक लहानसहान यंत्रं उत्तम रितीनं बसवली आहेत, ज्यायोगे चलनवलन सुयोग्य होतं. आणि हे सुयोग्य करणारा, नियंत्रण ठेवणारा, म्हणजेच मालक, ह्या देहाचा मालक, तो म्हणजे आत्मा! तो ह्या शरीरात अखंडपणे वास्तव करतो. तो ज्या क्षणी ह्या देह नावाच्या यंत्रातून बाहेर पडेल, तेव्हा ह्या यंत्राला किंमत शून्य! मग उरतो तो फक्त नि:सत्त्व सांगाडा, जड आणि जीर्ण वस्तू. ह्या जड आणि जीर्ण वस्तूला पंचतत्त्वात विलीन

करणं हे परम शुभकार्य आहे हे तू कधीही विसरू नकोस.''

दत्तू पुजारी मध्येच क्षणभर थांबला. अंधूक झालेली पायवाट स्पष्ट दिसावी म्हणून त्यानं उपरण्यानं डोळे पुसले. उगीचच टोपी सारखी केली. भरून आलेला घसा मोकळा करण्यासाठी खाकरला. स्वत:ला सावरलं आणि चिंचोलीच्या वाटेनं पुन्हा चालू लागला.

''आई आज आनंद शाळेत आला होता.''

''हं.''

''तो काय काय सांगत होता.''

''कशाबद्दल?''

''त्याची आज्जी वारली ना, त्याबद्दल.''

''काय सांगत होता?''

''बाबांनी केलं कार्य.''

''हो.''

''काय ठेवतात गं पानांवर?''

''गोविंदा, तुला आता मी शेवटचं सांगते, तू हे असे प्रश्न विचारत जाऊ नकोस. तुला भटजी व्हायचं नाहीये. खरं ना?''

''अर्थातच. नाही व्हायचं.''

''मग तुला ही माहिती हवी कशाला? शाळेचं शेवटचं वर्ष आहे. नीट अभ्यास कर.''

''तो तर मी करतोच आहे. पण आत्ताशी सुरुवात आहे वर्षाची.''

''सुरुवातीपासूनच करावा लागतो अभ्यास.''

''करेन. पण तू चिडत्येस का?''

''मग काय करू? मला हे असले प्रश्न कधीही नको असतात. तू ह्यांनाही विचारणार नाहीस.''

''बाबांना काय विचारायचं? तुला माहित्येय, एकदा मी आणि बाबा गणेश मंदिरात गेलो होतो. लहान होतो मी तेव्हाची गोष्ट सांगतोय. तेव्हा मी बाबांना म्हणालो होतो की, तुम्ही हे काम करू नका. ऐकलं का त्यांनी?''

''नाही ऐकलं ना! मग आता कशाला त्यावरून चर्चा?''

''मला जरा समजू देत ना, एवढं काय महान कार्य आहे हे?''

''गोविंदा, जास्त बोलतोयस. मी हेच शिकवलं तुला? असा अनादर करायला? एवढी उत्सुकता आहे, तर ती गोष्टीची पुस्तकं वाचण्यापरिस ह्या संबंधातली पुस्तकं वाच ना.''

“छ्या! कोण वाचणार ती?”

“का? आता का? नुसते प्रश्न विचारून भंडावून सोडतोस तेव्हा...”

“का वाचू? काय वेगळं असणार आहे? मृत्यू, मरण, मढं, लहानपणापासून हे असेच शब्द ऐकत आलोय. कुणाची चिता जळत्ये? किती लाकडं लागली? ओली होती, सुकी होती, बराच वेळ लागला, दक्षिणा किती मिळाली, धान्य किती, माणसं किती होती. किती रडत होती, कवटी कधी फुटली...”

“बास बास पुरे. हे विधी म्हणजे फक्त इतकंच?”

“नाही. एक राहिलंच स्मशानाभोवती सतत येत राहाणारा मांसाचा भाजल्याचा, करपल्याचा वास.”

“गोविंदा...!”

“माहित्येय, शेवटी तू मलाच ओरडणार, पण मी सांगतोय, जी अवहेलना मी आत्तापर्यंत सहन केली, ती पुढे आयुष्यात सहन करणार नाही.”

“नको करूस. उलट मी तर म्हणते तुला की, तुझ्यावर तशी वेळ कधीच येऊ नये.”

दत्तू पुजारीला दारात बघून गोविंदा, कालिंदी चपापले.

“तुझं अगदी बरोबर आहे गोविंदा.”

“तुम्ही? तुम्ही कधी आलात?”

“योग्य वेळी आलो.”

“पाणी आणते.”

“नको. राहू दे. तर गोविंदा, खूप अभ्यास कर. मोठा हो. आणि ह्या वातावरणातून बाहेर पड. त्यात आम्हा दोघांनाही आनंद आहे. पण जे काही करशील ते पूर्णत्वाने कर, इतकंच हा भटजी तुला सांगू इच्छितो.”

माजघर सुन्न झालं. तिघांचं ते घर. पण आत्ता ह्या क्षणी प्रत्येक जण एकेकटं झालं होतं. प्रथमच!

८

गणेशपूरला नजर लागली? की पाप वाढलं? सगळे जण असंच म्हणत होते. पाप वाढलं. कसं वाढलं? कुणी वाढवलं? कुणामुळे? ह्या प्रश्नांची उत्तरं कुणाहीकडे नव्हती. नाहीत. पण काहीतरी झालं इतकं निश्चित.

असं म्हणतात की, माणसांच्या कुंडलीप्रमाणे जागेचीही कुंडली असते. गावाचीही कुंडली असते; पण तशी कुणी मांडत नाहीत. जर मांडली गेली असती तर कदाचित समजलं असतं.

कधी नव्हे तो यंदा प्रमाणाबाहेर पाऊस झाला. नदीला पूर आला. गावातले व्यवहार ठप्प झाले. तिकडचा माणूस तिकडे आणि इकडचा माणूस इकडे. खरंतर गणेशपूरच्या गणेशाची यंदा मोठी पालखी निघणार होती. पंचक्रोशीत फिरून येणार होती. प्रत्येक जण, लहानथोर भोये होणार होते. पुण्याच्या एका मोठ्या, धनाढ्य सावकाराने चांदीची पालखी गणेशाच्या मिरवणुकीसाठी भेट दिली होती. गणेशाला त्याचं काहीच महत्त्व नव्हतं. आणि कशाला असेल? देणारा तोच तर होता! सर्वांना त्यांच्या इच्छेनुरूप देणारा, नवसाला पावणारा! हे महत्त्व होतं ते त्या सावकाराला! पण पावसानं थैमान घातलं. पालखी नावापुरती निघाली. गणेश मंदिराच्या दर्शनी दरवाज्यातून मागच्या दरवाजापर्यंत! तिथल्या तिथेच पूजा झाली. ढोलताशे तसेच तिथेच घुमले आणि विरले.

"कालिंदी, काहीतरी अशुभ घडतंय असं वाटतंय."

"खरं सांगू का? मलाही तसंच वाटतंय. उभा जन्म गेला गणेशपुरात, पण असा पाऊस कधी बघितला नाही. नदी बघितलीत? तिचं पात्र किती मोठं झालंय! भीती वाटते. दुधाळ, दुथडी भरून सारखी खळखळ करत्ये. अहो, म्हादू कसा असेल? त्याचं घर तर अगदीच कच्चं झालंय."

"जाऊन यावं, तर तेही शक्य नाही."

"गोविंदा आला नाही अजून."

"अभ्यासाला गेलाय ना?"

"म्हणाला तर तसंच; पण कुणाकडे गेलाय हे सांगून जायला नको का?"

“तुलाही सांगितलं नाही?”

“नुस्त सरांकडे जातोय म्हणाला.”

“मग ठीक आहे. सर म्हणजे मुख्याध्यापकच असणार.”

“काय करावं ह्या पोराचं?”

“चिंता करणं सोडून द्यावं. जो तो आपापले भोग घेऊन येतो, ते भोगायचे.”

“असं म्हणून भागतं का?”

“कंदील विझतोय बघ. भागत असलं, नसलं तरी काय करणार आपण? ज्या गोष्टी हातात नाहीत, त्याबद्दल चिंता करायची नाही. कालिंदी, शेवटी प्रत्येक व्यक्ती स्वत:साठी स्वतंत्र असते.”

“तो खरंच गेला कुठे तर?”

“तर आपण आहोत ना एकमेकांसाठी. असं होणारच.

ज्याचा जितुका भाग तितकाची तो भोगे

जाई स्वदिशेशी, परतुनी न ये मागे.”

“आणि परतून आला तर?”

“तर इथेच त्याचा भोग, वाटा बाकी होता, म्हणून आला असं म्हणायचं. तेच सत्य.”

तब्बल दहा दिवसांनी उघडीप झाली. पंचक्रोशी जरा हलू लागली. सर्वत्र चिखल, पाण्याची डबकी! घर जरा लावून, दत्तू पुजारी नदीकडे निघाला. अजूनही पाण्याला ओढ होती. पलीकडे जाता येणं अशक्य होतं. परतीच्या वाटेवर दत्तूला धावत येणारे अभ्यंकर भेटले.

“दत्तूबुवा, तुम्हांलाच बघायला आलो. आधी घरी गेलो, तेव्हा तुम्ही इथे आल्याचं समजलं. मग तसाच इथे आलो.”

“सावकाश अभ्यंकर, दम लागलाय तुम्हांला.”

“लवकर चला गणेशाकडे.”

“का? काय झालं?”

“चला. प्रत्यक्ष बघा.”

दोघं जवळजवळ धावतच निघाले. मंदिरापाशी गर्दी होती. त्यातून वाट काढत अभ्यंकर आणि दत्तू पुजारी पुढे गेले आणि समोरचं दृश्य बघून दत्तूच्या पायांतलं बळच गेलं. मंदिर भंगलं होतं.

“हे, हे काय?” आणि दत्तूला रडू आवरेना.

“परवा रात्री विजेचा, वीज पडल्याचा आवाज आला होता.”

“हो. मीही ऐकला होता. मनातल्या मनात म्हणालोही होतो, गणेशा, संभाळ

रे बाबा सर्वांना. ह्या निसर्गकोपातून सोडव.''

''सोडवलं गणेशाने! तो कोप त्याने स्वतःच्या घरावर झेलला.''

''अभ्यंकर, आत जाऊ या.''

''पण ही दगडी भिंत कधीही कोसळेल.''

''म्हणूनच जाऊ या. गणेशाला सुखरूप बाहेर आणू.''

''पण जाता येईल का?''

''येईल.''

दत्तू पुढे सरसावला. जमलेल्या मंडळींपैकी प्रत्येक जण विरोध करत होता. पण त्याने जुमानलं नाही. गणेशाला सुखरूप बाहेर आणणं इतकंच त्याला दिसत होतं. दत्तू निघालेला बघून, अजूनकाही जण निघाले. वाटेत पडलेले दगड चुकवत, कधी त्या दगडांवर पाय ठेवत. मंदिरापाशी पोहोचले. मंदिराच्या मुख्य दाराशीच भलामोठा दगड होता. दहा-वीस जणांनाही हलणार नाही इतका मोठा. अगदी थोडीशी फट होती. त्या फटीतून एकेक जण, जमेल तितकं अंग चोरत, स्वतःला ढकलत आत गेलं. गाभाऱ्यात दत्तू गेला आणि त्यानं आनंदानं टाळ्या वाजवल्या. तो मन भरून हसू लागला. गणेश सुखरूप होता. आता काळजीचं कारण नव्हतं. त्यानं सर्वांना ही बातमी सांगितली. बाहेर उत्कंठतेनं उभ्या असलेल्या मंडळींना हे समजलं मात्र, आनंदाचा जल्लोष झाला.

मग मात्र पुढल्या गोष्टी अगदी लगबगीनं सुरू झाल्या. गणेशाचं कार्य म्हटल्यावर जो तो मदत करू लागला.

दिवस-दिवस मंदिर सुधारण्यासाठी लागणार होते. पण आता सर्वांची तयारी होती. दत्तू पुजारी समाधानाने घरी परतला.

''एक मोठं संकट टळलं, कालिंदी!''

''त्या गणेशाचीच कृपा!''

''आज कित्येक वर्षांनंतर गाभाऱ्यात गेलो. असं वाटलं की युगं गेली मधे.''

''कसं वाटलं?''

''गणेश प्रत्यक्ष भेटल्यासारखं वाटलं.''

''बाबा, तुम्हांला गाभाऱ्यात जायला कुणी बंदी घातली होती का? इतकी माणसं येतात दर्शनाला. गाभाऱ्यापर्यंत, गाभाऱ्यातही जातात. कुणास ठाऊक कुठला माणूस काय काम करतो? तरी तो जातो. कुठल्या जातीचा आहे, हाही विचार केला जात नाही. त्याला कुणी अडवत नाही. तुम्हीच स्वतःवर हे बंधन घालून घेतलंत, त्याला कोण काय करणार?''

''गोविंदा!''

''माझ्यावर कशाला ओरडत्येस आई? चार लोकांनी काहीतरी सांगितलं आणि

बाबांनी मान्य केलं. का? लहानपणापासून बघतोय, आपल्याला लोकं टाळतात. का? मलासुद्धा शाळेत कुणीही काहीही बोलतं. लहान होतो तेव्हाही, आणि आत्ताही. कायम एकटाच होतो. तू पुस्तकं वाचण्याचा नाद लावलास म्हणून जरा तरी बरं झालं; पण ही अशी अवस्था कशामुळे? कुणामुळे?''

''फार बोलतोयस!''

''बोलू दे त्याला कालिंदी. त्यानं तरी आपलं मन कुठे हलकं करायचं?''

''हे मी केवळ माझ्याबद्दल बोलत नाहीये. आपल्या तिघांचीही हीच अवस्था आहे. आई स्वैपाकीण झाली. आधी ती नदीपलीकडल्या वस्तीला सुधारण्यासाठी जात होती. तिला तिथे मान मिळाला. पण इथे? इथल्या घरांनी तिला घराबाहेर ठेवलं आणि आता तिथे, ती वस्ती मोठी झालीये. त्या मुलांना पुस्तकं, वह्या, गणवेश सर्व फुकट मिळतं, आणि मी? तसाच जुना कधीतरीचा गणवेश, जो आता मला होतही नाही नीट, तसाच घालतो. मला ती तिकडची मुलं आवडत नाहीत. त्यांची भाषा आवडत नाही आणि इकडची मुलं मला त्यांच्यात घेत नाहीत. मी काय करावं? आणि आता तर नदीपलीकडच्यांना आईची गरजही उरलेली नाही. ती करंदीकरांकडे जाते, ते केवळ त्यांना काही करता येत नाही म्हणून. कसला आजार झालाय, पलंगावरून उठताही येत नाही म्हणून. आई त्या दिवशी तू मला त्यांच्या घरी भाजी नेऊन द्यायला सांगितलीस...''

''कधी?''

''झाला महिना त्याला. तुला जरा ताप होता म्हणून तू मला नाक्यावरून भाजी आणून त्यांच्या घरी द्यायला सांगितलीस. त्यादिवशी त्यांच्याकडे देशपांडे काकू आल्या होत्या. त्या दोघी बोलत होत्या. 'काय हो, पुजारी बाई जेवण बनवते, ते चालतं श्री. करंदीकरांना?' त्या म्हणाल्या, 'काय करणार? मी ही अशी आडवी झालीये. उठेन की नाही, माहीत नाही. मुलं तिथे मुंबईत. कोण करणार मग सगळं? गावात दहा ठिकाणी विचारलं. नुसतं जेवण करायला बायका हव्या तेवढ्या मिळतायत, पण माझं कुणी करायला तयार नाही. कालिंदीला समजलं तशी आली. जेवण करते आणि माझंही करते. मी म्हटलं जाऊ दे. त्या मढ्यांशी हिचा तर संबंध येत नाही ना? शिवाय उरलंसुरलं तर देते तिला. अन्न वाया जात नाही आणि चार चांगले पदार्थ जातात त्यांच्या पोटात. नाही तर त्यांना काय परवडणार?'''

कालिंदी गप्प झाली. तिला काय बोलावं सुचेना.

''कालिंदी, तू करंदीकर वहिनींचं सर्व करतेस? मला सांगितलं नाहीस.''

''त्यांना जातीपातीचं बरंच आहे. वरकाम करायला भिमा येते; पण तिनं घासलेली भांडी मला पुन्हा विसळून घ्यायला लागतात. त्या...''

''आणि कपड्यांचं काय करतात काकू?''

"ते मात्र चालतं त्यांना."

"तू, तू नको करूस हे काम."

"अहो, त्यात मला काही वावगं वाटत नाही. चालेल, नव्हे, चालतं मला. आपल्या बाई असत्या आज आणि समजा त्यांना असा काही आजार झाला असता, तर मी केलंच असतं ना? व्यक्ती नात्यातली की परकी, काय फरक पडतो? ती अडचणीत आहे, तेव्हा मदत करायला हवी ना?"

"आई तू मदत म्हणून करतेस आणि त्या भीक म्हणून देतात."

"असं नाही रे गोविंदा. त्यांनी जर ठरवलं असतं तर एक पदार्थ दिला नसता मला. एक वेळ वाया घालवतील पण कुणाच्या मुखी लागू देणार नाहीत, अशा वृत्तीची माणसं अनेक आहेत."

"पण मला नाही आवडत, नाहीच आवडत."

"पण तरीही खातो ना?"

"नाही खाणार मग."

"गोविंदा, शांत हो. असा अट्टहास चांगला नाही. तू असा विचार का नाही करत? ह्या घरी शिजवण्याऐवजी मी त्या घरी शिजवते अन्न आणि मग इथे आणते."

"पुरे हा विषय."

"हो बाबा, खरंच पुरे."

पावसाला सुरुवात झाली होती. पत्र्यावर ताशा वाजू लागला. कालिंदी, दत्तू पुजारी, गोविंदा, समोरासमोर पण एकमेकांची नजर चुकवत बसून राहिले. देवळातल्या गाभाऱ्यात जाता आलं ह्याचा आनंद दत्तू कधीचाच विसरला. मनाच्या गाभाऱ्यात जाता येतंय का? ह्याचा प्रयत्न सुरू झाला. भरून आलेलं आभाळ आणि तसंच भरून आलेलं मन! स्वच्छ सूर्यकिरण यावा आणि थेट गाभाऱ्यात पोहोचावा. मध्ये अडथळा नको, तो किरण मलीन नको, अगदी स्वच्छ! त्याच्या त्या स्वच्छ प्रकाशानं गाभाऱ्यातलं मळभ दूर व्हावं. नजर स्वच्छ व्हावी. निरागस, स्पष्ट, पवित्र!

"बेटा, बरं झालं बोललास. मला खरंच खूप बरं वाटलं. हा जो तुझा कोंडमारा होतो, मी, तुझी आई, आम्ही समजू शकतो. पण तुझा माझ्याबद्दलचा, मी करत असलेल्या कार्याबद्दलचा, जो काही समज आहे, तो बदलायला हवा. तू लहान-लहान असं म्हणत कधी काही स्पष्ट बोलणं आपल्यात झालंच नाही. आता तू मोठा झाला आहेस. तुला तुझे असे विचार आले आहेत. त्या विचारांना योग्य कारणमीमांसा मिळणं, कळणं आवश्यक आहे."

"काहीही, अगदी भव्य कारणं असतील बाबा, पण त्याने माझं आत्ताचं आयुष्य

बदलणार नाहीये. मी असाच राहणार आहे. जुन्या वह्यातली कोरी पानं फाडून त्याची पुन्हा नवी वही करणारा, तशीच वापरणारा. तसाच जुना, उसवलेला.''

''कुठे निघालास ह्या अशा पावसात?''

''अरे गोविंदा...''

''जाऊ दे त्याला. तो जे काही म्हणतोय, ते चुकीचं तर नाहीये ना! काळ बदललाय, गाव मोठं झालंय. शहरीकरण होतंय. मोहविणाऱ्या अनेक जिनसा डोळ्यांसमोर सातत्याने दिसताहेत. हे वय मोहून जाणारं. निदान ते मन जास्त काही मागत नाहीये, हे आपलं नशीब! पण साधा गणवेश, तो, मागतंय ते मन आणि...''

''घेतला असता हो कसातरी, पण हे त्याचं शेवटचं वर्ष! मग कशाला खर्च त्यावर?''

''समजूत घालत्येस माझी?''

''नाही हो खरंच. करंदीकरांकडे मागितले तर नक्की मिळतील. पगारातून कापून घ्या असंही सांगू शकते. पण वाटलं, शाळा संपली की तो गणवेश वापरला जाणार नाही. मग कशाला विनाकारण.''

''आपणच सर्व ठरवायचं. मत मांडायचं. आणि...''

''ओऽऽऽ दत्तूबुवा, आहात का?''

''आणि अशी हाक ऐकू येण्याची, ह्या अशा हाकेची वाट बघत बसायचं.''

''होऽऽ आहे. कोण ते?''

''कुकुरीहून आलोय.''

''या, असे आत या.''

''वेळ नाही यायला. आमच्या गावातले चिंकरे, अत्यवस्थ झालेत. बोलवायला आलोय. एवढा हा पाऊस, त्यात तुमचं घर लांब. म्हणून जरा घाईघाईनंच आलो.''

''कालिंदी, जाऊन येतो.''

''संभाळून जा.''

''हो.''

दत्तू पुजारी बाहेर पडला आणि कालिंदीला अगदी सुनं-सुनं वाटायला लागलं. गोविंदाचे शब्द मनात फेर धरू लागले. कुठेतरी हरल्याची जाणीव उभारून येत होती; ते चार खणी घर अगदी एकटं वाटू लागलं. उमाळे येत होते. पण निर्धारानं ती ते परतवून टाकत होती. आपल्या सावलीत, आपला मुलगा वाढत नाहीये तर खुंटतोय! हे तिला असंच वाटत राहिलं. जाऊ दे त्याला. होऊ दे मोठं. मी त्याची वाट बघेन. अगदी आनंदानं.

''कोण आहे? गोविंदा?''

"नाही वहिनी, दत्तूबुवा आहेत का? बोलवायला आलोय मी, श्रीपाद."

"काय रे?"

"आत्याबाई गेल्या."

"कधी?"

"हे आत्ताच."

"कशाने? कालच तर..."

"अचानक ताप भरला आणि वैद्य यायच्या आधीच."

"काय म्हणावं?"

"दत्तूबुवा?"

"कुकुरीला गेलेत. हे आत्ताच."

"म्हणजे सहा-सात तास तरी..."

"तेवढे लागतीलच. त्यात हा पाऊस."

"काय करू मग?"

"थांबावं लागेल. नाही तर... ते अजून एक आहेत ना, भट नावाचे. तिथे जातोस त्यांच्याकडे?"

"एक विचारू? राग मानू नका. गोविंदा शिकला असेलच ना एव्हाना..."

"नाही, नाही. गोविंदा नाही. तो शिकला नाहीये आणि..."

"वेळच तशी आहे, म्हणून म्हणालो. भट राहतात दूर. आणि ते घरात असले तर बरं, नाही तर."

"जाऊन बघ तर! अजून काय सांगणार?"

"येतो जाऊन. नाही भेटले तर येतो परत. मग दत्तूबुवा आले की, पाठवा लगेचच."

"बरं."

गोविंदा आणि अंत्येष्टी संस्कार? नको. नाहीच. तो हे करणारच नाही, असं आधीच म्हणालाय. बरं झालं, आत्ता घरात नव्हता ते. त्यानं जर ऐकलं असतं तर न जाणे काय काय बोलला असता.

पावसानं पुन्हा धुमाकूळ घालायला सुरुवात केली होती. प्रत्येक झाडाचं पानन्‌पान त्यानं स्वच्छ केलं. त्याला वाटलं, ह्या पृथ्वीला स्वच्छ करण्याचं, जगवण्याचं महान कार्य आपणच करतो. उगीच नाही ही सजीव मंडळी आपल्याला जीवन म्हणत! ह्या नुसत्या विचारांनी पावसाला अजून चेव चढला. तो बदाबदा कोसळायला लागला. नदीचं पात्र वाढत चाललं.

आता मात्र कालिंदीला काळजी वाटू लागली. गोविंदा अजून आला नव्हता. झड कमी होत नव्हती. कावेरी गोठ्यात कुडकुडत असेल. तिच्यासाठी केलेला

आडोसा नक्की पुरेसा नाही. मी एकटी काय करू? आणि वीजही नाही. अंधारलंय. सर्वत्र फक्त काळोखच काळोख. असं वाटतंय की, हा काळोख आयुष्यभर असाच राहील.

कधी नव्हे ती कालिंदीला भीती वाटू लागली. दत्तू पुजारी खचितच इतक्यात येणार नाही. लाकडं तरी कोरडी कुठून असणार? आणि तेवढ्यात वीज कडाडली. कालिंदी अजूनच घाबरली. मनाचा हिय्या करून ती घराच्या मागच्या भागात गोठ्याजवळ गेली. कावेरीचं हंबरणं, साधी हालचालही जाणवत नव्हती. कालिंदीचं काळीज लकलकलं. तिनं कावेरीला साद दिली पण...

थरथरत कालिंदी घरात आली. तिच्या हाताला कावेरीला केलेला स्पर्श, थंड स्पर्श सतत जाणवत होता. मोठ्यांदा ओरडावंसं वाटत होतं, उर फुटेस्तोवर आक्रोश. पण तो नुसताच दगडासारखा, गोठलेला, घरातल्या घरात. काय करू? कुठे जाऊ? आता ह्या गोविंदाला कुठे शोधू? गोविंदा? कुठे अडकला असेल? वीज पडली मघा. अडकला? की वीज त्याच्या अंगावर? तोही कावेरीसारखाच... नाही, नाही.

गोविंदाऽऽ!

प्राण कंठात आणून हाक मारली. ती धावत घराबाहेर फाटकापाशी आली आणि तिला गोविंदा दिसला. निथळणारा, थोडा थकल्यासारखा, पाय ओढत-ओढत आत येणारा. गोविंदा दिसला मात्र, इतका वेळ घट्ट धरलेलं अवसान कोसळलं. ती तिथल्या तिथे त्याच्या गळ्यात पडली. रडरड रडू लागली. पावसाचं पाणी आणि डोळ्यांतलं पाणी एकरूप झालं. पावसाचा तो एक-एक ओघळ खारट होऊ लागला.

गोठा रिकामा झाला. भकास. म्हादू रोजच्यासारखा आला. पण त्याच्या लक्षात आलं की, आता इथे करण्यासारखं काहीही नाही.

"म्हादू, दुभतं घर, कोरडं पडणार रे आता."

"वैनीबाय, नगा असं म्हनूसा."

"गेली रे कावेरी. नाही वाचवू शकले तिला."

"धिंगानाच असा घाटला पावसानं, काय करूचा? तिचा घास घितला त्यानं!"

"खरं रे बाबा. म्हादू आता तू..."

"येनार वैनीबाय. आगदी रोज येतुया, तस्सा. न्हाई म्हनू नगा."

"मी का रे नाही म्हणेन? तेवढीच जाग येईल घराला. आता खूप थकल्यासारखं वाटतंय."

"आराम करा. पावसानं उघडीप दिलीया, तोवर जरा आंगन सारखं करतू."

कालिंदी हताश झाली होती. एके काळी वैभवात, मानात असलेलं हे घर, आता ओकंबोकं वाटतंय. उमेद हरवल्यासारखं. कावेरीवर गोविंदाचा खूप जीव होता. तिला नेताना ओक्साबोक्शी रडत होता; पण तिला सोडून आल्यापासून मात्र अगदी गप्प झाला. दत्तू पुजारीच्या मागे तर नुसती धावपळ लागली. एकदा ह्या गावातून तर एकदा त्या गावातून. नाही तर खुद्द गणेशपुरातच!

कालिंदीला दत्तूची काळजी वाटत होती.

तिन्हीसांजा झालेल्या होत्या. दुपारचाच दत्तू पुजारी बोलावणं आलं तसा बाहेर पडला होता. कालिंदी त्याला म्हणालीही,

"आत्ताच येताय, अन् लगेचच पुन्हा बाहेर पडायचं म्हणजे!"

"जायला हवं ना?"

"स्नान करून नुकतेच येताय. वस्त्रं वाळलीदेखील नाहीयेत."

"तरी जायला हवं."

"बरं नाहीसं झालं म्हणजे?"

"तू म्हणतेस ते समजतंय, पण त्या घरातल्या जिवंत लोकांचा विचार कर, ज्या घरात मृत्यू झालाय. दुःख, काळजी, नैराश्य... त्यात माझी भर नको."

"ते भट भटजी."

"गावात काय चाललंय समजत नाही. ह्या तीन-चार दिवसांत वीस-बावीस माणसं गेली. विचारावं तर समजतं की, अचानक ताप भरला. डॉक्टरांकडे न्यायला अवधीच मिळाला नाही."

"ही कसली साथ?"

"ते समजण्यासाठी तरी रोगी डॉक्टरांपर्यंत पोहोचायला हवा ना!"

"तुम्ही काळजी घ्या. स्पर्श करू नका..."

"भट भटजीसुद्धा जाग्यावर नाहीयेत. स्मशानात भेटतात. आणिपण कुणी आहेत भटजी. त्यांचं नाव विचारता आलं नाही. पंचक्रोशीत मिळून दोन स्मशानं. सतत भगभगत आहेत. त्यात सुकी लाकडं मिळताना नाकीनऊ. जायला हवं कालिंदी."

आणि मग वणव्यासारखी बातमी पसरली. "साथ आल्ये, साथ आल्ये." प्लेग. जिथे-तिथे मेलेले उंदीर दिसू लागले. सरकारी दवाखाना माणसांनी गजबजला. कुणी लस टोचून घ्यायला येत होतं, तर कुणी विव्हळत होतं. तापानं फणफणलेली, माणसंच माणसं. जनावरंही त्या साथीतून सुटली नाहीत. दोन्ही स्मशानं अखंड तडतडत राहू लागली. एकेकाला जाळणं अशक्य होऊ लागलं. त्यातही उच्च-नीच चालू होतं. पंचक्रोशीत एकच अवकळा पसरली. एकाला पोहोचवून यावं, तर दुसरा तयार! एकाच्या नावानं स्नान करावं, तर दुसऱ्यासाठी सामग्री गोळा करावी. तोपर्यंत

तिसरा येतोच आहे. गणेशाचा कोप झालाय. गावातलं पाप वाढलंय. नजर लागली. गणेशपूर भकास वाटू लागलं. घराघरातून आक्रंदनं ऐकू येत राहिली. बरेच दिवस, बरेच!

पंचक्रोशी जरा स्थिरावली. पावसानंही काढता पाय घेतला. जे वाचले ते दुसऱ्याला सावरत होते. ब्राह्मण आळी, महारवाडा, चांभारवाडी स्थिरावली. जे उरले ते पोटापाण्याच्या कामाला लागले. जे गेले, ते सुटले.

दीड महिन्यांनी शाळा उघडली. एक कुबट वास वर्गावर्गात भरून राहिला होता. ओल्या बाकड्यांना गिळगिळीतपणा आला होता. भिंतींवर आक्राळविक्राळ आकार उमटले होते. जागोजागी चुन्याची पावडर पसरली होती. शिंदे सरांनी दहा माणसं बोलावली. सर्व बाकं वर्गाबाहेर काढून उन्हात ठेवली गेली. पोपडे निघालेल्या भिंती घासल्या गेल्या, तेव्हा ते अक्राळविक्राळ आकार एक-एक करून नष्ट होत गेले. फळ्यांना कोळसा घासला गेला. आठवड्याने शाळेची घंटा गावभर घुमली.

गोविंदा शाळेत जायला निघाला. अजूनही तो अबोलच होता. न राहवून कालिंदीनं विचारलं,

"डबा नेतोयस ना?"

"नको."

"उपाशी राहू नये. हे बघ, तुझ्या आवडीची घेवड्याची भाजी केलीये."

"नको. मग इथेच खा. गरम गरम पोळी वाढत्ये."

"आता तुझं काम सुटलं. करंदीकरकाकू तर गेल्या."

"हं."

"मग?"

"अरे, मग काय? मिळेल दुसरं. एवढं मोठं संकट आलं गावावर!"

"त्यानं काय होणार?"

"म्हणजे, मला असं म्हणायचंय की, ह्या एवढ्या मोठ्या संकटात माणसं जवळ आली एकमेकांच्या. आता तसे भेदभाव राहिले नाहीत."

"मग?"

"मला म्हणूनच मिळेल काम."

"मी निघतोय."

"गोविंदा, का असं करतोयस? आज बघ, किती छान दिसतोयस. हा नवा गणवेश, दप्तरही नवं, वह्या, पेन, पेन्सिल इतकंच काय, पण तुझ्या मनासारखे तू केस वाढवले आहेस, बघ किती छान दिसतोयस."

"जातो."

पाठमोऱ्या गोविंदाकडे कालिंदी हताश होऊन बघत राहिली. तिनं एक दुखरी

नजर दत्तू पुजारीकडे टाकली.

"का वागतो हा असं?"

"वेडं वय आहे. ना लहान, ना मोठा. ह्या वयातली बहुतांशी मुलं अशीच वागतात. तू काळजी करू नकोस. थोडा मोठा होऊ दे, सगळं व्यवस्थित होईल."

"तोपर्यंत माझं काय होईल हे सांगता येत नाही."

"असं का म्हणतेस?"

"काय म्हणू मग? घरात आपण तीन माणसं फक्त! तुम्ही कधी बाहेर जाल, कधी याल ह्याला काही ताळ नाही. मरण सांगून येत नाही, मान्य, म्हणूनच तर जीव असेतोवर एकमेकांसाठी असावं ना?"

"मी नाहीये का तुम्हा दोघांसाठी?"

"आहात. पण तो कुठाय? तुमचं, त्याचं साधं बोलणंही होत नाही. लहान असताना तो दहा वेळा तरी विचारायचा, "बाबा कुठे आहेत?" आता तेही विचारत नाही. तुम्ही काही इतर कारणानं जरी बाहेर गेला असलात, तरी हा वेगळंच समजतो."

"कशावरून?"

"कशावरून म्हणजे? मधूनच विचारतो मला, 'काय? आज अजून चूल पेटवली नाहीस पाणी गरम करण्यासाठी?'"

"असं विचारतो?"

"एवढं संकट आलं. तुम्ही येताय, पुन्हा तुम्हांला जावं लागतंय. चूल सतत रटरटत होती. मला सतत काळजी. माझं काही होतंय तर ठीक, पण तुम्ही, गोविंदा... साथच ती! गणेशाला नवस बोलले. काळजी घे दोघांची म्हणून शंभरदा विनवलं. तुमच्या मागे हा काय करत होता? गावभर फिरत राहायचा. कुठल्या घरात, काय होतंय, दवाखान्यापाशी उभा राहायचा. एकदा तर त्याला म्हादूनं स्मशानापाशी पाहिलं."

"धसका घेतलाय त्याने!"

"काळजी वाटते होऽऽ!

आपल्या मागे आईबाबा नक्कीच आपल्याचबद्दल काहीतरी बोलत असणार ह्याची गोविंदाला खात्री होती; पण त्यानं दुर्लक्ष करायचंच ठरवलं होतं. गेले वीस -बावीस दिवस त्याची फरपट चालली होती. घरात सतत एकच विषय. "कोण?" "अमुकतमुक." "अरे देवा!" मग बाबांची अंघोळ. की पुन्हा धावणं. की परत, "कोण?" मग नंतर नंतर, "हं, हे धान्य, नीट वाळव, पावसानं कहर मांडलाय. वाया जाईल." "हे पैसे. तव्यावर सुकव. . ." की पुन्हा "हरि ओम हरि ओम."

कशाला थांबायचं घरात? आणि कावेरी? ह्यावेळेस मात्र शेवटपर्यंत थांबलो होतो. नंतर कुणी असं म्हणायला नको की, तुझ्या कावेरीचं मांस...

हट्ट स्साला! ही माणसं अशीच भिक्कारडी! मेलेल्या जनावराचं मांस खाणारी आणि बाबांना अशा माणसांची कीव येते. स्वतःच्या मुलाची कीव नाही येत. त्या दिवशी असाच फिरत होतो, तर कुणीतरी म्हणालं, ''दत्तूबुवा नाहीयेत तर गोविंदाला विचारावं काय? भटाचा पोरगा भटगिरीच करणार! इतके वेळा ऐकलं असेल ह्या गोविंदानं की, त्यालाही आता सर्व येत असेल आणि ह्या परिस्थितीत हवेच आहेत कुणाला सोपस्कार? मढं जळलं की झालं. नावाला चार संस्कृत शब्द त्याच्या कानांवर पडले की मोक्ष! काय स्साले समजतात? मी भटगिरी करणार? हट्ट! आपण तर मुंबईला जाणार. शिंदे सरांची बदली होणार आहे. ते मुंबईला जाणार आहेत. त्यांना विचारू, 'मी राहू शकतो का हो तुमच्याबरोबर? दिवसा मेहनत करेन, रात्री शिकेन.' तेच सांगत होते ना की मुंबईला रात्रीचं कॉलेज असतं म्हणून? जायचं तर मग! इथून सुटायचं. नको ती चिता, आग, ते दहावं न् बारावं!

थोडं दूर असतानाच शाळेची घंटा ऐकू आली. गोविंदा धावतच शाळेत आला. जसा तो वर्गात शिरला, सगळ्या नजरा त्याच्याकडे वळल्या. प्रार्थना सुरू झाली आणि शिंदे सर प्रार्थना संपल्यावर वर्गात आले. कामत मॅडम, सर आले म्हणून पटकन उभ्या राहिल्या, तशी सगळा वर्गही उभा राहिला. एकसाथ नमस्ते झालं. ''मुलांनो, आपल्या गावावर आणि ह्या संपूर्ण पंचक्रोशीवर मोठं संकट येऊन गेलं. आज दोन महिन्यांनंतर त्या संकटावर मात करून शाळा सुरू झालीये. दुःख प्रत्येकालाच झालंय. कुणाचे वडील, कुणाची भावंडं, आप्तेष्ट, मित्रमैत्रिणी ह्या संकटाला बळी पडले. आपल्या ह्या वर्गातली दोघे जण आज आपल्यात नाहीत. निसर्गनिर्मित संकटावर कुणाचाच ताबा नसतो. माझी सर्वांना विनंती आहे, आपण आपल्या परानं आपली श्रद्धा व्यक्त करण्यासाठी, त्या मृतात्म्यांना शांती मिळो अशी प्रार्थना करण्यासाठी एक मिनिट उभं राहावं.

''हं. बसा. तुमचं हे शेवटचं वर्ष! शालेय जीवनाची सांगता. अभ्यासक्रम कठीण आहे आणि तो पूर्ण करण्यासाठी आम्हा सर्वांना तुमच्या सहकार्याची आवश्यकता आहे. शाळा संपल्यावर पुढील दोन तास सर्व शिक्षक तुम्हांला शिकवण्यासाठी, दोन महिन्यांतला अभ्यासक्रम संपवण्यासाठी जास्तीचे तास घेणार आहेत. तरी आता कुणीही ह्यापुढे गैरहजर राहू नये. तुम्हा सर्व मुलांना जास्तीतजास्त शिकता यावं आणि परीक्षेत यश मिळावं, अशी माझी धारणा आहे. सहकार्य द्या.''

शिंदे सरांनी एकवार संपूर्ण वर्गावर नजर फिरवली. डोळ्यांवरचा चष्मा काढला. खिशातून हातरुमाल काढून तो पुसला व पुन्हा घातला. रुमालाची व्यवस्थित घडी घालून तो खिशात ठेवला. आणि वर्गाबाहेर पडता-पडता एक नजर गोविंदाकडे

टाकून ते बाहेर पडले. गोविंदाला लक्षात आलं. आज त्याचा गणवेश नवा होता आणि तेच कारण होतं सर्वांचं लक्ष वेधलं जाण्याचं. तो मनातल्या मनात कसनुसा झाला.

एक-एक शिक्षक येऊन शिकवून जात होते. मधली सुट्टी झाली. मुलांचा ताण जरा सैलावला. मुलं मैदानात जाण्यापूर्वी एकमेकांच्यात कुजबुजू लागली. आणि एकच कालवा झाला.

"ए, बघा रे बघा! भटुरडा आज जाम चमकतोय."

"खरंच रे. काय असं झालं चमकायला?"

"चांदी झाली भटुरड्याची."

"ती कशी काय?"

"गावातली मढं उचलून, जाळून!"

"म्हणजे चांदी होण्यासाठी मढं हवीत."

"हवीतच हवीत."

"पण दोन-तीन मढी कमी पडली रे."

"ती कशी काय?"

"दप्तर मिळालं?"

"मिळालं."

"कपडे मिळाले?"

"मिळाले."

"पुस्तकं मिळाली."

"मिळाली रे मिळाली."

"चपला मिळाल्या?"

"थांबा, बघतो. नाही रे नाही."

"म्हणूनच म्हटलं, दोन-तीन मढी कमी पडलीऽऽ"

"होय रेऽऽऽ कमी पडलीऽऽऽ"

"काय चाललंय?"

"सर?"

"काय चाललंय?"

"काही नाही."

"पळा इथून. माझं पुस्तक राहिलं म्हणून मी आलो होतो. तर तुमचे हे चाळे दिसले. सांगू का शिंदे सरांना?"

"चुकलो सर."

"पळा!"

गोविंदा मान खाली घालून बसला होता. नव्या कोऱ्या गणवेशावर तप्त अश्रू ठिबकत होते. मुलं बाहेर गेली आणि गोविंदा शाळेतून पसार झाला. तो बेभान धावत सुटला तो सरळ आमराईत जाऊनच थांबला. आमराईत चिखल होता. तरी तो बेदरकारपणे तसाच जमिनीवर बसला. त्याला स्वत:ची शिसारी आली. कपडे फाडून टाकावेत, पुस्तकं-वह्या फेकून द्यावी. काही-काही ठेवू नये. अंगभर पसरलेली चीड, त्रागा, अवहेलना ह्याला वाट फुटू द्यावी. का घातले हे कपडे मी?' 'काय करणार, जुने कपडे अगदीच जुने झाले होते. त्यांना एक-दोन ठिकाणी भोकं पडली होती. ते धड होतही नव्हते, म्हणून घातले.' 'आत्तापर्यंत तसाच तोकड्या कपड्यांनी शाळेत येतच होतास ना?' 'तेव्हाही मुलं चिडवत होतीच की. ब्लाउज घालून आलाय बघा.' असं म्हणायची. 'ते परवडलं असतं.' 'हो, पण तेव्हा भोकं नव्हती पडलेली.' 'तिची तरी काय रे चूक?' 'चार पैसे मिळाले, तसं तिनं आधी तुझा विचार केला. स्वत:साठीसुद्धा काही घेतलं नाही.' 'चार पैसे! हं!' 'तू असा विचार का नाही करत? प्रत्येक माणूस जगण्यासाठी काही ना काही उद्योग करतो. कुणी शेती, कुणी शिंपी, कुणी काही तर कुणी काही. तसंच बाबा हा उद्योग करतात. त्यात वाईट काय?' 'चांगलं तरी काय? लोकांच्या मरण्यावर आपलं जगणं अवलंबून आहे, हे किती भयानक आहे.' 'पण ते सत्यही आहे ना! मेलेल्या माणसावर क्रियाकर्म व्हायला हवीतच ना?' 'असेल. पण ती करणारे, माझे वडीलच का?' 'काय हरकत आहे?' 'आयुष्यभर ही माणसं त्यांना, आईला, मला टाळत आली. हिणवत आली.' 'पण शेवटी त्यांच्याचकडे आली.' 'शेवटी! मी शेवट नाहीये. आता तर सुरुवात आहे.'

''मी शेवट नाहीये. मी शेवट नाहीये.''

गोविंदा घोकत राहिला. अखंड. त्याला रडू फुटू लागलं. तो हमसाहमशी रडू लागला. त्याला शांत होता येईना. जुन्या चपलांनी तो चिखल तुडवत राहिला. नवीन गणवेशावर चिखलाचे थेंब-थेंब उमटू लागले. त्यानं एकवार स्वत:कडे बघितलं. सकाळी घातलेला नवाकोरा गणवेश चिखलानं बरबटून गेला होता. त्याला बरं वाटलं. आता तो पुन्हा एकदा जुना, उसवलेला गोविंदा झाला होता. आपलं खरं रूप हेच!

चप्पल तुटलेल्या पावलांनी तो चवड्या घासत घासत आमराईतून बाहेर पडला. पुढे आल्यावर त्याने आमराईकडे वळून बघितलं. त्याला ती खूप प्रिय वाटू लागली. ही त्याची आमराई ! त्याचं हसणं, खेळणं, रडणं, मानहानी सर्व सर्व तिने कायम तिच्या उदरात सामावून घेतलं होतं. आमराईकडे बघून तो खिन्न हसला. वळला. आणि घासणाऱ्या पावलांनी नाइलाजानं घराची वाट धरली.

फाटकात असताना त्याच्या कानांवर श्लोक पडले.

"तुम्ही देवाने भजाल । छेव तुम्हा तुष्टतील ॥
ऐसी परस्परे घडेल । प्रीती जेथ ॥
तेथ तुम्ही जे करू म्हणाल । ते आपैसें सिद्धी जाईल ।
वांछितही पुरेल । महासिद्धीचे ॥"

गोविंदा अंगणातल्या झोपाळ्यावर बसून राहिला. श्लोकाचा अर्थ लावत. बराच वेळ. आपली देवावर श्रद्धा नाही? आपण देवाला, गणेशाला नमस्कार करतो ना? काही मागतो? तरीही देवाने गंगा नेली, आज्जीला नेलं. कावेरीही गेली. तुष्ट झालो का? मग कशाला असं म्हणायचं?

"गोविंदा... अरे काय हे?"

कालिंदीचा आवाज, हाक ऐकून गोविंदा दचकला. काहीही न बोलता घरात गेला. पाठोपाठ कालिंदीही गेली.

"अरे, काय विचारत्ये मी? काय केलंस हे कपड्यांचं?"

"अरे बोल."

"अभ्यास करायचाय."

असं म्हणून गोविंदा सरळ आतल्या खोलीत निघून गेला.

"अहो, बघितलंत का? काय अवतार करून आलाय! कसे जाणार हे चिखलाचे डाग? नवीन कोरा गणवेश. एक-एक पैसा जोडून आणला होता."

"नको बोलूस त्याला काही. त्याचं काहीतरी बिनसलं असेल. सांगेल नंतर."

"कधी? किती वाट बघायची?"

कालिंदीला उबळ आली. हल्ली असं वरचेवर होऊ लागलं होतं. जरा मनावर ताण पडला की ढास लागायची.

"कालिंदी, पाणी आणू का? खडीसाखर, लवंग चघळतेस का?"

"नको."

"जेष्ठमध आणतो."

"नको. मी घेईन नंतर."

"निदान जरा पडून तरी राहा."

"गणेश मंदिरात जाऊन येते."

"थांब. एकटी नको जाऊस. दोघं जाऊ या."

"बरं."

गोविंदा आतून सर्वकाही ऐकत होता. आईला संभाळावं, तिच्याबरोबर जावं, असं क्षणभर त्याला वाटून गेलं. पण, बाबा होते बरोबर. मग नकोच जायला. त्याने गणवेश बदलला. तो अंगातून काढल्यानंतर त्याने तो नीट पारखून बघितला. तो

इतका खराब झाला असेल, असं त्याला वाटलं नव्हतं. कालिंदी आणि दत्तू पुजारी घराबाहेर पडल्यानंतर त्याने तो गणवेश पाण्यात भिजत ठेवला. खराब झालेलं दप्तरही पाण्यात भिजत ठेवलं. तो थोडा खजीलही झाला. आई मंदिरातून यायच्या आत कपडे आणि दप्तर धुऊन टाकायचं. घरातले कपडे अंगावर चढवून त्यानं पुस्तक हातात घेतलं. दोन-चार ओळी वाचल्या न वाचल्या, त्याला भुकेची जाणीव झाली. आणि मग फक्त भूकच भूक, पोटात नुसती पोकळी, मोठ्ठा खड्डा! तरी सकाळी आई सांगत होती. गरम गरम पोळी आणि आवडीची घेवड्याची भाजी खाऊन जा, डबा तरी ने, पण आपण असे का वागतो? भूक वाढतच चालली. त्याला अचानक गरम, खरपूस भाजलेल्या पोळीचा सुगंध येऊ लागला. आणि पोटातला कालवा वाढला. पुस्तक बाजूला ठेवून तो तिरमिरीत उठला. स्वैपाकघरात अन्न झाकून ठेवलेलं होतं. त्यानं ताटली घेतली. पाच-सहा पोळ्या आणि त्यावर डाव भरभरून भाजी घेतली. आणि तो त्या अन्नावर आधाशासारखा तुटून पडला. कुठलीही भावना खूप तीव्र झाली, की अशी भूक लागते का? आणि त्याला अचानक आठवला. आज्जी गेली तो दिवस. घरात चूल पेटवायची नव्हती. शेजारच्या लिमयेकाकूंनी साधा पिठलं-भात त्यांच्या घरी करून आणून दिला. नेहमीसारखंच पातळसर पिठलं आणि नेहमीसारखाच जाड्या तांदुळाचा भात! पण काय चव होती. किती खात राहिलो. समाधानच होईना. बाबांनी शास्त्रापुरतं उष्टावलं. आईनंही आणि आपण? खातच राहिलो. खातच राहिलो. त्या आधी, चार तासांपूर्वी "आज्जीला नाही न्यायचं!" म्हणून तिला घट्ट धरून गळा काढून रडणारा तो मीच होतो का?

आत्ताही, काही क्षणांपूर्वी सगळ्याचा उबग आलेला, इतका रडलो, संताप संताप झाला, नि आता? काही समजत नाही. काय करू? कसा वागू? कुठे जाऊ? इथून दूर गेलं पाहिजे. हे नक्कीच. नक्कीच.

"किती दिवसांनी आपण दोघं दर्शनाला आलो!"

"खूप दिवसांनी! म्हणजे मला धड आठवतही नाहीये, कधी आलो होतो ते."

"दमलीस ना?"

"थोडीशी. दम लागलाय."

"इथे बसू या?"

"चालेल."

"इथून नंतर दवाखान्यात जाऊ. तपासून घेऊ."

"काही नको. अहो, जरासा खोकलाच तर आहे. चाटण घेईन नंतर..."

"खूप विचार करतेस."

“मुद्दाम नाही करत. पण काळजी वाटते गोविंदाची.”

“माझं काही चुकतंय का?”

“नाही हो. तुम्ही चूक करू शकतच नाही. तो समजून घेत नाहीये.”

“आपला काळ वेगळा होता. आता बदललंय सगळं.”

“म्हणजे?”

“माझ्या बाबांनंतर मी त्यांचंच कार्य पुढे चालू ठेवलं. किंवा असं म्हणू की, त्यापलीकडे मी काही शिकलोच नाही. तशी गरजच वाटली नाही मलाही आणि बाबांनाही. त्यांच्या कार्यावर माझी श्रद्धा होती. मला त्यांचा अभिमान होता. पण, पण गोविंदाला, त्याला माझा अभिमान वाटत नाही. त्याला घृणा वाटते का गं?”

“स्पष्ट बोलू या आज. उगीचच दुःख होईल म्हणून वरवरचं समाधान नाही करणार. हो, त्याला घृणा वाटते, ती वाटते कारण, त्याच्या आजूबाजूला असणारे त्याला सतत हे जाणवून देतात की, तुम्ही करत असलेलं काम हे अपवित्र आहे. जोपर्यंत तुम्ही ह्या गणेशाची पूजा करत होतात, गावातल्या सर्व घरात होणारा सत्यनारायण पूजत होतात, लग्न-मुंजी, कार्य करत होतात, तेव्हा तुम्हाला मान दिला जात होता. तेव्हा तुमच्या हाताला धरून चालणारा गोविंदा आनंदी होता. लोक तुम्हांला रामराम करायचे, पाया पडायचे तुमच्या, तेव्हा खचितच त्याची छाती त्याच्याही नकळत अभिमानानं फुलून येत असायची. तेव्हा तुम्ही अंत्येष्टी संस्कारही करत होतात, पण त्याबद्दल कुणी अवाक्षरही काढत नसे. पण नंतर? सर्व बदलत गेलं. अगदी हळूहळू वाळवीची कीड अगदी हळूच लाकूड खाते. समजत नाही तेव्हा. एवढंसं छिद्र दिसत नाही डोळ्यांना. दिसतं तेव्हाच जेव्हा त्या छिद्राचा भोसका झालेला असतो.”

“सावकाश. पाणी आणू का?”

“नकोऽ थांबेल ढास.”

“बोलू नकोस. शांत बस.”

“इतकी वर्षं शांतच बसल्ये. पण आता मात्र बोलायला हवं. किती धडपड केलीत, तालुक्याला गेलात. कुणी अंत्येष्टी संस्कार करणारे भटजी मिळतात का? शोध घेत राहिलात. आणि एक दिवस पुरोहित आले. आपल्याला वाटलं, सोय झाली. आणि मग? नदीपलीकडे गोंधळ माजला. विषबाधा झाली, आपण धावलो, मदत करताना दुसरा कसलाही विचार नव्हता. तुम्ही खचलात, एवढी माणसं गेली. तुम्हांला ते संपूर्ण गावावरचं संकट वाटलं. किती साधेसरळ आहात तुम्ही! ते संकट गावावर आलेलं नव्हतं. आपल्यावर आलेलं होतं. गणेशाच्या गाभाऱ्यात सुरेल आवाजाचे पुरोहित उभे राहिले.”

“नको बोलूस. त्रास होतोय तुला.”

“हा आजचा त्रास आहे का? हा खूप आधीपासूनचा त्रास आहे. तो गुलमोहर आजही तसाच आहे. लाल-पिवळ्याधम्मक पाकळ्यांचा! सुगंधरहित! त्या फुलांवरून तर चालले, तुमच्या पाठोपाठ. कारण तुम्ही काहीही चुकीचं करत नव्हतात. पाटील वहिनींपासून, ब्राह्मण आळीतल्या प्रत्येकीनं ओटीच्या आत काही प्रवेश दिला नाही. जिथे ओटी नव्हती, तिथे तर उंबरठ्यातच बोळवण केली; पण मला त्याचं कधीच दु:ख झालं नाही हं. नदीपलीकडल्या बायका तर पाच-पाच फळांनी ओटी भरायच्या, त्यांना फळं परवडतही नसत तरी! मी गेले की, जागा झटकायच्या. खूप मान दिला त्यांनी. मग नंतर पुन्हा ती कीड लागली. नदीपलीकडली तरणी पोरं शहरात गेली. जे कमावलं ते गावी पाठवत राहिली. आता तर आपल्या घरापेक्षाही सुंदर घरं झाल्येत तिथे. गोविंदा म्हणाला ते खरं आहे. त्यांची गरज कधीच संपली. आणि इकडच्यांना आपली गरजच नव्हती. होता तो केवळ नाइलाज.”

“कालिंदीऽऽ”

“एक ऐकणार माझं? गोविंदाला शाळा संपली की, जाऊ दे शहरात. जाऊ दे मुंबई-पुण्याला.”

“तिथे कोण संभाळणार त्याला?”

“तोच संभाळेल स्वत:ला. पण त्याचा जो कोंडमारा होतोय इथे, सुटेल त्यातून तो.”

“हळू हळू. थांब, साखरफुटाणे आणतो. जरा ठेव तोंडात. बरं वाटेल.”

“अहोऽऽ”

“हं. हो. ठीक आहे कालिंदी, जाऊ दे गोविंदाला. आणि खरं सांगू तर, मी कोण परवानगी देणारा? त्याच्या नशिबात जायचं असेल, तर मी नाही जरी म्हणालो, तरी तो जाईलच.”

“आनंदानं पाठवा.”

“हो.”

“आता मला खूप बरं वाटलं. गणेशा, तुझ्या पायाशी येऊन बोलल्ये रे सगळं. काही चुकलंमाकलं असेल तर क्षमा कर.”

“निघू या?”

“हो. पोरगं सकाळपासून उपाशी आहे. निघू या.”

दत्तू पुजारी आणि थकलेली कालिंदी घराच्या फाटकाशी आले. आले आणि दोघं तिथेच खिळून बघत राहिले. अंगणातल्या दोरीवर स्वच्छ धुतलेला नवा गणवेश आणि दप्तर वाळत होतं.

"सर आहेत?"

शिंदे मुख्याध्यापकांच्या खोलीबाहेर दत्तू पुजारी उभा होता. शिपायाला विचारत होता.

"सर आहेत?"

"हाईत."

"भेटायचंय मला."

"सांगतुया. थांबा."

शिंदे सरांचं बोलावणं येईपर्यंत दत्तू शांत बसून राहिला. मनातल्या मनात त्यांच्याशी काय बोलायचं ठरवू लागला.

"जा. सर बोलावितांहेत."

धोतराची निरी सारखी करत दत्तू पुजारी खोलीत गेला.

"या दत्तूबुवा. बसा."

"सर, काल जो काही प्रकार झाला, म्हणजे मला गोविंदानं काहीच सांगितलं नाही बरं!"

"झाला प्रकार अयोग्यच होता. मला समजलंय सर्व. इतकंच नाही तर नंतर गोविंदा शाळेतून निघूनच गेला."

"हं."

"मी मुलांना चांगलंच खडसावलं आहे. त्यांना असंही सांगितलंय की, पुन्हा कुणी जर गोविंदाला काही बोलतंय, खोडी काढतंय अस दिसलं, तर तुम्हाला परीक्षेला बसू दिलं जाणार नाही."

"उपकार तुमचे! कोवळं वय आहे. आघात जास्त होतो. निदान कोवळ्या अंकुरावर तरी कुणी आघात करू नये. एकदा त्या अंकुराचा वृक्ष झाला की, तो समर्थ होतो असे आघात पचवायला."

"नका काळजी करू."

"सर, तुम्ही गोविंदाची काळजी घेता, बरं वाटलं. ह्या तुमच्या चांगुलपणाचा थोडा फायदा घेऊ का? खरंतर आत्तापर्यंत अशी विनवणी कधी करावी लागली नाही. आधी एकदा केली होती, ती शिकवण्या मिळवण्यासाठी, पण त्यात सहजता होती. मिळाल्या तर ठीक, नाही मिळाल्या तरी ठीक. पण आज..."

"मोकळेपणानं बोला दत्तूबुवा."

"तुम्ही मूळचे मुंबईचेच ना?"

"हो. पण बदली झाली नि इथे आलो. तशी ही माझी पहिलीच बदली नाही. ह्याअगोदरही झाली होती. पण मूळचा मी मुंबईचाच."

"सर, तुम्हाला माझी सर्व परिस्थिती ज्ञात आहे. गोविंदा..."

"जाणतो मी."

"त्याची ही परीक्षा झाली की, त्याला पुढील शिक्षणासाठी मुंबईला पाठवावं, असा विचार आहे."

"उत्तम."

"माझे एक दूरचे चुलत बंधू तिथे राहतात, पण... त्यांनी संबंध ठेवले नाहीयेत."

"बरं."

"तर, म्हणजे मला, तर असं म्हणायचं होतं की..."

"मोकळेपणानं बोला दत्तूबुवा."

"जर गोविंदा तुमच्याकडे राहिला तर, म्हणजे तो सगळी कामं करेल घरातली. खात्री आहे मला, तुम्हांला त्याचा त्रास होणार नाही. पोराच्या डोक्यावर छप्पर हवं म्हणून..."

"दत्तूबुवा, मी समजू शकतो. मीही बाप आहे. मुलांसाठी किती प्रयास, काळजी असते जाणतो मी. मी बोलतो माझ्या बायकोशी. खरं सांगू तर मी एक शिक्षक. माझ्यावर पाच जणांचं पोट अवलंबून. माझं मुंबईतलं घर, म्हणजे, एका चाळीत राहतो आम्ही. शेजारी मुसलमान, गुजराथी, मारवाडी सगळे सगळे आहेत. तुम्हा ब्राह्मणांची चाळ, शेजार नाही. वस्ती तशी असंस्कृतच आहे. दोन खोल्यांत पाच जण राहतो. चालेल गोविंदाला.?"

"न, न चालायला काय झालं? त्यानं ह्या गावापासून दूर जावं आणि चांगलंच आहे की अठरापगड माणसं राहतात ते. निदान त्यामुळे तरी त्याची अवहेलना होणार नाही."

"मी विचारतो घरी. मग सांगतो तुम्हांला."

"आभारी आहे."

"दत्तूबुवा, आभार मानू नका. ज्ञानानं तुम्ही माझ्यापेक्षा खूप मोठे आहात. आणि कार्यानंसुद्धा. या तुम्ही. मी जास्तीतजास्त प्रयत्न करेन."

दत्तू पुजारी निश्चिंत होऊन बाहेर पडला. कालिंदीला बरं वाटेल आता. तिच्या मनावरचं ओझं उतरेल. गोविंदाही हळूहळू ठीक होईल. गणेशाची कृपा!

दत्तू घरी यायची कालिंदी वाट बघत होती. तिचा जीव घाबरा होत होता. म्हादू तिला चाटण देत होता, पण उबळ थांबत नव्हती.

फाटक वाजलं तसा म्हादू धावला.

"बेगिन या. वैनीबायला बरं न्हाईसा."

"काय होतंय?" असं म्हणत दत्तू धावलाच.

"जीव लई घाबरतुया. तुमी हितंच थांबा. म्या डागदरला पुढे घ्येऊन येतुया."

"जा लवकर...."

"कालिंदी..."

"आलात! आता बरं वाटेल."

"तू, तू बोलू नकोस. मी शेक घेऊन येतो."

"हं."

दत्तूनं कोळसे पेटवले. शेगडी, पंचा घेऊन तो कालिंदीपाशी आला. तवा चांगला तापला. पंच्याची घडी तव्यावर गरम करून दत्तू कालिंदीचा घसा, छाती, डोकं आळीपाळीनं शेकू लागला. ढास जरा कमी झाली. कालिंदीला ग्लानी आली. डॉक्टर येईपर्यंत दत्तू तिला शेक देत राहिला.

"कालिंदी, डॉक्टर आलेत."

"अं?"

"डॉक्टर."

डॉक्टर तपासत होते. त्यांचा चेहरा चिंतातूर झाला. त्यांनी कालिंदीला एक इंजेक्शन दिलं. गोळ्या लिहून दिल्या.

"डॉक्टर, काय झालंय?"

"बाहेर येता?"

"हं. सांगा."

"दत्तूबुवा. त्यांचं रक्त तपासायला हवं. किती दिवस त्रास होतोय त्यांना हा असा?"

"नेहमी नाही; पण महिना तरी झाला."

"जास्त दिवस होत असणार. सहा-सात महिने तरी."

"म्हणजे?"

"त्यांनी दुखणं अंगावर काढलंय. तुम्ही रक्त तपासून घ्या. ही चिठ्ठी. ही दाखवा हॉस्पिटलमध्ये. आणि रिपोर्ट मिळाला की, दाखवा मला. तोपर्यंत मी काही सांगत नाही. ही औषधं मात्र लगेचच सुरू करा."

"काळजी करण्यासारखं काही?"

"ते आत्ता नाही सांगत. पण काळजी घेण्यासारखं मात्र खूप आहे. त्यांना चुलीपाशी जाऊ देऊ नका. धूर, उग्र वास, ह्यापासून दूर राहू देत आणि सर्वांत महत्त्वाचं म्हणजे, त्यांना त्रास होईल, म्हणजे मानसिक त्रास होईल असं काहीही नको."

"हो डॉक्टर. आणि तुमची फी?"

"नंतर बघू दत्तूबुवा. आधी औषधं आणा."

"हो. म्हादू..."

"जी."

"डॉक्टरांना सोडून ये आणि येताना ह्या गोळ्या घेऊन ये."

"व्हय जी."

डॉक्टरांना फाटकातून बाहेर पडताना गोविंदाने पाहिलं. काय झालं? आई? तो धावलाच.

"आई."

"शू! शांत. आत्ताच डोळा लागलाय."

"काय झालं?"

"नेहमीचंच, ढास लागली होती. पण आज जरा जास्तच. जीव घाबरा झाला होता तिचा. म्हणून डॉक्टरांना बोलावलं. आता ती ठीक आहे."

"मला का नाही बोलावलंत?"

"शाळेत होतास, शिवाय शाळा इतके दिवस बंद होती. अभ्यास व्हायला हवा ना? शिवाय मी होतोच ना."

"खूप त्रास होतोय? काय म्हणाले डॉक्टर काका?"

"इंजेक्शन दिलंय. म्हादू गेलाय औषधं आणायला."

"पण म्हणाले काय?"

"वाटेल, बरं वाटेल तिला लवकरच. तिला आनंदात ठेवा आणि स्वैपाक करू देऊ नका. धूर जाता कामा नये नाकात असं म्हणाले."

"हो? मी करेन स्वैपाक. मला येतो."

"बरं. आपण दोघं मिळून करू."

"कधी उठणार ती? मला खूप बोलायचंय तिच्याशी."

"उठेल. तू हातपाय धुऊन घे. भूक लागली असेल. खाऊन घे."

"आई जेवली?"

"नाही."

"मलापण नको."

"आपण दोघं जेवू या. मी वाढतो."

गोविंदा आईच्या उशाशी बसून राहिला. तिनं जरा जरी उं केलं तरी लगेच काय गं आई? काय हवं? विचारत राहिला. संपूर्ण रात्र अशीच उलटली. पहाटे पहाटे कालिंदीला जाग आली. बघते तर उशाशी गोविंदा तसाच बसल्या-बसल्या झोपलेला. दत्तू भिंतीला टेकून होता. टक्क जागा.

कोंबड्यानं दूरवर कुठेतरी बांग दिली. पारिजातकाचा सुगंध हलक्या झुळुकीबरोबर घरात आला. गणेश मंदिरात काकड आरतीला सुरुवात झाली असावी. घंटा, टाळ

निनादत होते. एकाच लयीत. हंबरतंय कोण? गंगा का? की कावेरी? म्हादू आला नाही का अजून? वैरण घातली की नाही? बाई अंगणात सडा घालत्ये का? पारिजातक दरवळतोय. फुलं वेचली का कुणी? हार करायचेत. पूजेची तयारी झाली का करून? आत्ता येतील हे गणेशाची पूजा करून. गोविंदा... अजून निजलायस? अरे, ऊठ बाळ! बाबा श्लोक शिकवणार आहेत ना तुला! किती प्रसन्न वाटतंय. हे बघ, सगळे मला बोलावतायत. बाई, गंगा, कावेरी, तो गणेश, आले आले. जाऊन येते हं. जाते बरं.

कालिंदीच्या मुखातून हलकासा आवाज आला. दत्तू पुजारी खाटेजवळ आला. गोविंदाला जाग आली. दोघांनी तिच्याकडे बघितलं. कालिंदी प्रसन्न, शांत मुद्रेनं डोळे मिटून हलकीशी हसत होती.

"आई... आई... आई..."

"कालिंदी, ए, अगं कालिंदी, का लिं दी..."

गोविंदानं दत्तू पुजारीला घट्ट मिठी मारली. तो गुदमरत राहिला. आतल्या आत आक्रोशत राहिला, थरथरत होता, पण एकटक आपल्या आईकडे बघत होता. आत्ता उठेल. इतका वेळ ती कधीच निजत नाही.

"बाबा, आईला उठवा ना."

"गोविंदा, डॉक्टरांना बोलावून आण. धाव."

गोविंदा सुसाट गेला. डॉक्टरांचं दार उघडेस्तोवर ठोठावत राहिला. तेही लगेचच निघाले. त्यांना गोविंदाच्या वेगानं चालता येत नव्हतं. तरी ते शक्य तितके भराभरा चालत होते.

"बाबा, डॉक्टरकाका..."

डॉक्टरांना जी भीती काल वाटत होती, ती सत्यात अवतरली.

"दत्तूबुवा, उशीर झाला."

गोविंदा वेडापिसा झाला. आई, आई हाका मारत राहिला. दत्तू गोविंदाला थोपटत राहिला. आपली साथीदार गेली. आपण एकटे झालो. ही भयाण जाणीव त्याला घेरून राहिली. डॉक्टर मुक्यानंच दत्तू पुजारीला थोपटून निघून गेले. आणि पाठोपाठ आलेल्या म्हादूनं गळा काढला. दत्तू पुजारीचं घर त्याच्या रडण्यानं, छाती पिटण्यानं भरून गेलं.

दत्तूनं धीर गोळा केला. पुढली कर्म करायला हवी होती. शेजारीपाजारी जमले. सांत्वन करू लागले.

दत्तूनं अंत्येष्टिसंस्कारांना सुरुवात केली.

केशवाय नमः, नारायणाय नमः, माधवाय नमः, गोविंदाय नमः, विष्णवे नमः, मधुसूदनाय नमः, त्रिविक्रमाय नमः, वामनाय नमः...

श्रीश्वेतवारहकप्ले वैवस्वतमन्वंतरे भरतवर्षे भरतखंडे जंबुद्वीपे कलियुगे कलिप्रथमचरणे अष्टांविंशतितमे युगे बौद्धावतारे दंडकारण्ये देशे गोदावर्याः दक्षिण तीरे शालिवाहन शके अस्मिन्वर्तमाने

नाम संवत्सरे... अयने... ॠतौ... मासे... पक्षे... तिथौ... स्थिते देवगुरौ शेषेशु ग्रहेणु यथायथं राशिस्थानस्थितेषु सत्सु शुभनामयोगे एवंगुणविशेषणविशिष्टायां शुभपुण्यतिथौ मम आत्मनः श्रुतिस्मृति पुराणोक्त फलप्राप्त्यर्थं जमदग्नी गोत्रस्य प्रेतस्य...

प्रेतस्य? आईला आता प्रेत म्हणायचं? प्रेत का म्हणता? कालिंदी म्हणा...

तथा जमदग्नी गोत्रस्य... प्रेतस्य उर्ध्वोच्छिष्ट अधरोच्छिष्ट उभयोच्छिष्ट

बघा, पुन्हा प्रेत म्हणालात. नको ना असं. ती आई आहे माझी. माझी आई. कालच रात्री किती छान बोलत होती माझ्याशी.

"गोविंदा, बाळा अभ्यास नीट करतोयस ना?"

"हो."

"हे बघ, अभ्यास छान कर, छान पास हो. मग आम्ही तुला मुंबईला पाठवणार आहोत. तिथे खूप शिक. मोठ्ठा हो. एकदा ह्या गावातून बाहेर पडलास ना, की तुला जे हवं, जसं हवं तसं जग. मला तुझा त्रास समजतो रे गोविंदा! पण खरं सांगते, तुझे बाबा काहीही वाईट काम करत नाहीत."

"मग सगळे मला असं का वागवतात?"

"त्यांचं अडाणी असणं हा बाबांचा दोष आहे का?"

"आई, तुला त्रास होतोय. आपण नको बोलू या. तू विश्रांती घे."

"पडूनच तर आहे. पण मला तुझी खूप काळजी वाटते रे."

"तू आधी बरी हो. माझी काळजी करू नकोस. मी नीट अभ्यास करेन. वर्गातून पळून जाणार नाही. कुणी कितीही चिडवलं तरीही."

"शहाणं माझं बाळ. मला तरी वेगळं काय हवं रे? पण एका गोष्टीचं वैषम्य वाटतं. तुला चांगले कपडे, चांगल्या वस्तू आम्ही देऊ शकलो नाही."

"मी देईन आई तुला. चांगली साडी आणेन. पण तू बरी हो. बघ किती खोकला येतोय. दम लागतोय."

"मला जरा बसव."

"आई, तुला तापही आलाय."

"तो जाईल."

"मी तुझ्यासाठी पेज आणतो."

“बाबा आले का?”

“नाही अजून.”

“म्हादू?”

“आलाय. पाणी तापवत ठेवतोय.”

“ह्यांचे कपडे...”

“करतो सगळं, पण तू बोलू नकोस.”

“बरं, बैस असा जवळ. तुझा हात दे हातात! बघितलंस? काही वर्षांपूर्वी माझ्या हातात तुझा हात खपून जायचा. आणि आता? तुझ्या हातात, माझा हात दिसत नाहीये. मोठा झालायस ना. असाच धरून ठेव हं माझा हात. सोडू नकोस कधी.”

“नाही सोडणार आई. कधीच नाही.”

प्रेत पाथेयश्राद्धे अयंते क्षण उपनिष्ठतां... प्रेत पाथेयश्राद्धे पाद्यभुपतिष्ठतां...

प्रेत, प्रेत तो हात एका प्रेताचा आहे? नाही, माझ्या आईचा आहे. आईला स्नान कुणी घातलं मघा? ही नवी साडी, बांगड्या कुणी आणल्या? भलंमोठ्ठं कुंकू, मंगळसूत्र. किती छान दिसत्येय आई! तिला चटईवर का निजवलंय? आणि ही भाताची मूद कशाला? तीळ, काळे तीळ? पीठ कसलं हे? काजळ, तूप का लावताय? तुळस, माका हे काय चाललंय? कशाला? किती छान झोपलीये आई!

अभिरम्यतां अभिरतास्त:!

का नेताय तिला? कुठे नेताय? नका ना इतकं घट्ट बांधू. दुखेल तिला.

“गोविंदा, बाळा ऊठ चल.”

“म्हादूकाका, मला, मला नाही यायचं.”

“चल बाळा.”

“तिला का नेताय?”

“ठावं हाय नव्हं समदं! आसं करू नगंसा. तरास व्हईल वैनीबायला. चल बाळा.”

समोर चिता रचली होती. उत्तर दक्षिण दिशांना दर्भ ठेवले होते. तूप, गंध,

अक्षता, फुलं, पाणी... एक-एक मंत्र गोविंदाला बधिर करत होता.

सचितुष्टवा हिरण्यस्तुप: सवितापुर उष्णिक् आज्यस्योत्पवने विनियोग:।

दर्भ उचलले जात होते, अग्नीवर ठेवले जात होते. तुपाच्या आहुत्या दिल्या जात होत्या.

प्रेतस्य प्रेतत्व विमोक्षर्थ और्ध्वदेहिकं करिष्ये ।

प्रेताला अग्नी देण्याच्याजागी समिधेने रेषा ओढल्या जात होत्या. *यमायदहनपतचोल्लिखमि कालायदहनपतयेचोल्लिखमि, मृत्यवेदहनपतयेचोल्लिखमि, यमाय दहनपतये पितृभ्य, स्वधानम: कालाय दहनपतये पितृभ्य: स्वधानम:*

आपण आईला नवीन साडी आणणार होतो. ती तर म्हणाली होती, ''माझा हात कधी सोडू नकोस.'' मग हे आत्ता सगळं काय होतंय? हे कणकेचे गोळे, हे पीठ, ह्या भाताच्या मुदी, ही एवढी लोकं जमल्येत? आईला त्या लाकडांवर ठेवलंय. कपाळावर कणकेचा गोळा, तोंडावरसुद्धा. काय हे? कशासाठी?

अग्नेर्वर्मेति दमनोग्नि स्त्रिष्टप्। प्रेतस्य ललाटे मुखेच सक्तुपिंडदाने विनियोग:।

हातावर, हृदयावर, पुन्हा तेच...

अतिद्रवेति मंत्रद्वयस्थ यमश्वानौत्रिष्टुप् । बाहुद्रवे हृदयेच सक्तु पिंडदाने विनियोग:

आग आग! सर्वत्र आग. आई, तुला भाजतंय का गं? कसं सहन करत्येस? मी लहान असताना एका दिवाळीत तू माझ्यासाठी फुलबाजी आणली होतीस. त्या चमचमत्या चांदण्या उडत होत्या. एक चांदणी माझ्या हातावर आली. किती रडलो होतो मी. त्या इतकुश्या चटक्यानं मला इतक्या वेदना झाल्या आणि आत्ता तू... संपूर्णपणे हा दाह कसा काय लपेटून घेतलास?

फट्! आवाज आला का? कसला? हे काय! सगळे निघाले? तुला इथेच एकटीला सोडून मीपण जायचं? नको ना. आधी येत नव्हतो, तर सर्वांनी ओढून ओढून आणलं. आता जायचं नाहीये इथून तर कुणी थांबू देत नाही. आईऽऽऽ

भाताच्या दहा मुदी बघून, त्यावर लावलेले काळे तीळ, तुळशीची पानं, हळद, कुंकू, सगळं अभद्र अभद्र वाटू लागलं. त्यावर एक दह्याचा ठिपका. त्या पांढऱ्याशुभ्र दह्यात कुंकवाचा लाल रंग मिसळू लागला. जणू रक्ताचा एक ओघळ होतोय. बर्फावर लाल रंग ओघळतोय. ते तीळाचे काळे ठिपके सुकलेल्या रक्ताची खपली वाटत होती. हे हे सगळं घृणास्पद आहे.

कावळा त्याचा घास मिळण्याची वाट बघतोय! त्या कावळ्याला द्या ना, म्हणजे म्हणजे त्याची काव काव, कर्कश्श काव काव बंद होईल. पुरे करा हे सगळं. मला जाऊ दे.

घातली जाते...''

''हो ना! जीव ह्या विश्वात येतो. त्यासाठी त्याला नऊ माह प्रतिक्षा करावी लागते आणि ह्या विश्वात सर्वतोपरी जगण्यासाठी ह्या नऊ महिन्यांत तो एकेका अवयवांनी पूर्ण होत जातो. दहावा महिना हा त्याचा ह्या विश्वात प्रकट होण्याचा. जीव सदेह येतो, पण जाताना सदेह जात नाही. जन्म घेताना सचेतन शरीर विश्वात येतं; पण जाताना ते अचेतन असतं. त्यातली चेतना म्हणजेच आत्मा! तो शरीराचा त्याग तर करतो, पण इथे तो आला, येताना शरीर हे माध्यम होतं. जातानाही त्याला माध्यम लागतं. काही दूर अंतरापर्यंत तरी. ते माध्यम आपण तयार करतो. ते जरी कल्पित असलं तरी आधार देणारं आहे. भाताच्या मुदी करतो आपण. दहा महिन्यांच्या दहा. नऊ महिने – प्रत्येकाची एक मूद, आणि ज्या तऱ्हेनं गर्भात शरीर अवयव धारणा होते, तसं एकेक मूद तत्पर कल्पिली जाते आणि दहावी मूद म्हणजे, आत्म्याचं शरीर रूपातून ह्या विश्वातलं आगमन. तसं ह्या दहाव्या मुदीमार्फत आत्म्याचं मुदीरूपी शरीररूपातून ह्या विश्वातून गमन आहे. तोपर्यंत नऊ दिवस तो आत्मा इथेच भ्रमण करत असतो. त्याची अवस्था टांगलेली असते. ते शरीर ज्यानं त्याला भूमीचा आधार दिलेला असतो, ते विनाश पावतं आणि गगनाकडे जाण्यासाठी त्याला माध्यम उपलब्ध नसतं. प्रत्येक माह म्हणजे एक दिवस असे नऊ दिवस आणि दहाव्या दिवशी ह्या मुदींरूपी शरीराच्या माध्यमातून आत्म्याचं गमन!''

''गुरुजी इतका विचार, इतकं आपलं शास्त्र प्रगल्भ!''

''होय. तर प्रत्येक गोष्टीला काहीएक अर्थ आहे. तो आता उद्या विशद करेन.''

''आम्ही हे सर्व नीट पाठ करू.''

''शब्दोच्चार लक्षात ठेवा. एक अनुस्वार किंवा मात्रा चुकली की अर्थ बदलतो.''

''हो गुरुजी.''

''आता उद्या. ह्याच वेळेस या. आजच्या सारखंच.''

गोविंदानं मग पटापट जेवण संपवलं. मागचं सर्व आवरून त्यानं दत्तू पुजारीसाठी चहा केला. चहा देऊन तो तडक माडीवर गेला.

कालिंदी गेल्यापासून गोविंदानं माडीवर राहायला सुरुवात केली होती. कालिंदी असताना तसं कुणी माडीवर जात नसे. बाई होती तेव्हा मात्र माडीचा वापर व्हायचा; पण बाई गेली आणि माडीचं दार बंद केलं गेलं. आता गोविंदानं पुन्हा वापरायला सुरुवात केली. तो माडीवर बसून काय करतो? प्रश्न पडायचा दत्तूला. पण त्याला तसं विचारायची सोय नव्हती. पुन्हा त्याचं काही बिनसलं तर? ही भीती दत्तूचा सतत पाठपुरावा करायची.

पायऱ्या चढणाऱ्या पाठमोऱ्या गोविंदाकडे बघून त्याला आत्ताही असंच वाटलं. त्यानं चहाच्या कपाकडे पाहिलं. त्याला गोविंदा म्हणजे कोडं वाटू लागलं होतं. त्याला आपला तिरस्कार आहे हे दत्तूला नक्कीच ठाऊक होतं; पण त्या तिरस्कारामागे कुठेतरी ओलावाही आहे, हे त्याला जाणवू लागलं होतं.

गोविंदा माडीवर त्याच्या नेहमीच्या जागेवर जाऊन बसला. महिरपी खिडकी. खिडकीला खालच्या अंगाला लाकडी बाकदार छोटे-छोटे खांब. त्या खांबांवर एक आडवी लाकडी पट्टी. खिडकीजवळ बसलं की, हात ठेवू शकू इतक्या उंचीची आणि तितक्या मापाची. समोर दिसायचा तो डोंगर. ह्याच डोंगरावर आपण दोन दिवस काढले. भरकटत, ठेचकाळत, रडत! भुकेले! लहान होतो तेव्हा एकदा आईवर चिडलो होतो. पिठलं-भात, सतत, सारखाच पिठलं-भात! आणि त्या दुपारी डोंगरावर एका दगडावर थकून बसलो होतो आणि भूक. भूक लागली होती. स्वाद येत होता आईच्या हातच्या पिठल्याचा! त्या आठवणीतल्या स्वादाने वेडेपिसे झालो. पुन्हा ते पिठलं खावंसं वाटू लागलं. किती मोठ्यांदा आईला हाक मारली होती तेव्हा, "आईऽऽ! ये ना! वाढ मला पिठलंऽऽ! पण पण भात नको. नको भात मला. आईऽऽ!" म्हणत त्या दगडावरच मान ठेवली.

आणि नंतर समोर बाबा दिसले. अनवाणी, ठेचकाळत येत होते. खरंतर धावत जाऊन त्यांना मिठी माराविशी वाटत होती. त्यांच्या मिठीत खूप रडावंसं वाटत होतं. पण नाही केलं तसं. का नाही केलं? का वागतो मी असा? मला जेव्हा इथे राहायचंच नाहीये, मला नाही ऐकायचंय ह्या विधींबद्दल, मला हे असंकाही नकोच आहे, तर का मी बाबांसाठी पाणी गरम करतो? का त्यांचे कपडे काढून ठेवतो. निऱ्या करून ठेवतो? का त्यांना चहा करून देतो? मी माझा सर्व राग विसरलोय का? बाबांच्याच कार्यामुळे – कार्य? हे कसलं कार्य? हा तर व्यवसाय आहे. मला कुठे तेव्हा माहीत होतं की, गंगा दान म्हणून मिळाली होती? कुणीतरी मेलं होतं, म्हणून गोदान केलं होतं. आणि सर्व माझं बालपण – छे! मी काहीही विसरलो नाहीये. मी एक नाममात्र कर्तव्य करतोय. बस! इतकंच.

मी कदापि माझं शल्य, माझा अपमान, मुलांनी-मोठ्या माणसांनी माझा केलेला छळ मी विसरणार नाही. आईचा झालेला अपमान मी विसरणार नाही. समजलं का श्री. दत्तात्रय पुजारी?

१०

"अरे गोविंदा, कुठे निघालास?"

"जाऊन येतो."

"बरं."

गोविंदा फाटकापाशी पोहोचला आणि दत्तू पुजारीनं पुन्हा त्याला टोकलं.

"अरे गोविंदा, लवकर ये रे."

"कशाला?"

"नाही, म्हणजे काम नाहीये काही. पण कुणी आलंच अचानक तर... तुला माहित्येना की अचानकच बोलावणं येतं."

"हो. तसं झालं तर चावी गोठ्यातल्या कोनाड्यात ठेवा."

"अरे, कशाला लागतंय कुलूप? आहे काय घरात चोरून नेण्यासाठी?"

"माझे दोन गणवेश. एक नवा, आईनं आणलेला आणि एक जुना. कुलूप लावा जर अचानक बाहेर जावं लागलं तर!"

दत्तू पुजारी गप्प झाला. मधूनच हा असं तोडून का बोलतो? कुठे जातोय? घरी येईल ना परतून? आता सतत मनात ही भीती दबा धरून बसलेली असते. एकदा का निकाल लागला नि ह्याला मुंबईला पाठवलं की, शांत वाटेल; पण तोपर्यंत मात्र... म्हादूही हल्ली येत नाही. इथे येऊन तसं तो करणार तरी काय? तरी खूप साथ दिली त्यानं. आता थकलाय तसा. नदी ओलांडताना गुळगुळीत दगडांवर पाय ठरत नाहीत आताशा. चालायचंच! ज्याची जेवढी साथ तेवढी ती मिळते. साथ मिळाली तर का मिळाली? असं आपण कुठे विचारतो? मग ती सुटली तर का सुटली? असं तरी का विचारावं?'

"कोण?"

"दत्तूबुवा, आलोणपूरहून आलोय."

"या."

"आत नाही येत. बोलवायला आलोय."

"येतो. पण तुम्ही इतक्या दूर का आलात? तिथे विचारे गुरुजी आहेत ना?"

"आजारी आहेत. येऊ शकणार नाहीत."

"बरं. एक सांगा, कोणासाठी यायचंय?"

"मुलगी आहे. कुमारिका."

"अरेरे..."

"लग्न जमलं होतं. स्थळ चांगलं होतं; पण मुलीचं प्रेम होतं कुणावरतरी. घरच्यांच्या भीतीनं सांगितलं नाही. मुलानं म्हणजे तिच्या प्रियकारानं धमकी दिली. लग्न केलंस कुणा दुसऱ्याशी तर सर्व सांगून टाकेन त्याला! ही घाबरली. डांबराच्या गोळ्यांची कितीतरी पाकिटं खाल्ली. तडफडून गेली. पोलीस केस झाली. प्रियकराचं नाव समजलं, पण काही होऊ शकलं नाही. पुरावा नव्हता काही."

"नाव समजलं?"

"हो. तिनंच नाव सांगितलं असं म्हणतात."

"तुम्ही मुलीचे कोण?"

"शेजारी राहतो सरमळकरांच्या. वैशंपायन नाव माझं."

"चला निघू या. हे शहरी लोण आता खेडेगावांतूनही पसरू लागलंय म्हणायचं."

"हो."

दाराला कुलूप लावून दत्तू पुजारी फाटकापाशी आला आणि त्याला आठवलं, चावी ठेवायची राहिली. वैशंपायनांना तिथेच थांबायला सांगून दत्तू गोठ्याशी आला. त्यानं तिथे चावी ठेवली. माघारी येणार, तो त्याला गंगा-कावेरी आठवल्या. त्यांची नजर आठवली. दत्तू बाहेर निघाला की, त्यांच्या डोक्यावर थोपटून, अंगावरून हात फिरवून निघायचा, तेही त्याला आठवलं. उपरण्याने डोळे कोरडे करत तो फिरला. उगीचच त्यांचं हंबरणं कानांवर पडत राहिलं.

घराला कुलूप? गोविंदाला कुलूप बघून कल्पना आली. बेभरोशी व्यवसाय! तो गोठ्याकडे गेला. त्याला चावी मिळाली; पण घरात जाऊन करायचं काय? त्यानं पुन्हा चावी होती त्या जागेवर ठेवली नि तो बाहेर पडला. चार पावलं चालेतो समोर दत्तू पुजारीचे शिष्य दिसले. कालचे.

"बाबा घरात नाहीयेत."

"असं? काल म्हणाले होते ह्या वेळेला या म्हणून!"

"मरणाऱ्यानं मरताना त्यांची अपॉइंटमेंट घेतली नाही ना, म्हणून प्रॉब्लेम झाला. तुम्ही हेच शिकताय ना? तुम्हाला अनुभव येतीलच."

"बरं, तर मग. आम्ही उद्या येतो."

"या."

गोविंदा त्यांच्या पाठमोऱ्या आकृतीकडे बघत राहिला.

"हा, गुरुजींचा मुलगा ना?"

"हो. काल बघितलं की त्याला!"

"हा असा काय?"

"अस्संच असतं. आपण इतक्या लांबून गुरुजींकडे शिकायला येतो, नि हा! एवढं ज्ञान घरात आहे, तर त्याची किंमत नाही."

"आपण का शिकतो सांग? आपल्या जातीत हे विधी करणारं कुणी नाही. प्रत्येक वेळेस गुरुजी भेटेपर्यंत थांबावं लागतं आणि कुणी आपल्या जातीतल्या लोकांचे विधी करण्यासाठी तयारही होत नाहीत. मनधरणी करावी लागते. मानलं तर ठीक, नाही तर तसंच जाळून टाकावं लागतं."

"पण गुरुजींचं तसं नाहीये. ते येतात. सर्वकाही मनापासून करतात. माझी आत्या वारली तेव्हा आले होते बोलावल्यावर. मी बघत होतो सर्व. तूही होतास की तेव्हा."

"होतो. पण हे विधी शिकावेत ही कल्पना तुझी होती. म्हणून मग मीही..."

"आणि किती फरक पडला बघ! आपली भाषा सुधारली. वाचन वाढलं. आपल्या जातीत, समाजात आपल्याला किती मान मिळू लागलाय आत्ताच!"

"अरे परवा काळूकडे पूजा होती! मी सांगितली ती!"

"असं? छान!"

"आपण अनाडी असून महत्त्व समजलो नि हा शिकलेला पोरगा. ह्याला..."

"सोड ना. आपल्या बाचं काय जातंय?"

गोविंदाला त्या दोघांचं आश्चर्य वाटत होतं. हे दोघं, वयाने असतील आपल्यापेक्षा पाच-सहा वर्षांनी मोठे! ह्यांना हे अंत्येष्टिविधी शिकावेसे वाटतात? उद्या ह्यांची लग्नं तरी होतील का? त्या बायका घाबरतील. आणि लग्नं झालीच तर जी मुलं ह्यांना होतील त्यांचं काय? आपल्यासारखीच ती मुलं यातना सहन करतील? आपल्यासारखीच एकटी वाढतील. त्यांना चिडवणारी, अपमान करणारी माणसं आजूबाजूला असतील. त्यांनाही उपाशी राहावं लागेल क्वचित. चांगले कपडे, पुस्तकं मिळणार नाहीत. मग अजून गोविंदा तयार होतील. एकलकोंडे, आतल्या आत तडफडणारे. कुणाच्यातरी मरणाची वाट बघत बसणारे.

दत्तू पुजारीला परतायला संध्याकाळ झाली. तो थकला होता. भूकही लागली होती. कालचा उपास सोडायला सवडच मिळाली नव्हती. पायांना पडलेल्या भेगांमध्ये राख अडकली होती. काळपट, पांढरट जाडजूड वहाणांनी अजूनच

सोलवटत होते. पण चालायला हवंच होतं. घर गाठायचं होतं. काखोटीतल्या झोळीत तीन-चार नोटा होत्या. काही धान्य. गोविंदाला मुंबईला पाठवण्यासाठी ह्या नोटा कामी येतील हा एकमेव विचार मनात घोळत होता.

खरंतर आता चालणं झेपत नाही. एखादी जुनी सायकल तरी असावी असं राहून राहून वाटत होतं. आत्ता जर पाटील हयात असते तर त्यांनी खचितच मदत केली असती. सोन्यासारखा माणूस गेला.' ह्या विचारासरशी दत्तू थबकला. मनातल्या मनात त्यानं स्वत:ला धिक्कारलं. पाटलांची मदत झाली असती म्हणून त्यांनी जिवंत असायला हवं होतं? आपण इतके स्वार्थी कसे झालो? त्यानं मनातल्या मनात पाटलांची, गणेशाची आणि कालिंदीची क्षमा मागितली. ''वय वाढल्याचं जाणवू लागलंय.'' दत्तू पुजारी स्वगतच म्हणाला. 'हे वयच सर्व मागू लागलंय. आता दुसऱ्यांचा विचार मनाला आधी शिवत नाही. स्वत:चा आणि गोविंदाचा, म्हणजे पुन्हा स्वत:च्या मुलाचा विचार आधी येतो. आणि दुसऱ्यांचा विचार करावा, असं आता कुणी नाही. म्हणजे आता कुणाला ह्या दत्तू पुजारीच्या असण्याची गरज नाही. गरज लागते ती फक्त एकदाच. मेल्यावर! तीही त्या मेलेल्या माणसाची गरज नाहीच. ती जिवंत असणाऱ्यांची गरज! छे! कुठून कुठे पोहोचलो! त्या दोन चाकांचा कशाला मोह? मग इतकी वर्षं जे शिकलो, जे शिकवत गेलो, ते सर्व फोल? नाही नाही. एखादा चुकार क्षण असा काहीतरी घोळ करतो झालं!

अंगणात चुलीवर पाणी तापत होतं. बराच वेळ तापत असावं. पातेलं निम्मं रिकामं झालंय.

स्नान करून, सोवळं नेसून दत्तू पुजारी घरात आला. गोविंदा शेगडीजवळ होता. समोर पिठलं रटरटत होतं. दत्तूने घरातल्या देवांची पूजा केली आणि दोघं जेवायला बसले.

''छान झालंय पिठलं. तुझ्या आईच्या हातची चवही अशीच होती.''

''   ''

''काय केलंस दिवसभर?''

''काही नाही.''

''बरं! आणि हो, आज सकाळी मी त्या दोघांना बोलावलं होतं. ते...''

''येऊन गेले. उद्या येणार आहेत.''

''छान. आज तुझ्यासाठी दोन गोष्टींची पुस्तकं आणली आहेत. ययाति आणि दुसरं गीताई. वाच. आवडतील तुला.''

''नवीन?''

''नाही. पण मिळवली. आपल्या ह्या भागात पुस्तकं कुठून मिळायला? म्हणजे

नवीन पुस्तकं.''

''मग?''

''वाटेत येताना अगदी अचानक एक जुने मित्र भेटले. मध्यंतरी नाशकात राहत होते, मुलाकडे. आता आलेत पुन्हा. इथेच म्हणजे भाकी गावात राहणार आहेत. त्यांनी दिली.''

''बरं.''

''मी आवरतो मागचं. तू जा.''

गोविंदा पुस्तकं घेऊन माडीवर गेला. कुठलं आधी वाचावं? आई, कुठलं वाचू आधी? तुला आठवतंय ना, तू मी लहान असताना गोष्ट वाचून दाखवायचीस. मग माझ्यासाठी तू पुस्तकं आणू लागलीस. कुणी खेळायला घेतलं नाही की, मग मी रडत घरी यायचो. तू माझी समजूत घालायचीस. मग पुस्तकं द्यायचीस. केव्हा अन् कसा मी माझं रडू विसरून जायचो, हे मला समजायचंच नाही. कित्ती पुस्तकं वाचली तेव्हा! पण मग नंतर नंतर पुस्तकं परवडायची नाहीत. साधी अभ्यासाची घेताना महिना-महिना उलटायचा, तर कधीमधी कुणीतरी वापरलेली असायची. हे अभ्यासाच्या पुस्तकांचं! मग गोष्टींची पुस्तकं घेणं? शक्यच नाही. आणि आज, इतक्या वर्षांनी ही पुस्तकं मिळाली. कुठलं वाचू?'

गोविंदाने दोन्ही पुस्तकं समोर ठेवली. डोळे बंद करून तो उठला. गोल गोल फिरला आणि चाचपडत एका पुस्तकावर हात ठेवला, ''ययाति.''

''काल अचानक जावं लागलं. तुमची खेप फुकट गेली.''

''तसं काही नाही गुरुजी! अशा गोष्टी 'अचानकच' असतात.''

गोविंदा ऐकत होता. आता ही दोघं आपण काल काय बोललो हे सांगणार?

''खरं आहे. बरं, करायची सुरुवात?''

''हो.''

''काही प्रश्न असतील, तर आधी विचारून घ्या. मनात काही शंका असतील तर त्या सोडवूनच पुढे जावं. पुढे जाणं सोपं, मग पुन्हा मागे येणं बरं नाही. कठीण पडतं.''

''एक शंका आहे.''

''विचारा.''

''गुरुजी तुम्ही म्हणालात की, दहा पिंडं ठेवतो आपण. एक मानवदेहाची संकल्पना! आत्म्याला अचेत...''

''आत्मा हा चेतनामय किंवा चेतनाच असतो. तो नसेल तर जे उरतं ते जड!

पण आत्म्यालाही त्या शरीराची सवय झालेली असतेच ना!''

''असं?''

''आपण जेव्हा स्वत:बद्दल बोलतो, तेव्हा 'मी' आणि 'आत्मा' भिन्न मानतो का? आपण म्हणतो, ''मला भूक लागली.'' भूक शरीराला लागते, आत्म्याला नाही. पण असं आपण म्हणत नाही की, ह्या शरीराला भूक लागल्येय. बरोबर?''

''हो.''

''मी, कुणी वेगळा असतो, नि आत्मा कुणी भिन्न! पण त्या आत्म्याला आपणही भिन्नता जाणवून देत नाही. दोन्ही सम-एक करून टाकतो. आत्मा सूक्ष्म आहे. त्याला स्वत:चं अस्तित्व नाही. त्याचं येणं हे कुठल्यातरी शरीराच्या माध्यमातून असतं. मग तो मनुष्य असो, प्राणी असो, पक्षी असो किंवा जलचर. पण मृत्यूनंतर त्याचा आकार नष्ट होतो. त्याचं घर कोसळतं आणि तो अधांतरी होतो. तो आधार आपण ह्या रूपातून त्याला देतो. ह्या रूपाचं कार्य एकच, त्याला ह्या पृथ्वीच्या परिघाबाहेर जाण्यासाठी सहकार्य द्यायचं. वातावरणाची रेघ पार करेपर्यंतच ह्या कल्पक रूपाचं प्रयोजन. ती कक्षा एकदा ओलांडली की, आत्मा परमात्म्याशी एकरूप होतो.''

''गुरुजी, हे असं शास्त्रात सांगितलं आहे?''

''होय.''

''पण प्रत्यक्ष न बघताच...''

''तसं नाहीये. त्यासाठी साधना करावी लागते. तपस्या करावी लागते. जी त्या काळात ऋषिमुनींकडून केली गेली आणि ह्या आत्म्याच्या परिभ्रमणाला आणलं गेलं. आत्म्याचं भूतलावर साकार होणं आणि जाणं, नि पुन्हा साकार होणं.''

''शरीराने.''

''एक सांगतो, ते आधी पूर्ण होऊ दे. प्रत्येक गोष्टीला अपवाद असतात असं शास्त्र सांगतं. ह्याही बाबतीत एकच अपवाद आहे. असं सांगतात की, एकमेव तुकाराम महाराज सदेह वैकुंठाला गेले.''

''वैकुंठ म्हणजे?''

''परमात्म्याचं निवासस्थान. निवास म्हणजे घर.''

''खरं?''

''असं सांगतात आणि आजही प्रत्येकाची तशी श्रद्धा आहे.''

ययाति काही वेगळाच आहे. काहीसा गूढ. अर्थात आत्ता कुठे सुरुवात केलीय, पण वेगळाच वाटतो. गोविंदानं पुस्तक मिटलं. तो माडीवरून खाली उतरला. कालचे दोघे जण त्याच्याकडेच बघत होते. त्यानं त्यांची नजर टाळली. तो पडवीत

जाऊन बसला.

"श्रद्धेशिवाय काहीही नाही. तुम्ही हे जे शिकत आहात, श्रद्धा कायम ठेवा. पदरी कौतुकाचे शब्द पडणार नाहीतच उलट सर्वसामान्य जीवनही जगता येईल असं नाही. मनाची तशी तयारी ठेवा."

"हो गुरुजी."

"आता आपण दिशा बघू या. जे पिंड ठेवले जातात त्यालाही दिशा असतात. दक्षिणेकडे जो पिंड ठेवतात त्याला यमपिंड म्हणतात. उत्तरेकडील पिंड तो शंकरापिंड आणि पश्चिमेकडील पिंड तो वायस म्हणजे जो पिंड कावळ्यासाठी ठेवतात तो."

"म्हणजे?"

"कुठल्याही पिंडाला कावळ्याने शिवून चालत नाही. तुम्ही कधीतरी बघा. तीन पिंड ठेवलेले असतात. तसे ते जवळ जवळच असतात; पण कावळा चोच मारतो तो पश्चिमेकडे ठेवलेल्या पिंडालाच."

"अरे! हे तर काही वेगळंच आहे."

"आहे, खरंच वेगळं आहे; पण हे कसं? ह्याचं उत्तर माझ्यापाशी नाही."

"पण कावळाच का?"

"असं म्हणतात की, कावळा आणि कुत्रा ह्या दोघांनाच आत्मा दिसतो. 'काकदृष्टी' हा शब्द तुम्ही ऐकला असेल! अतिशय तीक्ष्ण बारीक नजर असा त्याचा अर्थ. एकदा का कावळ्याने त्या पिंडाला स्पर्श केला की, आपण निश्चिंत होतो. ह्याचा अर्थ असा की, मृतात्म्याच्या कुठल्याही इच्छा अपूर्ण राहिलेल्या नाहीत. तो मुक्त झालाय आणि मृतात्म्याच्या पश्चात असलेल्या त्याच्या नातेवाइकांना हेच हवं असतं. ह्या सर्व बाबी महत्त्वाच्या असतात. आत्मा मुक्त होतो, हे सर्वांत महत्त्वाचं."

आईच्या पिंडाला कावळा शिवला होता? आठवत नाहीये. जर शिवला असेल तर आई मुक्त झाली? तिला आपली काळजी नाही? तिला माहीत होतं ना की आपलं तिच्याशिवाय दुसरं कुणीही नव्हतं? आणि शिवला नसेल तर? ती अजूनही इथेच आहे? मला बघत्येय? माझी काळजी वाटत्येय? नको करूस काळजी. मी चांगला वागतोय. मी चांगला अभ्यास केला होता. पुढेही करेन. मी मोठा होईन. तू मुक्त हो आई.

गोविंदा तडक उठला आणि बाहेर पडला. गणेश मंदिरात नेहमीसारखीच गर्दी होती. पुरोहित पौरोहित्य करत होते. मंडपाच्या एका कोपऱ्यात अजून दोन-तीन

पुजारी बसले होते. त्यांच्या आजूबाजूला माणसं बसली होती. ते पुजारी त्यांना काय काय सांगत होते. ती माणसं माना डोलवत होती. हाही एक व्यवसाय! गणेशाच्या नावावर श्रीमंत झालेली ही माणसं! ह्यांना पुजारी कसं म्हणायचं? बाबांनीही हे असं करायला हवं होतं. म्हणजे नुसत्या आडनावानं पुजारी राहिले नसते. मीही मग झालो असतो पुजारी. इथे किती छान वाटतंय. सगळं स्वच्छ वाटतं.

मंडपाच्या दाराशी गोविंदा आला आणि त्याच्या पावलाला काहीतरी लागलं. त्याने पाऊल बघितलं. पेढा कुस्करला गेला होता. स्वच्छ? प्रसादाला पाय लागला, नव्हे प्रसादावर पाय पडला आणि मग त्याला फुलं, तांदूळ, अंगारा, फुटाणे कुठे कुठे पडलेले दिसू लागले.

हे पवित्र? ह्याला पावित्र्य म्हणायचं? ही भक्तमंडळी इतकंही संभाळू शकत नाहीत?

मंदिराला लागून आता बटाटावड्याची गाडी होती. ठेले होते. भज्यांची कढई, बाहेरून तेलकट, काळपट आणि तेलही तितकंच काळं! तरीही भज्यांवर ताव मारणारा भक्तगण होताच. वासानं आपल्याही तोंडाला पाणी सुटलंय का?

गोविंदा तिथून बाहेर पडला. डोंगराकडे बघत पारावर बसला. ह्याच डोंगरानं आपल्याला दोन दिवस आसरा दिला. आपण घाबरलो होतो. अंधार पडल्यावर दिवसभर हिरव्या रंगांच्या अनेक छटा दाखवणारी झाडं काळीकुट्टं का व्हायची? सर्वांचा रंग एकच व्हायचा. काळा! अंगावर धावून येताहेत असं वाटायचं. कसे राहिलो? जिवंत कसे राहिलो? गोविंदानं वर बघितलं. आकाशात ढगांनी चटई विणली होती आणि अचानक गोविंदाला गणेश मंदिराची, ह्या डोंगराची, गावाची ओढ वाटू लागली. ती नदी आणि आमराई! आता आपण इथून बाहेर पडणार. हे सर्व मागे टाकून देणार. जेव्हा केव्हा येऊ तेव्हा परके झालेले असू. हे गाव आपल्याला आपलं मानणार नाही.

आणि गोविंदाला काहीतरी तुटतंय असं वाटू लागलं. हातातून सुटतंय, पण धरावंसं वाटत नाहीये आणि सुटूही द्यायचं नाहीये. त्याची घालमेल होऊ लागली. रडू फुटू लागलं. कुणीतरी कुशीत घ्यावं, थोपटावं! फार एकटं वाटतंय.

किती वेळ झाला आपण असेच बसलोय? कुणी बघतंय का आपल्याकडे? गोविंदानं डोळे कोरडे केले. आणि खालमानेनं तो गणेश मंदिराच्या आवारातून बाहेर पडला. दिशाहीन झाल्यासारखा!

दत्तू पुजारी घरी आला तो हसत हसतच. त्याचं वय असतं तर तो नाचत-नाचत आला असता.

"गोविंदाऽऽ"

"आलो."

“अरे, इतक्या शांतपणे का बोलतोयस? हस, नाच! शाब्बास! तू पास झालास, तेही उच्च गुणांनी!”

“फर्स्ट क्लास म्हणतात.”

“तेच ते. हे बघ. पेढे घेऊन आलोय. आधी घरातल्या देवांपुढे ठेव. मग कालिंदीपुढे ठेव नि मग चल गणेशाकडे. हार, नारळ, घेऊनच आलोय. चल लवकर.”

“हो.”

“सार्थक झालं बघ. शाब्बास.”

गोविंदाने देवापुढे, कालिंदीपुढे पेढे ठेवले. नमस्कार केला. “आई, मी पास झालो गं!”

“आत्ता तुझी आई असायला हवी होती. आनंदाश्रूंनी तुला भिजवून टाकलं असतं तिनं. हाच फरक आहे पुरुषांत आणि स्त्रीमधे! दु:खही अश्रूंवाटे वाहून देऊ शकतात आणि आनंदही अश्रूंनी साजरा करू शकतात. पुरुषांना कुठलीच भावना इतक्या स्पष्टपणे मांडता येत नाही.”

“का?”

“निसर्गाची रचना आहे तशी. पुरुषांनी कायम आधारस्तंभ व्हायचं आणि तसंच हवं. नाही तर घर कोसळायला वेळ लागणार नाही. पूर कसलाही असो. आनंदाचा वा दु:खाचा, दोन्हीत वाहून जाण्याची शक्यताच जास्त! चल.”

गणेशदर्शन घेऊन दोघं न ठरवताच पारापाशी आले. बसले. वर्दळ होती, तरीही शांत वाटत होतं. मन शांत असलं की, बाहेर कितीही गोंगाट असला तरी फरक पडत नाही. अशांत मनाला चिमणीची चिवचिवसुद्धा चिवचिवाट वाटतो.

दत्तू पुजारी, गोविंदा स्वत:पाशी होते. इथे डांबरी रस्ते नव्हते. दगडामातीची वाट होती. चपला बाहेर काढून देवळापर्यंत पायी अनवाणी चालताना गोविंदा ‘दगग टोचला टोचला’ म्हणत रडायचा. त्याला उचलून घेतलं की, तो हसायचा. “खोटं खोटंऽऽ! दगग नाही टोचला!”

“लबाड.”

“काय?”

“अं? काही नाही. चलायचं?”

“मी मुंबईला जायचं ना?”

“हो. जायचंस.”

“पण...”

“आहेत पैसे. घरी गेल्यावर अजून काही दाखवणार, देणार आहे तुला.”

"काय?"

"जाऊ घरी, मग बघ."

"बाबा, मी वाईट वागलो?"

"कधी?"

"हे उत्तर नाहीये."

"ह्यातच उत्तर आहे. मला आठवतच नाही तू वाईट वागल्याचं."

"पण..."

"गोविंदा, त्याचं असं आहे की, तुझ्या वयानुसार तुला जे जे वाटलं आणि वाटतं ते योग्यच आहे. इथेच मागे एकदा तू मला म्हणाला होतास, मी माझं कार्य बंद करावं. मी विसरलो नाहीये; पण मी तसं केलं नाही. माझी ह्या कार्यामागची भूमिका वेगळी आहे."

"मला माहीत आहे."

"ते वरवरचं आहे. आता आज विषय निघालाच आहे तर बोलू या. तू काही दिवसांनी निघून जाशील. तुझं तुला हवं तसं आयुष्य मिळो; पण नंतर कधी हे बोलू शकेन, न शकेन...."

"बाबा..."

"मी निराशेनं बोलत नाहीये. तुझा माझ्याबद्दलचा जो समज आहे, तो दूर व्हावा असं नाही; पण दृष्टिकोन तुला समजावा म्हणून बोलू. माझ्या दृष्टीनं अंत्येष्टिसंस्कार हे पवित्र कार्य आहे हे तू जाणतोसच. ह्याला मी पवित्र का म्हणतो? मनुष्य जन्माला येतो तेव्हा ती कोरी पाटी घेऊनच, असं मी मानतो. शास्त्र सांगतं की, पूर्वजन्माचं कर्म तो बरोबर घेऊन येतो; पण ते दृश्य स्वरूपात नसतं. आपल्यात म्हणतात की, सटवाई माथ्यावर लिहून जाते. तेही दृश्य स्वरूप नाहीच. दृश्य स्वरूप म्हणजे तो जीव. त्याच्यावर संस्कार केले जातात. मुलाला चांगलेच संस्कार दिले जातात आपापल्या कुवतीनुसार; पण तरी प्रत्येकाच्या आयुष्यात काही ना काही वेडंवाकडं घडतंच. त्याला बहुतांशी त्या प्रत्येकाची समंजसता कारणीभूत ठरते. आयुष्यातल्या प्रत्येक घडामोडीला जो तो स्वत:च जबाबदार असतो. प्रेम, द्वेष, आनंद, दु:ख, आपलेपणा, परकेपणा, नवरसांनी आयुष्य भरलेलं असतं. एवढा मोठा प्रवास होतो आणि शेवटी मुक्कामाला माणूस पोहोचतो तेव्हा ह्या नवरसांनी भरलेला, त्यांचे ठसे घेऊन पोहोचतो. हे ठसे पुसण्याचं कार्य म्हणजे पवित्र कार्यच! आपल्या श्लोकांमधून, वेदांमधून त्यांचं क्षालन सांगितलं आहे. ह्या प्रवासात ज्या ज्या घटना घडल्या असतील त्या इथेच ठेवून त्या जिवानं पुढे जावं. सांकेतिक उपाय युगानुयुगं चालत आले आहेत, ते काय उगीचच? काळाच्या ओघात जे टिकतं ते सत्य, स्तुत्य. जे हरवतं ते तात्पुरतं निर्माण झालेलं. जीव जातो, शरीर वरून थंड असतं; पण

आतल्या आत त्याचा दाह होत असतो. गाडी बंद केली, किंवा चूल पाणी मारून जरी विझवली तरी जसं इंजीन गरम असतं, जसे कोळसे आतून गरमच राहतात तसं शरीराचं आहे. आतून थंड व्हायला वेळ लागतो. अग्नीला अर्पण करताना हरेक समयी असं वाटत असतं, आतून जिवंत तर नाही ना ती व्यक्ती? जिवंतपणी तर जाळलं नाही ना?''

''बाबाऽऽ''

''खरंच असं वाटतं. कितींदातरी खात्री करून घेत असतो. पण जेव्हा स्तोत्रं म्हणू लागतो, तेव्हा असं वाटतं, ह्या मृतात्म्याचे एक-एक भोग संपत आहेत. जितक्या पवित्रतेनं त्यानं ह्या भूमीवर आगमन केलं, तितक्याच पवित्रतेनं त्याचं गमन होत आहे. हे कार्य पवित्र आहे. पैसे सगळेच कमवतात. त्याला फारकाही हुशारी लागत नाही. ह्या कार्याचाही बाजार होत चाललाय. मृत व्यक्तींचे नातेवाईक दुःखात आणि अडचणीत असतात. त्या वेळेस जो काही आकडा सांगितला जाईल, मान्य केला जातो. मला हा असा धंदा करता आला नाही आणि करायचा नव्हताही. कारण हे पवित्र कार्य आहे.''

११

चाळ हा प्रकार आणि गर्दी हा प्रकार किंवा एकंदरीतच मुंबई हा प्रकार गोविंदासाठी नवीनच होता आणि इतक्या झोपड्या? इतक्या दाटीवाटीनं लोक राहतात तरी कसे? पण राहतात. जगतात. झोपडपट्टीला लागून चार चाळी सोडून पाचवी चाळ, तळमजला, मधली खोली हे शिंद्यांचं घर. आपण अशा वस्तीत राहायला येणार ह्याची त्याला सुतराम कल्पना नव्हती.

"गोविंदा हे माझं घर."

"छान आहे."

"छान आहे? नाही रे. आता इतक्या वर्षांनी इथे परतून आल्यानंतर मला हे घर छान वाटत नाहीये. गणेशपुराची शुद्ध हवा, मोकळी ऐसपैस घरं, शांतता –"

"पण तिथे पुढील शिक्षण नाही. म्हणावा तसा उद्योग-व्यवसाय नाही."

"कुठेतरी काहीतरी कमतरता असतेच."

"हो."

"पावसाळा सुरू व्हायला अजून अवधी आहे, तोपर्यंत तू गॅलरीत झोपशील ना?"

"हो."

"आता उद्याला आपण कॉलेज बघू तुझ्यासाठी."

"इथे जवळच आहे?"

"बरीच कॉलेजेस आहेत. ॲडमिशन कुठे मिळते, ते बघायला हवं. तू तुझी बॅग ह्या पलंगाखाली ठेव."

"अहो, सामान आणायला हवं. बाजारात जाऊन याल?"

"चैतन्यला पाठव. मी पार थकलोय."

"मी जातो चैतन्यबरोबर. इतरही जागा बघता येतील. मंडई कुठे आहे, इथे जवळपास काय आहे."

"जा."

माणसांना, वाहनांना चुकवता-चुकवता गोविंदा बावचळत होता.

"अशीच गर्दी असते कायम ?"

"हो."

"आणि वाहनं?"

"हो."

"तुला भीती नाही वाटत?"

"छ्या! घाबरायचं काय त्यात?"

"तुम्ही कायम इथेच राहत होतात?"

"हो. बाबांची बदली झाली तर आम्हांला ज्याम आवडल नव्हतं. कुठे ते खेड्यात राहायचं? ना धड टीव्ही, ना लाइट, ना सिनेमा."

"तू सिनेमा बघतोस?"

"हो. आम्ही सगळे बघतो. आता तू आलायस तर तूही बघशील आमच्याबरोबर."

"तिकिट असतं ना फार?"

"स्टॉलमध्ये बसायचं. मग महाग नाही पडत. तो खाली असतो. आणि जे वरून बघतात त्याला बाल्कनी म्हणायचं."

"म्हणजे?"

"तसं नाही समजणार तुला. आपण जाऊ केव्हातरी तेव्हा बघ. दुकान आलं."

दोन्ही हातात दोन-दोन पिशव्या दोघांनी घेतल्या नि ते माघारी वळले. गोविंदा सर्व बघत होता. भिकारी, फेरीवाले, कर्कश्श आवाज, कुठे गाणी वाजतायत, कुठे कचऱ्याचे ढीगच्या ढीग पडलेत. त्याला क्षणात उबग आला. सर म्हणाले ते बरोबर होतं. गावाची आठवण येऊ लागली. उदास वाटू लागलं.

सामान घरात देऊन तो एका कोपऱ्यात बसून राहिला. घर लावणं चालू होतं. पिशव्या, बॅगा, गोणपाटात भरून आणलेलं सामान, एक-एक करून जमिनीवर उपडं केलं जात होतं.

शेजारीपाजारी भेटायला येत होते. बोलणी-चालणी, हालहवाल विचारला जात होता. कुठे रेडिओ ढणढणा वाजत होता, कुठे टीव्हीचा आवाज, कुठेतरी लहान मूल रडत होतं, कुठे कुकरची शिट्टी वाजत होती. जुनापुराणा एकुलता एक पंखा त्याला स्वत:ला वारं लागेल इतपतच फिरत होता. ईश्वरी, चैतन्य, सर आणि काकू सगळेच कामात होते. गोविंदानं मदत करू का, विचारलंही, पण काकू नको म्हणाल्या. "तुला जमणार नाही. कसं, कुठे लावायचं सामान. तू बस." मग गोविंदा बाहेर आला. खोलीच्या बाहेर दाराशी एक तुटकं बाकडं होतं, त्यावर बसला. दोन खोल्या सोडून गॅलरीतल्या कठ्ठ्याला टेकून एक पोट सुटलेला उघडाबंब माणूस दात कोरत उभा होता. तिथूनच बाहेर थुंकत होता. गोविंदानं नजर वळवली. खरंतर आता खूप भूक लागली होती. झोप येत होती. दिवसभराचा एसटीतला थाड-थाड उडणारा प्रवास, अंग अगदी आंबल्यासारखं झालं होतं.

संध्याकाळ, कातरवेळ! 'कातर' का म्हणत असतील? ही वेळ काहीतरी आयुष्यातलं कापत जाते. काहीतरी म्हणजे? आयुष्याचा एक दिवस? मृत्यूच्या जवळ नेण्यासाठी? त्या दिवसाचं नातं ही वेळ कापून टाकते म्हणून कातर? म्हणून उदास वाटतं? की आपलं माणूस जवळ नाही म्हणून? म्हणजे? मला बाबा हवे आहेत आत्ता? ते काय करत असतील? एकटे, एवढ्या मोठ्या घरामधे? मी चूक केली का? त्यांना एकटं केलं.

गोविंदाच्या डोळ्यांसमोर कालची संध्याकाळ उभी राहिली.

"हे तुझ्यासाठी. काही कपडे आहेत, बघ तुला नीट होतात का. ही पुस्तकं. ही बॅग. पंचा, साबण, पेस्ट, ब्रश सर्व ठेवलंय त्यात."

"बाबा..."

"आणि हे पैसे."

"पण..."

"असू देत. लागतील तुला. पुढे शिकायचंय तुला. फी किती आहे, ह्याचा मला अंदाज नाही. शिवाय सर कितीही चांगले असले तरी तुला कधी भूक लागली, काही हवंसं वाटलं तर तू त्यांच्याकडे मागू शकणार नाहीस. आणि हे वेगळे पैसे. दरमहा सरांना पैसे दे. एका जास्तीच्या मुलाचं खाणं-पिणं, त्यांना परवडेल असं नाही. त्यांनी तुला घरात जागा दिली राहायला, हेच उपकार आहेत."

"पण एवढे पैसे?"

"जमवत होतो वर्षभर. खूप शीक. मोठा हो."

बाबांच्या डोळ्यांत पाणी आलं होतं, पण ते लपवण्यासाठी त्यांची धडपड चालू होती.

"सर्दी झालीये वाटतं. तू आवर सगळं. मी खिचडी करतो तोपर्यंत."

काल त्या खिचडीलाही चव होती. अधाशासारखं जेवत होतो आपण. अचानक इतकी भूक कुठून आली?

"गोविंदा, जेवायला ये."

मघा किती भूक लागली होती आणि आता भूक कुठे गेली? बाबा काय करत असतील? जेवले असतील?

"चल रे."

"हो. आलो."

त्यातल्या त्यात घरापासून जवळ आणि परवडेल इतपत फी असं विवेकानंद कॉलेज. गोविंदा तिथेच शिकू लागला. शहर आणि गाव! शहरातली मुलं, त्याचा गोविंदाला वेगळाच अनुभव येऊ लागला. इथे तू कोण, तुझे आई वडील कोण, ते काय करतात, ह्याच्याशी कुणालाच काही देणं-घेणं नव्हतं. सुरुवातीला बावचळलेला

गोविंदा हळूहळू मोकळा होऊ लागला. मुलं चौकशी करायची, पण त्यांना माहिती मिळाल्यानंतर त्यांच्या वागणुकीत बदल व्हायचा नाही. एकतर कॉलेजमधलं वातावरण सर्वांसाठीच नवीन होतं, आणि दुसरं म्हणजे अभ्यासही होता.

दीड-दोन महिने तसे सुरळीत गेले. हळूहळू सर्व मार्गी लागलं. दुपारी कॉलेज सुटायचं. मग कुणी लायब्ररीत बसायचं, तर कुणी सिनेमाला जायचं; पण सर्वांची आवडती जागा म्हणजे कॅंटीन! मुलं-मुली हा फरक इथे जाणवत नसे. गोविंदाला ह्याचं फार आश्चर्य वाटायचं.

अशीच एक दुपार. बाहेर पावसाळी हवा. कॅंटिनमधे भजी, वडापावचा रतीब चालू होता. सटासट ऑडर्स सुटत होत्या. वाफाळलेला लाल कडक चहा छोट्या ग्लासांमधून भरभरून सर्व्ह केला जात होता.

"ए गोविंदाऽऽ"

कुणीतरी हाक मारली. कॅंटिन ओलांडून पुढे जाणारा गोविंदा रेंगाळला. हाक कुणी मारली, हे समजत नव्हतं. कॅंटिन गच्च भरलं होतं. गोविंदानं बघितलं, काही कळेना, म्हणून तो निघाला. पुन्हा हाक आली,

"ए गोविंदाऽऽ"

गोविंदा थांबला. कॅंटिनच्या दाराशी उभा राहिला.

"एऽऽ तू भट आहेस ना?" समोर एक अनोळखी मुलगा.

"हो."

"समजलं आम्हाला. तुला भटगिरी करता येते?"

"नाही."

"साल्या खोटं बोलतोस?"

"नाही."

"ते काही नाही. तुला आम्ही सांगू तसं करावंच लागेल."

"तुम्ही कोण?"

"घ्या! ह्याला आम्ही कोण ते माहीत नाही. काय रे, कॉलेजात येतोस ना रोज? कॉलेज सुरू होऊन महिना उलटून गेला तरी तुला आम्ही कोण हे माहीत नाही? आम्ही तुझे सिनियर्स आहोत!"

"मग मी काय करू त्याला?"

"भट सॉलिड आहे! काय करू म्हणजे? चल दाखवतो तुला काय करायचं ते."

"मला वेळ नाही."

"आयला, वाद घालतोस?"

"सोडा मला. मला जायचंय."

"काम कर नि जा."

“काय काम आहे?”

“आपल्या कॉलेजच्या मागच्या गेटपाशी एक कुत्रं मरून पडलंय. त्याला जाळायचंय. चल.”

“हे बघाऽऽ”

“बघतो ना! तू सुरुवात तर कर. ही बघ, तिरडीपण बांधून झालीये.”

“चालते व्हा. मी मी”

“त त प प काय करतोस? चल.”

दोघांनी त्याचं बखोट पकडलं आणि त्याला उचलून घेऊन गेले. गोविंदाच्या वर्गातल्या काही मुलांनी हे पाहिलं आणि ते प्रोफेसरांकडे गेले. त्यांना सर्व सविस्तर सांगितलं. प्रोफेसर मागच्या गेटपाशी पोहोचेपर्यंत सिनियर्सनी खरोखरच एक मेलेलं कुत्रं तिरडीवर ठेवलं होतं. गोविंदा ओशाळलेला, काय करावं हे समजेनासा, अपमानित! सरांना बघून मुलं तिरडी तिथेच टाकून पळून गेली. आणि गोविंदा एकटक त्या तिरडीकडे बघत उभा, थरथरत! डोळ्यांत जमणारं पाणी, त्याचं भान विसरलेला!

सरांनी गोविंदाला थोपटलं. त्याचा हात धरून ते त्याला आपल्या रूममधे घेऊन आले. खुर्चीवर बसवलं, पाणी दिलं. पण गोविंदा, तसाच, हरवलेला. सरांनी मग कुणा एका मुलाला विचारलं,

“हा कुठे राहतो, तुमच्यापैकी कुणाला माहित्येय?”

“सर, मला माहित्येय. माझ्या बिल्डिंगच्या समोरच्या बिल्डिंगमधे राहतो.”

“ह्याला घेऊन जाशील?”

“हो सर.”

“आपण चालतच जाऊ या ना?”

“ ”

“गोविंदा, माझं नाव राकेश पिंटो.”

“अं?”

“आश्चर्य वाटलं ना? सगळ्यांनाच वाटतं. मला ह्याची सवय झालीये; पण मला त्यात काही चुकीचं वाटत नाही आणि लोकांना मी अजिबातच किंमत देत नाही. फाट्यावर मारतो त्यांच्या...”

“म्हणजे?”

“अर्थ माहीत नाही? सोडून दे. तर मी राकेश पिंटो. पिंटो बापाचं आडनाव. आणि आई आहे अनघा, म्हणजे मराठी. माझ्या आईनं पिंटो म्हणजे ख्रिश्चन माणसाशी लग्न केलं. पण तिनं स्वत:चा धर्म बदलला नाही. ती नाव लावते अनघा पाटकर-पिंटो आणि मी नाव लावतो राकेश पिंटो.”

"आणि तुझे वडील?"

"बाप खपला माझा."

"म्हणजे? वारला?"

"नाही. जिवंत आहे, पण त्याने आईला सोडून दिलं. मी तेव्हा आईच्या पोटात होतो."

"मग?"

"आईनं बरीच विनवणी केली त्याला. खूप रडली म्हणे."

"पण का सोडलं?"

"तिनं धर्म बदलला नाही म्हणून. आता ह्यातलं खरं-खोटं मला माहीत नाही. माझ्या बापाच्या घरी कुणी तिला आपलं म्हटलं नाही. बाप श्रीमंत आहे. वांद्र्याला समुद्रासमोरच्या एका मोठ्या बिल्डिंगमध्ये खूप मोठं घर आहे त्याचं. पण आईशी लग्न केलं म्हणून बापाच्या बापाने दोघांना हाकलून लावलं. मग आत्ता जिथे मी राहतो, त्या घरात दोघं राहू लागले. पण श्रीमंतीत वाढलेल्या माझ्या बापाला तिथे राहणं जमत नव्हतं. मग भांडणं होऊ लागली. बापाचा बाप म्हणाला, अनघाची ॲनी होत असेल तर घरात या."

"पण हे लग्न झालंच कसं?"

"प्रेम होतं ना दोघांचं एकमेकांवर! पण पुढे पैसा कमी पडू लागला. प्रेम गेलं तेल लावत. त्यात भर पडत राहिली बापाच्या घरच्यांची."

"आणि आई? तिच्या घरून कुणी आलं नाही?"

"नाही आलं. ख्रिश्चन माणसाशी लग्न करत्येस, तर तू आम्हाला मेलीस. पुन्हा घरात पाऊल टाकू नकोस. यू नो फिल्मी डायलॉग्ज? सेम."

"आणि तरीही आई बाहेर पडली घरातून?"

"येस. शी केप्ट हर वर्ड!"

"बाप रे!"

"तर ही माझी फिल्मी स्टोरी! गेले सतरा वर्षं ऐकत आलोय. मला पाटकर नाव लावता येत नाही, कारण माझा बाप पिंटो आहे. आणि मी राकेशचा रॉकी होऊ शकत नाही कारण माझी आई अनघा आहे."

"डिव्होर्स झाला?"

"नाही. कारण लग्न कुठल्याशा छोट्याशा चर्चमधे आणि नंतर देवळात करून आले दोघं. फोटो आहेत, पण मॅरेज सर्टिफिकेट करण्याअगोदर भांडणं सुरू झाली. नऊ ते दहा महिनेच होते एकत्र आणि त्यातही..."

"त्यातही काय?"

"सोड ना यार. तर मी हा असा."

“आपण ह्या आधी एकदाही भेटलो नाही. एकाच वर्गात असूनही.”

“मी चारच दिवसांपासून यायला लागलोय कॉलेजला.”

“तरीच.”

“घर आलं. तू इथे समोरच राहतोस. होय ना?”

“तुला कसं माहीत?”

“रोज रात्री तुला गॅलरीत बघतो मी.”

“असं?”

“कसला विचार करत असतोस? आणि तू बाहेर का झोपतोस? बाय द वे, तू नवीन म्हणजे तुम्ही इथे भाड्यानं आलात राहायला?”

“नाही. ते घर माझं नाही. ज्यांच्याकडे मी राहतो, त्यांचा नि माझा तसाकाही संबंध नाही, म्हणजे नातं नाहीये माझं; पण नात्यापेक्षाही फार जवळचे वाटू लागलेत. आणि खरं सांगू तर ‘नातेवाईक’ मला नाहीच आहेत.”

“असं कसं?”

“म्हणजे आहेत, पण ते आमच्यासाठी नाहीयेत.”

“समजलो. मग तू कुठचा?”

“मी गावातला, गणेशपूरचा.”

“कुठे आलं हे?”

“खाली कोकणात.”

“आता हे कोकण म्हणजे?”

“गोवा माहित्येय?”

“हो. म्हणजे ऐकून. पिंटो फॅमिली गोव्याचीच आहे खरी.”

“मुंबईहून गोव्याला जाताना कोकण लागतं.”

“अच्छा! असं का?”

“जाऊ आपण एकदा गणेशपूरला.”

“जाऊ. घरी येतोस?”

“नको. पुन्हा केव्हातरी.”

“उद्या एकत्रच जाऊ कॉलेजला.”

“ठीक.”

असेही आईवडील असतात? गोविंदाला खरोखरच प्रश्न पडला. राकेश किती मोकळा वागतो. आपण जर ह्याच्या जागी असतो तर एव्हाना मरूनच गेलो असतो.

“काय रे गोविंदा, कसला विचार चाललाय एवढा?”

“काही नाही काकू.”

"अरे, मग चहा का नाही घेत आहेस? थंड झाला असेल एव्हाना!"

"तुम्ही हल्लीची पोरं म्हणजे..."

"काकू, तुम्हांला त्या समोरच्या घरात राहणाऱ्या पाटकर-पिंटो बाई माहित्येत?"

"होऽऽऽ! सर्वांना माहित्येत. ह्या संपूर्ण भागात कोण, कुठे राहतो, काय करतो, सगळं माहित्येय. ह्या भागातली जवळजवळ सगळीच मुलं ह्यांच्याच शाळेत होती. पण का रे, काय झालं?"

"राकेश भेटला होता आज. माझ्याच वर्गात आहे."

"फार संबंध ठेवू नकोस हं. ती त्याची आई बदनामच आहे ह्या भागात. नोकरी करते. टंच राहते. कुठून एवढा पैसा मिळतो? एकदा घर बघ त्याचं! ह्या इतक्या महागाईच्या दिवसांत असं राहता येणं परवडतं तरी कसं?"

"त्या नोकरी करतात?"

"करायलाच हवी ना. जगायचं आणि त्या एकुलत्या एका मुलाला जगवायचं तर हवी ना नोकरी! पैसा हवा रे, त्याशिवाय काही खरं नाही."

"हो. पैसा हवाच."

"आता आमचंच बघ! हे एकटे कमावणारे. आम्ही तिघं नुसतं बसून खाणारे! मलापण कधीकधी राग येतो. महिन्याच्या सुरुवातीला जरा चांगलं असतं; पण महिन्यानं एकदा का मध्य गाठला की, त्या चांगल्याला उतार लागायला लागतो. आणि शेवटचा आठवडा म्हणजे अगदी पार घसरगुंडी!"

"आणि त्यात आता मीही..."

"नाही रे, तसं काऽऽही मला म्हणायचं नाही."

"काकू मला नोकरी मिळेल?"

"वेडा की खुळा!"

"इथे ग्रॅज्युएट झालेल्यांना नोकऱ्या मिळत नाहीत; तर तुला कशी मिळणार?"

गोविंदा गप्प झाला. पण मनात मात्र विचार घोळतच होते. आपण ह्या कुटुंबावर ओझं होत आहोत. चार पैसे देता आले काकूंना तर किती बरं होईल! बाबा तरी किती पैसे पाठवू शकणार? आत्ताही ते कसे आणि कुठून पैसे पाठवतात? दर महिन्याला पैसे येतात गावाहून. काय करत असतील?

आणि मग पुन्हा गणेशपूर डोळ्यांपुढे उभं राहिलं. गणेशपूर, ते मंदिर, ती नदी, पाटलांचा आता हळूहळू खिळखिळा होत असलेला वाडा आणि ती आपली शाळा, आणि आमराई, आणि आपलं घर.

गोविंदा न राहवून उठला. त्यानं दत्तू पुजारीला पत्र लिहायला घेतलं –

॥ ॐ गं गणपतये नम:॥
॥ श्री ॥

ती. बाबांना,
साष्टांग नमस्कार.

मी ठीक आहे. कॉलेजला नियमित जातो. अभ्यास खूप असतो. करतो. तुम्ही कसे आहात? तुम्ही मला पत्र पाठवत जा, म्हणजे मला समजत जाईल की, तुम्ही ठीक आहात. आता तुम्ही आपल्या मोठ्या घरात एकटेच राहता. एकटं वाटतं का? मी इथे आलो, चुकलं का? मला कधीकधी एकटं वाटतं. आईची खूप आठवण येते.

बाबा, मी मिळाली तर छोटीशी नोकरी करेन म्हणतो. शिंदे काका-काकू छान आहेत. मला आपलं मानतात; पण माझ्याकडून त्यांना चार पैसे जास्त मिळावेत असं मला वाटतं. तुम्ही मग पैसे नाही पाठवलेत तरी चालेल. नोकरी मिळाली की, पत्र पाठवेन.

तुमचा मुलगा
गोविंदा

गोविंदानं पत्र वाचून बघितलं. पाकिटात तो पत्राचा कागद घडी घालून ठेवला. वर पत्ता लिहून त्यानं पाकीट बंद केलं. काकूंकडून पोस्टाचं तिकीट घेऊन पत्र पोस्ट करण्यासाठी तो घरातून बाहेर पडला. रस्त्यावर नेहमीसारखीच गर्दी होती. सूर्य मावळतीकडे झुकला होता. ही अशी संध्याकाळ गावाकडे असताना एकटं करायची. पण इथे? प्रत्येक जण काही ना काही उद्योगात. दुकानं भरलेली, रस्त्यावर बसलेल्या भाजीवाल्यांच्या आवतीभोवती सात आठ बायका, ''भैय्या, करेला दो,'' ''भैय्या, भेंडी कैसा दिया?'' घर गाठण्याची पळापळ धक्के मारत, वाट काढत, हातातलं ओझं संभाळत! सूर्यानं उधळलेला रंगही धुळकटलेला, मळलेला. कुणाचं लक्ष आहे त्याच्याकडे? कुणी भीक मागतंय, कुणी हातात लिंबं घेऊन येणाऱ्या-जाणाऱ्यांना लिंबं घेण्यासाठी विनवतंय. गोविंदा सर्वांना ओलांडून पुढे गेला.

इथेही माणसं आहेत, पण जरा शांत. निवांत. हा परिसर त्यातल्या त्यात चांगला. जुन्या उंच म्हणता येतील अशा इमारती. सोसायटी. आजूबाजूला झाडं. जरासा गारवा. श्वास मोकळा घेता येतो इथे. ह्या सोसायट्यांपुढे पोस्टाची पेटी. पत्र पेटीत टाकून गोविंदा वळला. वळला आणि त्याच्या अगदी पुढ्यातच एक गाडी थांबली. तो दचकलाच. गाडीतून एक बाई उतरली. तिनं हसून आतल्या माणसाला टाटा केलं. दार लावून ती चालू लागली. गाडीनं टर्न घेतला नि ती दिसेनाशी झाली.

गाडीकडे बघत-बघत गोविंदा चालू लागला. काही अंतर चालून झाल्यावर त्याला अचानक जाणवलं, गाडीतून उतरलेली बाई आपल्या पुढेच आहे. आता पुन्हा शांत परिसर मागे पडून गोविंदा गजबजलेल्या रस्त्यावर आला होता. त्याच्या नकळत तो त्या बाईच्या पाठोपाठ जात होता. घर जवळ येत होतं. ती बाई डाव्या बाजूनं जात होती. आणि थोडं चालल्यावर डाव्या अंगाच्या बिल्डिंगमधे ती शिरली. गोविंदा थबकला. त्यानं रस्ता क्रॉस केला. घरी आला. त्याचं स्वत:चंच स्वत:ला आश्चर्य वाटत होतं. एका बाईच्या पाठोपाठ आपण कसे चालत राहिलो? वर्गातल्या मुलींकडे आपण आजतागायत धड मान वर करून बघितलं नाही, नि एका बाईचा पाठलाग केला?

"दादा, जेवायला वाढलंय."

गोविंदा दचकला. मनातले विचार त्यानं झटकून टाकले. त्याला हातून पाप घडल्यासारखं वाटत होतं. ईश्वरीची नजर चुकवत तो घरात गेला. कसंतरी जेवला आणि पुन्हा बाहेर येऊन बसला. आपण चुकलो. काहीतरी वाईट वागलो. त्याची अपराधी भावना जात नव्हती. त्यानं मनातल्या मनात गणेशाची क्षमा मागितली.

हां हां म्हणता वातावरण बदललं. ढग जमून आले आणि अखंड पावसाला सुरुवात झाली. पत्र्यावर तडतडणारे थेंब ताशा वाजवत होते.

गोविंदा आणि राकेशची जोडी जमली. दोघं एकत्रच कॉलेजला जात आणि एकत्रच घरी येत. परीक्षा सुरू झाल्या तसा दोघांचा अभ्यासही एकत्र होऊ लागला. शिंदे काकूंनी तीन-चार वेळा गोविंदाला टोकलं.

"गोविंदा, नको सारखा जात जाऊस त्या राकेशबरोबर. बिघडशील. तुझी जबाबदारी आहे आमच्यावर. उद्या आम्ही दत्तूबुवांना काय उत्तर देणार?"

पण गोविंदानं ऐकून न ऐकल्यासारखं केलं; पण काल मात्र जरा जास्तच झालं. अभ्यास करून घरी पोहोचायला रात्रीचे नऊ वाजले. गोविंदा घरात जाणार तोच त्याच्या कानांवर शब्द आले.

"मी तुम्हांला आता शेवटचं सांगते. मला गोविंदाचं त्या टोळभैरवीच्या पोराबरोबर उठणं-बसणं खपणार नाही."

"अगं पण तो पोरगा तसा आहे का?"

"कुणास ठाऊक? पण मी म्हणते कशाला विनाकारण हा त्रास?"

"गोविंदाला सांगतो मी. मग तर झालं?"

"हो. वयात आलेली पोरगी आहे घरात! गोविंदाचं कारण घेऊन तो घरी येऊ लागला तर काय घ्या?"

"तू उगीचच चिडत्येस. आत्तापर्यंत आला का राकेश इथे?"

“म्हणून पुढे येणार नाही कशावरून? आणि गोविंदा ऐकतोय का माझं? आत्तापर्यंत चार-पाच वेळा सांगून झालं त्याला. ऐकलं नाही म्हणून आज तुम्हाला सांगावं लागलं. आणि जर तो ऐकणार नसेल तर घालवा त्याला त्याच्या गावी.”

अचानक गोविंदाला समोर बघून शिंदे काकू बोलायच्या थांबल्या.

“ये गोविंदा. बैस. तू ऐकलं असशीलच सर्व!”

“हो.”

“बघ, काकू सांगत्येय त्यात काही वावगं नाही. तुला अजूनपण मित्र मिळतील.”

“हो.”

“तू इथे शिकायला आला आहेस. चांगला शीक. अभ्यासातच लक्ष ठेव. ही मुंबई आहे. इथे मोह पडेल असं खूपकाही आहे. त्याकडे तुला दुर्लक्ष करायला हवं. राकेश मुलगा चांगला असेलही पण, तुला समजतंय ना?”

“हो.”

“ठीक. हात पाय धुऊन ये. आणि तुला दत्तूबुवांचं पत्र आलंय. घे.”

अधीरतेनं गोविंदानं पत्राचं पाकीट घेतलं.

“मी बाहेर बसून वाचू?”

“हो, हो, चालेल ना.”

स्ट्रीट लाइटचा अंधूक प्रकाश गॅलरीत यायचा. त्या गढुळलेल्या प्रकाशात गोविंदानं पत्र वाचायला सुरुवात केली.

॥ श्री गणेशाय नमः ॥

प्रिय चि. गोविंद यास,

अनेकोत्तम आशीर्वाद,

तुझं पत्र बघितलं आणि मन भरून आलं. मुंबईला जाऊन तू मला विसरून गेलास की काय अशी चिंता वाटत होती. गेल्या पाच महिन्यांतलं हे तुझं पहिलं पत्र. तू सुखरूप आहेस हे श्री. शिंदेंनी कळवलं होतं, म्हणून शांत होतो.

तुझा अभ्यास चांगला होतोय. वाचून आनंद झाला. तुला फार लहान वयात मोठी जाण आली आहे. तू नोकरी करणार? नको करूस. अरे, मला एकट्याला किती पैसे लागतात असे? जे काही आहे ते तुझ्याचसाठी आहे. आणि तू असं कधीच मनात आणू नकोस की, तू मुंबईला जाऊन चूक केलीस. निश्चितच ही चूक नाही. तुझा कोंडमारा मी बघत होतो. त्यातून तू सुटलास असं मी धरून चालतो. हां, आता ह्या मोठ्या घरात मी एकटा असतो, हे खरं. पण कधी ना कधी असं घडणार होतंच. हे भोग

आहेत, जे भोगावेच लागतात. कुणीतरी एकटं मागे राहणार. मी राहिलो, तुझी आई गेली. तसं एका अर्थी बरं झालं. मी आधी गेलो असतो तर ह्या घरात ती एकटी कशी काय राहू शकली असती, असा प्रश्न मला नेहमी पडतो. ईश्वरेच्छा!

तुला माझी काळजी वाटते. ती तशी अगोदरही वाटत होती. फक्त तू ती कधी बोलून दाखवली नाहीस; पण मला समजत होतं. अरे, तुझा राग माझ्यावर कधीच नव्हता, तो होता माझ्या कार्यावर. पण कार्य आणि व्यक्ती ह्या दोन भिन्न गोष्टी आहेत. नेहमी व्यक्तीचा विचार कर. माणूस वाईट नसतो. परिस्थितीनं तो चांगला किंवा वाईट समजला जातो. म्हणूनच कधीच कुणाला तोडू नये. माणसं जप. मग त्यासाठी थोडा त्रास सहन करावा लागला तरी चालेल. तुझी आई तशी होती. समाजानं काही माणसांना खालच्या पातळीवर गणलं, पण त्यांना तिनं आपलंसं केलं. म्हणून समाजानं तिलाही क्लेश दिले. तिनं तिचं कार्य तरीही चालू ठेवलं. आपले विचार जर पक्के असतील, खरे असतील तर ते कधीही इतरांसाठी सोडू नयेत.

अजून काय लिहू? मी ठीक आहे. सुट्टीत घरी ये. वाट बघतो.

तुझा
बाबा

भरलेल्या डोळ्यांना अक्षरं नीट दिसत नव्हती. शब्द पाण्यात तरंगत आहेत असं वाटत होतं. एकदा, दोनदा, तीनदा पत्र वाचून संपत नव्हतं. आता सुट्टी हवीशी वाटू लागली. गोविंदाला गंमत वाटली. जेव्हा गणेशपुरात होतो, तेव्हा कधी एकदा इथून बाहेर पडतो असं झालं होतं. आणि आता? कधी पुन्हा घरी जाऊ असं झालं होतं.

"काय रे, आज थांबला नाहीस माझ्यासाठी?"
"हं."
"अरे हं काय? सांग ना..."
"काकूंना आपली मैत्री पसंत नाही."
"इतकंच ना? हट साला. मला वाटलं की..."
"काय वाटलं?"
"छोड, बिंधास राहा."
"तुला काहीच वाटलं नाही?"

“चल, कँटिनमधे बसू.”

“नको.”

“आता नाटक करशील ना तर साल्या एक देईन कानाखाली.”

“माझ्याकडे पैसे नाहीयेत.”

“मी मागितलेत? नाही ना. चल तर. ओऽऽ मामा, दोन मिसळ पाव आणि दोन चहा. हं. आता बोल. तू विचारतोस की मला काहीच वाटलं नाही का?”

“हो. तुला लोक वाईट बोलतात.”

“बोलू दे. साल्या माझ्या बापाचं काय जातं? आणि खरंच काही जात नाही. बचपन से सुनता आया हूँ! सगळे बोलतात की, मी हा असा, फडतूस, वाया गेलेला. माझ्या आईबद्दल बोलतात. ती कुणाकुणाबरोबर फिरते, असं म्हणतात. चलता है. मुझे कुछ फर्क नहीं पडता. लहान होतो तेव्हा खूप रडायचो. आई सकाळी लवकर उठवायची. जबरदस्तीनं मला तयार करायची. चार बिल्डिंग सोडून एक आंटी राहते, तिच्या घरी सोडायची.”

“तुझी आंटी?”

“धत् बेबी सिटींगवाली. मी खूप रडायचो. पण आई तशीच निघून जायची. मग एकदम रात्री यायची मला घेऊन जायला. मी संध्याकाळपासून तिच्या येण्याची वाट बघायचो. बाकीची मुलं घरी जायची कधीचीच. मी एकटा उरायचो. सगळे त्यांच्या त्यांच्या आई किंवा वडलांबरोबर टाटा करत हसत जायचे आणि मी रडवेला व्हायचो. आई येईपर्यंत रडून रडून झोपेला यायचो. ती यायची. चॉकलेट्स आणायची, खेळणी आणायची. मला त्यातलं काहीही नको असायचं. फक्त ती हवी असायची. पण एक रविवार होता. फक्त माझा! मी रविवार यायची वाट बघायचो.”

“राकेश...!”

“छोड यार. हम नहीं रोअेंगे!”

“रुमाल हवाय?”

“नको. आज खूप वर्षांनी रडतोय. बरं वाटतंय.”

“मग?”

“मग मी असाच मोठा होऊ लागलो. कधीतरी बाप उगवायचा. मग त्या दोघांची भांडणं व्हायची. कशावरून व्हायची, हे मात्र समजलं नाही. तो ग्लास फोडायचा, भांडी, पेपरवेट, जे हाताला लागेल ते उचलून मारायचा. कधी आईला लागायचं, कधी ती चुकवू शकायची.”

“असं? बाप रे!”

“मग नंतर तो येईनासा झाला आणि आई शांत झाली. चाळीतले लोक काय काय बोलायचे. माझ्याशी कुणी खेळायला यायचं नाही. मला त्यांच्यात घ्यायचं

नाही. पण मी सगळ्यांना फाट्यावर मारतो. पहिला रंगीत टीव्ही आमच्याच घरी आला. मग सगळी चाळ गोळा झाली. पहिला फ्रिजही आमच्याच घरी आला. मग लोक बर्फ मागायला येऊ लागली. दिला तर मी चांगला, नाही दिला तर मी वाईट. ऐसी है ये दुनिया! समझा!''

''पण मग आता मी काय करू?''

''ते तू तुझं ठरव.''

गोविंदाला बाबांचं पत्र आठवलं...

''मी तुझी मैत्री तोडणार नाही.''

''ये हुई ना बात! मग आज तू माझ्या घरी यायचंस.''

''येतो.''

''चल.''

''आत्ता? अरे लेक्चर्स आहेत ना!''

''मार गोली.''

''हे नाही जमायचं. मी गोली मारणार नाही आणि तुलाही मारू देणार नाही.''

''बोअर आहेस.''

''चालेल. पण मैत्रीत दोघांनी एकमेकांचं ऐकायला हवं.''

''डन! तू भी क्या याद रखेगा!''

कॉलेज संपलं आणि राकेश आणि गोविंदा घरी जायला निघाले.

''डर तो नहीं रहा है ना?''

''कशाला?''

''चल.''

राकेशचं घर बघून गोविंदाला अतिशय आश्चर्य वाटलं. चाळीतल्या इतर घरांपेक्षा हे घर अगदी भिन्न होतं. पॉश होतं. सोफा कम् बेड, फोल्डिंग रायटिंग टेबल, फोल्डिंग डिनर टेबल, टीव्ही, फ्रिज, टेपरेकॉर्डर, गुळगुळीत फरशी, स्टीलची कपाटं.

''छान आहे घर तुझं.''

''दिवसभर मी एकटाच असतो. गाणी लावतो. फ्रिजमधलं खात राहतो. टीव्ही बघतो.''

''वा!''

''कुणीतरी येईल माझ्यासाठी, ह्याची वाट बघत राहतो.''

''राकेश.''

''कुणीही येत नाही. हा बघ, फोन आहे घरात. हा फोन बरोबर चार वाजता

वाजतो.''

''हॅलो.''

''हॅलो, राकेश मी बोलत्येय.''

''हं बोल.''

''कधी आलास?''

''मघाशीच.''

''जेवलास का?''

''फ्रिजरमध्ये आइस्क्रिम ठेवलंय, ते खा.''

''बरं.''

''मी येत्येच आहे लवकर.''

''बरं.''

''इतकं, किंवा ह्याच स्वरूपाचं बोलून झालं की फोन गप्प होतो.''

''तू नाही करत फोन त्यांना?''

''कुणाला? आईला?''

''हो.''

''नाही करत. काय बोलू तिच्याशी?''

''कुणी मित्र?''

''नाही. म्हणजे तसे खूप मित्र आहेत, पण मुद्दाम बोलण्यासारखं काही नाही. आणि एक दोन मित्र होते ते डोंबिवलीला राहायला गेले. त्यांच्याकडे फोन नाही.''

''मग?''

''मग काय?''

''एकटं वाटतं ना?''

''खूप! कधीकधी तर बापासारखं वागावं असं वाटतं. ह्या सगळ्या वस्तू तोडून फोडून टाकाव्यात असं वाटतं. पण मग विचार करतो. वाटतं, असा जर मीही वागलो तर त्याच्यात आणि माझ्यात फरक काय?''

''कसे दिसतात तुझे वडील?''

''माझ्यासारखा दिसतो तो. म्हणजे मी त्याच्यासारखा दिसतो.''

''आणि आई?''

''तू बघितलं नाहीस तिला कधी?''

''बघितलं असेल, पण ती तुझी आई आहे हे मला कसं कळणार?''

''हा बघ तिचा फोटो!''

फोटो बघितला मात्र, गोविंदाचा चेहरा बदलला. त्याला ती संध्याकाळ आठवली. ती गाडीतून उतरलेली बाई, नकळत केलेला पाठलाग आणि ती बेचैन रात्र!

"तुझा चेहरा असा का?"

"अं? हो म्हणजे नाही, म्हणजे, मी ह्यांना बघितलंय एकदा."

"कधी?"

"आठवत नाही."

"गोविंदा, तू खोटं बोलू शकत नाहीस. तुला ते जमत नाही. सांग..."

"म्हणजे, काही दिवसांपूर्वी मी उशिराने संध्याकाळी पोस्टात पत्र टाकायला गेलो होतो. तेव्हा येताना अचानक ह्यांना समोर बघितलं."

"गाडीतून उतरली?"

"म्हणजे असं की..."

"मला माहीत आहे. तो तिचा बॉस आहे. रोज तिला तो गाडीतून सोडतो. ती कधीही घरापर्यंत गाडीतून येत नाही. मला आवडणार नाही म्हणून. पण मला सगळं माहित्येय. आम्ही दोघं एकमेकांशी हा गेम खेळत आहोत. हाइड अँड सीक! लपंडाव!"

"पण का?"

"तिच्यात तेवढं सामर्थ्य नाही. खुलेआम एक लग्न केलं आणि फसली. आता चोरून वागते. माझ्यात आहे हिंमत, पण मला तिची दया येते. तिला दुखवावंसं वाटत नाही. आणि काय फरक पडतो? तिला साथीदार हवा, ती तिची गरज आहे."

"तू स्वत:च्याच आईबद्दल असा विचार करतोस तरी कसा?"

"मी विचार करत नाही! धिस इज अ रिॲलिटी! मी स्वीकारण्याचा प्रयत्न करतो."

"हे, हे सर्व भयानक आहे."

"त्याचा मोबदला म्हणून ती मला सर्वकाही देते. फ्रिज उघड. तुला त्यात केक, पेस्ट्रिज् दिसतील. कोक-लेमनच्या बाटल्या दिसतील. काजू, बदाम, पिस्ते, पण पण, मला हे सर्व नको होतं. तेव्हापासून मिळतंय. मला आई हवी होती. मला गरिबी चालली असती. कपड्यांनी भरलेलं कपाट नको. दोन कपडे पुरे होते. आई हवी..."

बधिर मनानं गोविंदा त्याच्या घरातून बाहेर पडला. समोरून काकू किंवा ईश्वरी किंवा चैतन्य बघतील का, ही भीती मनात नव्हती. राकेशला ह्या घरातून बाहेर पडायचं होतं. आपलेपणा हवा होता. प्रेमाचा, कुशीत घेणारा स्पर्श हवा होता. आत्तापर्यंत आपण गरिबीत दिवस काढले, पण त्यात ऊब होती. ती ऊब सोडून ह्या अशा कोरड्या जागी का आलो? काय करावं? काय खरं, काय खोटं? आपल्याला नक्की काय हवंय?

साधा छोटासा रस्ता क्रॉस करतानाही गोविंदा दोनदा ठेचकाळला. घरी आला

आणि त्यानं पुन्हा दत्तू पुजारीचं पत्र वाचायला घेतलं. मनातल्या मनात गणेशपूरला घरी जायचं पक्कं करत राहिला.

"कुठे गेला होतास?"

"राकेशच्या घरी."

"गोविंदा, मी आणि सरांनी तुला इतकं समजावलं तरीही तू ऐकत नाहीस?"

"काकू, तसं काही नाहीये. राकेश खरंच चांगला मुलगा आहे. तो अभ्यासातही हुशार आहे."

"ते तू मला सांगू नकोस. गोविंदा, तू तुझं ठरव रे बाबा. जर तुला इथे राहायचं असेल तर मी सांगेन तसं वागायला हवं. नाही तर तू तुझं बघ."

"चुकलो काकू. मी ऐकेन तुमचं."

"मग ठीक."

नाइलाजानं गोविंदानं कबूल केलं; पण आतल्या आत तो समजून होता की आपण हे खोटं बोललो. साध्याशा गोष्टीत का खोटं बोललो? कारण इथे आपली सत्ता नाही. इथे आपलं घर नाही. इथे आपले आईवडील नाहीत. आणि आपल्याला शिकायचं आहे. मोठं व्हायचं आहे. पण त्यासाठी आपण असेच लाचार राहणार का? आज काकूंना राकेश आवडत नाही. त्यांना त्याच्याबद्दल काहीही माहिती नाही; पण तो खरंच चांगला आहे. चांगले तर आपणही होतो. इथे राकेशच्या आईमुळे लोक राकेशला टाळतात आणि गावी आपल्या वडलांच्या व्यवसायामुळे, कार्यामुळे लोक मला टाळत होते. म्हणजे कसंही वागा काहीही करा, त्रास-वागणूक मुलांना त्यांच्या आईवडलांमुळे मिळते. बाबांचं कार्य पवित्र आहे असं ते सतत सांगत आले. तरीही आणि राकेशची आई तिच्या कुणा... तरीही. पैसा मिळवण्यासाठी असं वागायला लागतं? मलाही खूप पैसा कमवायचा आहे. त्यासाठी शिकायचं आहे, म्हणून इथे मुंबईत सरांच्या घरात आश्रितासारखं राहायचं आहे आणि म्हणून राकेश माझा मित्र असता कामा नये, आणि तो हवा तर आहे. आणि म्हणून मी ह्यापुढे खोटेपणानं वागणार आहे.

दिवाळीच्या सुट्टीत खरंतर गणेशपूरला जायचंच होतं; पण नाही जमलं. अभ्यास खूप होता आणि त्याहीपेक्षा खरंतर मराठी माध्यमातून शिकलेल्या गोविंदाला इंग्रजी माध्यम जरा कठीण पडत होतं. सायन्सला भाषा नसते आणि गणितालाही, असं म्हणतात. पण ते काही खरं नाही. इंग्रजीची कानांना सवय व्हायला वेळ लागत होता आणि आत्तापर्यंत जे काही शिकवून झालं होतं, त्याची उजळणी होणं महत्त्वाचं होतं. राकेश क्लासला जायचा पण क्लासची फी गोविंदाला परवडणं शक्य नव्हतं. पण राकेश गोविंदाला मदत करायचा. त्या दिवशी काकू काय बोलली हे त्यानं

राकेशला सांगून टाकलं होतं. मग मात्र राकेशनं त्याला कधीही घरी बोलावलं नाही. कॉलेजमध्ये लायब्ररीत किंवा कँटिन मागे असलेल्या हिरवळीवर दोघं अभ्यास करायचे किंवा गप्पा मारत बसायचे.

"उद्यापासून पंधरा दिवस कॉलेज बंद आहे."

"हं."

"तू कसं करणार मग? भेटणार कसा?"

"बघू. अभ्यास व्हायला हवा. मला कसं जमणार?"

"काळजी करू नकोस. मी काहीतरी मार्ग काढतो."

"जे काही आहे, ते आत्ताच सांग."

"तू निदान संध्याकाळचा फिरायला बाहेर पडू शकतोस. हो ना?"

"हो."

"मग झालं तर. माझा क्लास सकाळचा असतो. संध्याकाळी मी फ्री असेन. त्या त्या दिवशीच्या सर्व नोट्स तुला देत जाईन."

"भेटणार कुठे आपण?"

"ए गोविंदा, इटस् सो फनी! च्यायला, असे चोरून लव्हर्स भेटतात! इथे आपण दोन मुलं भेटणार आहोतऽऽ!"

"हसू नकोस."

"मग काय करू? मायला, धमाल आहे. उद्या जर हे कुणाला समजलं, तर पोरं चिडवतील."

"काय म्हणून?"

"दॅट वी आर गे!"

"गप्प बस."

"हा बामणाचा पोरगा मुंबईत आल्यावर जाम उंडारलाऽऽ!"

"राकेश, गप्प बस. लिव्ह इट! मी येणार नाही."

"शाब्बास!"

"अरे बामणा, जरा इंग्रजी शब्द बोललास, म्हणून शाब्बास म्हटलं."

"तू इंग्रजी माध्यमात शिकलास ना?"

"हो."

"त्यामानाने मराठी चांगलं बोलतोस."

"आईची कृपा! तिला ह्याचं क्रेडिट द्यायला हवं."

"म्हणजे?"

"तिनं तिचा खानदानी मराठी बाणा सोडला नाही. इंग्रजी मिडीयममधे शिकणारी मुलं ना धड इंग्रजी बोलत ना धड मातृभाषा! हिनं तसं होऊ दिलं नाही. घरात फक्त

मराठीच बोललं पाहिजे हा तिचा नियम.''

''मला खरं राहून राहून आश्चर्य वाटतं. स्वत:च्या जातीबद्दल, भाषेबद्दल इतका अभिमान असणारी तुझी आई, परजातीतल्या मुलाच्या प्रेमात कशी पडली?''

''नो आन्सर.''

''सॉरी.''

''फरगेट इट! चले? उद्या भेटू. संध्याकाळी सहा. दक्षिणमुखी मारुतीच्या मंदिरात!''

''तू जातोस मंदिरात?''

''क्वचित! पण मंदिर हे भेटण्यासाठी उत्तम स्थळ आहे. निदान लव्हर्सनी मंदिरात, चर्चमधे भेटावं. ज्यांचा त्याच्या भेटण्याला विरोध असतो, ते काही करू शकत नाहीत. कुणी चुकून भेटलंच तर खुल्ला सांगता येतं, 'मी मंदिरात आलोय. कुणाला भेटायला म्हणून नाही.'''

''चालेल.''

''तिथून मग आपण दुसरीकडे जाऊ.''

''ठीक.''

आत्ताही राकेशचं बोलणं गोविंदाला आठवलं. साडेपाच होत आले होते. चैतन्य, ईश्वरी दिवाळीची सुट्टी झोपेत घालवत होते. काकू गॅलरीत तांदूळ निवडत बसल्या होत्या.

''काकू, जरा बाहेर जाऊन येतो. काही आणायचंय?''

''नाही. पण चाललायस कुठे?''

''सहज. सकाळपासून अभ्यास करून जरा कंटाळा आलाय.''

''जा; पण सर यायच्या आत घरी ये.''

''हो.''

''एकटाच जातोयस की कुणी...''

''एकटाच.''

चौकटीचा शर्ट खांद्यांना अडकवून, स्लिपर्स घालून गोविंदा पुढला प्रश्न येण्याअगोदर सटकला.

दक्षिणमुखी मारुती मंदिरात गर्दी होती. ही गर्दी गोविंदाच्या दृष्टिकोनातून फारच कमी होती. माणसांचा पूरच्या पूर असायचा तो गणेश मंदिरात! गर्दी हा शब्द फारच छोटा पडेल असा. तसा पूर तर आत्ताही असेल. आपणच त्या पुरातून बाहेर पडलो. ती माणसंच माणसं! सतत काहीतरी मागणारी! इच्छा बाळगून येणारी. हार, नारळ, पेढे राशीच्या राशी! आणि ते खाणारे, सांडणारे भाविक! ही मंडळी देवापाशी मागतात आणि भिकारी ह्या मंडळींपाशी! आणि अचानक गोविंदाला एक कहाणी

आठवली. आईनं सांगितलेली.

'एक बादशहा होता. खूप मोठा, पराक्रमी, त्याचं राज्यही खूप मोठं होतं.'

'आई खूप मोठं म्हणजे, गणेशपूर इतकं?'

'अरे वेड्या, गणेशपूर खूप छोटं आहे. अंऽऽ सांगू? अशी हजार गणेशपुरं एकत्र केली तर किती मोठं होईल?'

'खूप मोठं, खूप खूप!'

'बरोब्बर! तर असं खूप मोठ्ठं त्याचं राज्य होतं. त्याच्या राज्यात गणेशपूरसारखं एक गाव होतं.'

'म्हणजे छोटं!'

'आता गोष्ट ऐकायची. मधे बोलायचंऽऽ'

'नाऽऽही.'

'हं. तर त्या छोट्याशा गावात एक साधू राहायचे. बादशहा त्या साधूला खूप मान द्यायचा. साधू कधी त्याच्या...'

'त्याच्या म्हणजे बादशहाच्या ना?'

'हो. साधू कधीही बादशहाच्या महालात जायचा नाही. बादशहा त्याला खूप वेळा आमंत्रण द्यायचा. पण साधू म्हणायचा, मला माझं हे झाडच ठीक.'

'म्हणजे?'

'म्हणजे साधू झाडाखाली राहायचा.'

'पावसात, थंडीतसुद्धा?'

'हो. आणि आता तू जर मधे मधे बोलणार असशील तर मी पुढे गोष्ट सांगणार नाही.'

'ए आई, सांग ना. नाही बोलणार. हे बघ तोंडावर बोट ठेवलं!'

'लबाड आहेस हं. तर साधू महालात काही जायचा नाही; पण एकदा त्या गावातले सगळे जण साधूला भेटायला आहे. म्हणाले, 'महाराज, तुमची आणि बादशहाची मैत्री आहे. जर तुम्ही बादशहांकडे मागणी केलीत, तर आपल्या गावात शाळा सुरू होईल. गावातली मुलं शिकतील. तुम्ही गावाच्या भल्यासाठी बादशहाकडे जाल का?' साधूने विचार केला आणि तो बादशहाकडे दुसऱ्या दिवशी सकाळी गेला. बादशहाच्या नोकराने साधूला सलाम केला.

'बादशहा आहेत?' साधूने विचारलं.

'नमाज पढताहेत.'

साधू म्हणाला, 'मला त्यांच्याकडे ने.'

नोकराने साधूला बादशहा जिथे नमाज पढत होता तिथे नेलं. बादशहा हात वर करून खुदाला सांगत होता की, 'हे खुदा, तुझा मी आभारी आहे. मला तू असंच

धनसंपत्ती देत राहा. माझं राज्य अजून मोठं कर. दागदागिन्यांनी जवाहरखाना भरून जाऊ देत. धनधान्याने रसाईखाना अजून भरून राहू देत. तू असाच कृपाळू राहा. मला अजून श्रीमंत कर!' त्याची मागणी साधूने ऐकली आणि तो बाहेर पडला. महालाच्या पायऱ्या उतरत असताना त्याला बादशहाची हाक ऐकू आली.

'ओऽऽ साधूजीऽऽऽ' साधू थांबला.

'आज प्रथमच महाली आलात आणि मला न भेटताच जाताय?'

'बादशहा, काही काम होतं, काही मागायचं होतं.'

'मग?'

'पण तुम्हीच देवाकडे मागत होतात! मग एक भिकारी दुसऱ्या भिकाऱ्याकडे काय मागणार? म्हणून विचार केला की मीही सरळ देवाकडेच मागेन!...'

"काय रे, कुठे हरवला होतास?"

"असाच. निघू या? पण जायचं कुठे? नोट्स आणल्यास?"

"अरे हो. दम धर. नोट्स आणलेल्या नाहीत. आणि आज आपण समुद्रावर जायचं."

"समुद्रावर?"

"समुद्र कधी बघितला आहेस?"

"नाही."

"धत् तेरी! मुंबईत येऊन पाच-सहा महिने झाले ना तुला?"

"हो."

"आणि अजून समुद्रावर गेला नाहीस?"

"कोण नेणार? सरांना, काकूंना तर सांगू शकत नाही. त्यांना विचारू कसं असं?"

"जाने दो. मी नेतो तुला."

"लांब आहे ना इथून? खूप वेळ लागेल."

"लागू देत!"

"देवळात इतका वेळ लागतो का? असं विचारतील काकू."

"साल्या, भट आहेस. देवळात जातोय असं सांगितलंस?"

"नाही पण तसं घरी गेल्यावर सांगणार."

"त्याची गरज नाही. प्रत्येकाला स्वतःचं असंकाही आयुष्य हवं."

"बरं. चल."

एवढं भरमसाठ पाणी बघून गोविंदा स्तब्ध झाला. ऐकीव आणि प्रत्यक्ष ह्यातला फरक त्याला जाणवला. सगळेच सांगतात की, बरेच वेळा शब्द अपुरे पडतात!

आत्ता गोविंदाचीही अवस्था तशीच झाली होती. शब्द अपुरे पडत होते. काय बोलावं समजत नव्हतं. ओढ लागावी, कुणी खेचून न्यावं तसा गोविंदा पाण्यात गेला. पावलं भिजली आणि त्या पाण्याच्या ये-जा त्याच्या पावलांवर पाणी खेळत होतं नि जाताना त्याला बक्षीस देऊन जात होतं. पुस्तकांमधून समुद्राचं केलेलं वर्णन किती तोकडं आहे, हे त्याला पुनश्च जाणवलं. त्यानं मन भरभरून श्वास घेतला. खारा वास त्याला भारून राहिला. कधी डोळे मिटून तर कधी डोळे उघडे ठेवून तो समुद्राशी एकरूप होत होता. आत्ता आपण कुठल्या बाजूला असू? पृथ्वीच्या कलत्या भागात की वरच्या? कुठेही असू. पण वाटतंय की, संपूर्ण पृथ्वी आत्ता माझ्या पायांखालून सुरू होत्ये. आणि मी जगाच्या, पृथ्वीच्या सर्वांत वरच्या भागात आहे. जसा कुणी एखाद्या उंच इमारतीच्या गच्चीत उभा असेल तर संपूर्ण इमारत त्याच्या पावलांखालून सुरू होते, तसं. उजव्या हाताला हा अनंत सागर आणि डाव्या हाताला ही जमीन. आणि दोघांच्या संगमरेषेवर मी एकटा, हा असा उभा! सर्वांत उंच!

"घर जवळ येतंय राकेश."

"हो. तू नीघ."

"पण तू एकटा..."

"जाईन मी."

"मी थांबतो, येतो तुझ्याबरोबर."

"नको. कशाला तुला समुद्रावर घेऊन गेलो, असा पश्चात्ताप होतो आहे मला."

"असं नको म्हणूस."

"मग अजून काय म्हणू? किती आनंदात होतास तू, आणि मीही."

"अरे, मी आत्ताही आनंदातच आहे."

"तुझी नजर कोरडी आहे गोविंदा! त्यात काही मिनिटांपूर्वी आनंद चमकत होता. मी बघत होतो ना तुझ्याकडे! त्या नजरेत स्वामित्व होतं. आणि नंतर काही क्षणातच तू माझी नजर चुकवू लागलास!"

"तसं नाही रे काही."

"उगीचच घेऊन आलो तुला इथे. पण मला तरी कुठे माहीत होतं की ती त्याच्या बरोबर इथे येईल?"

"राकेश, सोडून दे."

"अरे, मी सोडूनच दिलंय. पण आज तुझ्यासमोर मात्र लाज वाटत्येय. हिला मी आई म्हणतो. आई अशी असते का रे?"

"मला माहीत नाही. निदान मी तरी अशी आई..."

"बघितली नाहीस. हो ना? आज येतोस घरी? तमाशा बघायचाय?"

"नको."

"ठीक आहे. उद्या ये मंदिरात. भेटेन तुला मी तिथे. आणि दाखवेन... तमाशा –"

पाठमोऱ्या राकेशकडे बघत गोविंदा तिथेच खिळून राहिला. काय करावं सुचेना. तो तडक मंदिरात गेला. त्या संगमरवरी मूर्तीचा त्याला खूप आधार वाटला. देव सगळीकडेच आहे. मान्य आहे. पण तरीही तो दृश्य स्वरूपात हवासा वाटतो. त्या आकाराचा आधार वाटतो. किती वेळ त्या मूर्तीकडे एकटक बघण्यात गेला? काय प्रार्थना केली? कुणाकुणासाठी केली? कुणीतरी घंटा वाजवीपेक्षा जोरातच वाजवली. त्याचा नाद बराच वेळ घुमत राहिला. उलट्या पावलांनी, मूर्तीकडे पाठ न करता गोविंदा मंदिरातून बाहेर पडला.

"घ्या, आले हे भटजी!"

चमकून गोविंदाने काकूंकडे बघितलं.

"हे अभ्यासाचे दिवस ना, भारी अभ्यास चाललाय म्हणून फक्त अडीच तीन तास फिरून आलेत भटजी."

"काकू."

"हे बघा, भटजीबुवा, आम्हांला हे असं तुमचं केव्हाही येणं, केव्हाही जाणं काही चालणार नाही. वेळ होता ना मोकळा तर चार घरची कामं आठवावीत! ही मुंबई आहे, गणेशपूर नाही."

"चुकलो."

"सुधारा मग! आमची जेवणं झालीयेत. सर कुठे कामाला गेलेत. एक चपाती शिल्लक उरलीये. बाहेरून खाऊन आलाच असाल. तरी असली भूक तर खा."

भूक तर सणकून लागली होती. पण आपण चुकलो आहोत, तर शिक्षा मिळायलाच हवी.

"मला नाहीये भूक."

"मग झोपा. बाहेरचा दिवा लावायचा नाही. विजेचं बिल वाढलंय. साध्या मास्तराला परवडत नाही."

"बरं."

इथे हा प्रकार आणि राकेशकडे काय चाललं असेल? मी भटजी? हो. शेवटी मी भटजीच! ह्या शब्दाचा प्रचंड तिटकारा आहे. पण मला शेवटी सगळे भटजी म्हणणार! वडलांचा बिझनेस आहे ना हा! बाबा काहीही सांगोत पण हा त्यांचा बिझनेस, व्यवसाय शेवटी माझ्या माथ्यावर तेच लेबल लावणारा ठरणार. उद्या मी डॉक्टर व्हायचं ठरवलं तरीही? पण अशा परिस्थितीत मी डॉक्टर कसा होणार? पैसे कोण देणार? मरून मरून अशी कितीशी माणसं मरणार? आणि डॉक्टर

झालोच तर बाबांच्या बिझनेसच्या विरोधात मी असणार. जितके डॉक्टर्स वाढतील, तितकी माणसं कमी मरतील. मग जर मरणच कमी झालं तर बाबांसारखी माणसं जगणार कशी? मेलेल्या माणसांवर मिळवलेल्या पैशातून मी माणसं मरू न देण्याचा अभ्यास करणार! वा!

संपूर्ण रात्र ह्या अशाच उलटसुलट विचारात संपली. जाणीव झाली तेव्हाच जेव्हा दूधवाल्यांच्या, पेपरवाल्यांच्या सायकली खडखडायला लागल्या. मग त्या खडखड आवाजात केव्हातरी गोविंदाला झोप लागली. जाग आली तेव्हा ईश्वरी मोठ्या आवाजातल्या गाण्यांबरोबर स्वत:ही मोठमोठ्यांदा गात होती. उठायला उशीर झालाय. दूध आणायचं राहिलं. नाक्यावरून पेपरही आणायचा राहिला. स्वत:ची सतरंजी गुंडाळता-गुंडाळता गोविंदाचं सहज लक्ष गेलं. उजाडलेलं असूनही रस्त्यावरच्या म्युन्सिपालटीच्या ट्यूबलाइट्स जळत होत्या. वीज अशी फुकट जाते, चालतं. पण अभ्यासासाठी एक छोटासा बल्ब लावला तर... चादर झटकता झटकता त्यानं मनातला हा विचार झटकून टाकला आणि पेपर आणण्यासाठी तो तसाच सरळ नाक्यावर चालता झाला.

१२

"बघ तमाशा."
"काय?"
"मी काल तुला सांगितलं होतं ना, बघ."
"अरे काय बघू?"
"हा बघ गॉगल. रेबॅनचा आहे."
"म्हणजे?"
"रेबॅनचे गॉगल्स महाग असतात. व्हेरी एक्सपेनसिव्ह!"
"असं?"
"नॉट लेस दॅन फोर थाउजंड!"
"बाप रे!"
"बाप रे? अरे अजून पण काही मिळालं असतं."
"ते कसं?"
"जर काल तिथेच थांबलो असतो आपण तर!"
"प्लीज. असंकाही बोलू नकोस. मला त्रास होतो."
"नुसतं ऐकून?"
"काही वेगळं बोलणार आहेस का?"

"काय बोलू वेगळं? गोविंदा, निदान आता तू तरी भेटलास मला. खरं सांगतो. आईशप्पथ –"

... ...

"का हसलास?"

"यू नो? आपण हिंदू, काही सांगायचं असलं किंवा आपल्याला दुखलं, कुणी मारलं की आईची आठवण काढतो. आई गं! म्हणतोस ना तूही?"

"हो."

"आणि काही मोठं असलं की म्हणतो, बाप रे! आत्ताच तू तसं म्हणालास!"

"हो रे."

"पण ख्रिश्चन! ते म्हणतात, ओ गॉड! गॉड म्हणजे पुरुष! ते कायम गॉड गॉड

करतात. मुसलमान म्हणतात, या अल्ला!''

''सॉलिड!''

''आपण आईला मानतो. आईला महत्त्व देतो. ती आपल्या अगदी जवळ असते. मनाशी! पण मग अशी ही आई – असं का वागते रे?''

''असतील तिचेही काही प्रॉब्लेम्स!''

''पण...''

''तू बोल ना तुझ्या आईशी एकदा मोकळेपणानं. सांग तिला, तुला जे जे वाटतं ते.''

''कठीण आहे. तिला वाटतं की ह्या वस्तू तिचं चांगलेपण सांगतात, तिचं प्रेम दर्शवतात.''

''हे तू मला आधीही सांगितलं आहेस; पण तू बोल तिच्याशी हे सगळं.''

''बोलू?''

''अर्थातच.''

''उद्या बोलू? उद्या संडे.''

''गुड. बोल. परवा इथेच ह्याच वेळेला भेटू.''

''निघालास?''

''हो. जायला हवं.''

''तू माझ्याकडे का नाही येत राहायला, कायमचा?''

''नॉट पॉसिबल.''

''व्हाय?''

''यु नो बेटर.''

''गोविंदा, इंग्रजीचा अभ्यास...''

''सॉलिड करतोय. मला पास व्हायचंय.''

''होशील. ह्या घे नोट्स!''

''थँक्स्!''

''बाय.''

गोविंदाला बरं वाटलं. राकेशचा प्रश्न सुटेल. तो त्याच्या आईशी बोलेल. मग ही विल फिल गुड.

''आलास दादा!''

''काय गं? काय झालं?''

''सांगू नकोस की मी तुला सांगितलं म्हणून.''

''पण काय?''

''आईनं तुला देवळात बघितलं. त्या राकेशशी बोलताना.''

“ओह नो.”

“ती कोपऱ्यावर गेलीये. काही बोलेल तुला आल्यावर, तर तू गप्प राहा. नाही तर असं कर ना, मला मॅथ्स शिकव आत्ता. तू मला शिकवतोयस बघून गप्प राहील.”

“सर आले?”

“तेही गेलेत तिच्याचबरोबर.”

“आणि चैतन्य?”

“वर गच्चीत आहे.”

“बरं, आण पुस्तक वही.”

“कधी आलात भटजी? कुठून आलात?”

“अगं, असं काय बोलत्येस त्याच्याशी?”

“मग कशी बोलू? आणि भटजी बोलले, ते काय वाईट?”

“आई, दादा शिकवतोय मला.”

“वा रे वा! काय शिकवतायत? मोठ्यांचं कसं ऐकायचं नाही हे?”

“तू शांत हो. ह्या पिशव्या आधी आत नेऊन ठेव. गोविंदा ये. आपण जरा बाहेर जाऊन येऊ.”

“गोविंदा, तुला आम्ही जे सांगतो, ते ऐकायचं नाहीये का?”

“सर, तसं काही नाही.”

“असं म्हणतो, आणि ऐकतही नाहीस.”

“पण,”

“ऐक. ही संपूर्ण वस्ती त्या घराशी संबंध ठेवत नाही. तू आत्ता इथे आला आहेस. आम्ही अगदी पहिल्या दिवसापासून त्यांना बघत आहोत. समाजात रुचणार नाही असं वर्तन आहे. आणि स्पष्टच सांगतो, राकेश तिचा मुलगा आहे, पण त्याचे वडील कोण हा प्रश्न आहे.”

“म्हणजे?”

“तू सज्ञान आहेस. तुला समजलंय मी काय म्हणतोय ते. त्या बाईनं घरातून पळून जाऊन लग्न केलं. केलं तर केलं, पण पुढे मात्र... जाऊ दे. तिनं काय करावं आणि काय नाही, हा तिचा प्रश्न. पण आपण काय करावं, हे आपण ठरवू शकतो. तिला त्यांचा समाज आपलं म्हणत नाही आणि आपला समाजही तेच करतोय. मुळात तिला तिचे आईवडीलच आपलं म्हणत नाहीत, मग समाजाची काय चूक? अशा बदनाम आईच्या मुलाशी तुझी मैत्री असणं आम्हांला मान्य नाही. त्याचे दुष्परिणाम आम्हाला भोगायला लागतील. ही चाळ आहे. ह्या चाळींमधल्या प्रत्येक

खोलीच्या प्रत्येक भिंतीला कान आहेत आणि वाचाही आहे. तुला मी इथे घेऊन आलो ते गुरुजींकडे बघून. आता तुझ्या हातात आहे, कसं वागायचं ते.''

''मला मान्य आहे. पण तरीही एक विचारू?''

''जरूर.''

''मी माझ्या बाबांचा मुलगा. ज्यांचा व्यवसाय अंत्येष्टिविधी करण्याचा. ह्यामुळे बाबांना, आईला कधीही गणेशपुरीनं सन्मान दिला नाही. आणि त्याचमुळे मलाही. माझा काय दोष होता?''

''असंच असतं. कोळसा हातात धरला तर हात काळा होणारच.''

''हो. पण त्या कोळशामुळेच चूल पेटते ना? अन्न शिजतं ना? मग हात काळे होतात, म्हणून नावं का ठेवायची?''

''बरोबर आहे; पण ही समाजाची रीत आहे. ती बदलता येणं मला शक्य नाही. तू इथे आलास म्हणून माझ्या घरी राहू शकतोस. पण गणेशपुरातच मी तुला माझ्या घरी राहू दिलं असतं असं नाही. मी भित्रा माणूस आहे.''

''ज्या वेदना, दु:ख मी सहन केलं, बाबा म्हणतात ते करत असलेलं काम पवित्र आहे, असं असूनही, तर राकेशची तर गोष्टच वेगळी, पण वेदना त्यालाही आहेत. त्याची चूक नसताना. त्या वेदना मी जाणतो म्हणून त्याला मित्र मानलंय. तो चांगला आहे.''

''अगदी मोठ्या माणसांसारखं बोलतोयस. असं काय एवढं...''

''अनुभवातून मोठेपण आलंय. लहान वयातच अवहेलना, अपमान सहन केलाय. आईचा अपमान झालेला बघितलाय...''

''हे बघ गोविंदा, सर्व खरं. पण तरीही...''

''मी जातो परत गणेशपूरला.''

''अभ्यास सोडून?''

''तालुक्याला शिकेन.''

''अरे पण...''

''फक्त हे वर्ष पूर्ण करू देत मला. मी प्रयत्न करेन की माझ्यामुळे तुम्हांला त्रास सहन करावा लागणार नाही.''

''मला असं नाही म्हणायचं की, तू इथून जा.''

''आणि तुम्हांला जे हवं ते मी करू शकत नाही. राकेश इतक्या समोर असताना मी त्याला टाळणार नाही आणि म्हणूनच तो नजरेसमोर नसेल तर बरं.''

''मग प्रश्नच मिटला. ठीक आहे.''

''फक्त परीक्षा संपेपर्यंत मी राहू शकतो ना?''

''हो नक्कीच. विद्यार्थ्यांचं एक वर्ष फुकट जाणं म्हणजे किती हानी आहे, हे

मी जाणतो. चल, घरी जाऊ.''

"थँक्यू सर.''

"चल.''

सतरंजीवर आडवं पडल्यावर गोविंदाला स्वत:चं आश्चर्य वाटलं. आपण इतक्या स्पष्टपणे बोललो? कसं काय? आपण ठाम राहिलो. जसे बाबा त्यांच्या व्यवसाया... नाही... कार्याबद्दल ठाम राहिले. कारण महत्त्वाचं नाही. ठाम राहणं हा स्वभाव महत्त्वाचा. म्हणजे मी बाबांसारखा वागतोय. एक वर्ष पूर्ण होईल आणि मग पुन्हा गणेशपूर. अस्थि, प्रेत, दहावं, बारावं. राकेश नजरेसमोर नसला, म्हणजे आपण त्याला विसरून जाऊ? शक्य नाही; पण निदान मैत्री न तोडल्याचा आनंद, समाधान तरी राहील. आता बाबांशी बोलायला हवं. ते काय म्हणतील? ज्या तऱ्हेनं घर सोडलं होतं, आता पुन्हा तिथे कसं जायचं? पण जायला तर हवंच. दुसरा मार्ग नाही. राकेश त्याच्या आईशी बोलला असेल? पण आता अधिक खोलात जाण्यात अर्थ नाही. अजून सहा महिन्यांनी ह्या गोष्टींशी तसा माझा संबंध उरणार नाही. पत्र पाठवू, पण ती पोहोचणार कधी आणि उत्तरं येणार कधी? आता अभ्यासाकडे लक्ष द्यायला हवं. नोट्स वाचायला हव्यात. खूप एकटं वाटतंय. खूप...

"अहो भटजी, खायला ठेवलंय.''

"आई, तू दादाला गोविंदा म्हणून का नाही हाक मारत?''

"तू मला शिकवू नकोस. जेव्हा इथे आला तेव्हा कसा अगदी साळसूद होता. जरा मुंबईचं वारं लागलं आणि...''

"दादा तसाच आहे आत्ताही.''

"कार्टे गप्प बस. तुला काही कळत नाही. बरंय, जातोय पुन्हा गावाला ते.''

"दादा पुन्हा गणेशपूरला जाणार? कधी?''

"आजच नाही बरं! सहा महिने आहेत अजून. खबरदार तोपर्यंत त्याच्याबरोबर कुठे बाहेर गेलीस तर!''

"का?''

"तुला नाही अक्कल. तो राकेश असतो ना सतत त्याच्याबरोबर. मुलीची जात तुझी! नस्तं काही होऊन बसायचं.''

"आई, तूपण सॉलिड आहेस!''

"चैत्या, तूही बोलतोयस मला? अरे, गद्ध्या तुला तुझ्या बहिणीची काहीच काळजी नाही?''

"आहे. पण...''

"आता तोंड बंद करा. मी सांगितलंय तसंच व्हायला हवं. आणि तूही नाही जायचंस."

"मी तर मुलगा आहे ना?"

"मुलांना अशा मुलांच्या संगतीत बिघडायला वेळ लागत नाही. समजलं? अरे, आहो ओऽऽ भटजीऽऽ"

गोविंदा खालमानेनं आत आला. खरंतर त्याला आता काहीच खावंसं वाटत नव्हतं. भूक असूनही. पण खाल्लं नसतं, तर "आधी का नाही सांगितलं? कष्टानं मिळवलेलं अन्न आहे. शिधा नाहीये कुणी दिलेला! वाया जातं ना अन्न!" असं काहीही ऐकावं लागलं असतं. खाऊन, बशी चमचा घासून, धुऊन जागच्या जागी ठेवत गोविंदा म्हणाला,

"मी राकेशला भेटायला जातोय काकू. वेळेत घरी येईन."

काकूची प्रतिक्रिया काय होत्येय, हे बघण्यासाठी तो थांबला नाही. रस्त्यावर आल्यावर त्याला फार बरं वाटलं. अगदी मोकळं वाटलं. लपून भेटण्यात त्याला तसा आनंद होत नव्हताच. कालच सरांशी स्पष्ट बोलणं झालं होतं, मग आता तसंच स्पष्ट सांगून बाहेर पडलो, ह्याचा त्याला मनस्वी आनंद झाला. तो निघाला तो रस्ता क्रॉस करून थेट राकेशच्या घराशी पोहोचला.

"तू? इथे?"

"हो. मुद्दामहून घरून लवकर निघालो. तू निघायच्या आत, तुला घरीच गाठावं आणि गंमत पहावी म्हणून."

"पण..."

"सांगतो. घरात तर घे."

"आई घरीच आहे."

"हो?"

"तिला बरं नाहीये."

"माझी काही मदत हवी?"

"तुला हरकत नाही, ये आत."

पलंग कम् सोफा. राकेशची आई त्यावर निजलेली.

"काय होतंय?"

"ताप आलाय. तसंही बरंच झालं तू आलास ते. जरा औषधं आणायची आहेत."

"मी घेऊन येतो."

राकेशच्या आईला बराच ताप आलाय. अचानक कशाने? आत्तापर्यंत आपण तिला बघितलं ते दोनदाच. पण त्या दोन्ही वेळेला ती खूप छान दिसत होती. आणि आत्ता मात्र अगदी म्लान. तेज हरवल्यासारखी.

औषधं चालू होती. डॉक्टर येत होते, औषधं बदलून देत होते, पण ताप हटत नव्हता. दिवाळी आली आणि गेली. रीतीरिवाज म्हणून राकेशनं कंदील लावला. त्याची आई तशीच होती. गोविंदा आता राकेशची सोबत जास्तीतजास्त करू लागला. काकूंनी आता त्याच्याशी बोलणं सोडूनच दिलं होतं. तो जातो कधी, येतो कधी, त्या काहीही लक्ष देत नव्हत्या. उरलेले महिने कधी एकदा संपताहेत असं त्यांना झालं होतं. एकच बरं होतं. गोविंदा नियमित पैसे देत होता.

"गोविंदा, मी काल डॅडना फोन केला."

"डॅडना? का?"

"आईनं सांगितलं म्हणून; पण चूक केली मी तिचं ऐकून."

"काय म्हणाले?"

"म्हणाले, 'ओ, नाऊ शी इज रिमेम्बरिंग मी? फॉर लास्ट सो मेनी इयर्स, शी नेव्हर कॉल्ड मी. नाउ व्हॉट शी वॉंट्स? टेल हर, आय ॲम लीस्ट बॉदर अबाउट हर.'"

"आणि तुझ्याबद्दल?"

"माझं सोड रे. पण मला वाटतं डॉक्टर सांगताहेत त्याप्रमाणे तिला ॲडमिट करायला हवं हॉस्पिटलमधे."

"राकेश, तुझा विश्वास आहे की नाही, मला माहीत नाही. पण आमच्या गावात एक जडीबुटीवाला आहे. आणि त्याच्या हाताला गुण आहे असं सगळे म्हणतात. आपण गावी गेलो मावशीला घेऊन तर?"

"आणि कॉलेज? शिवाय तिला प्रवास झेपणार नाही."

"हं. ठीक. ॲडमिट करू या मग."

"मी आजच डॉक्टरांशी बोलतो."

राकेशनं आईला ॲडमिट केलं. आता तर दोघांचीही धावपळ वाढली. नक्की निदान होत नव्हतं. दोघांना काय करावं समजेना.

"मी आईच्या घरी जातो."

"पण, तिथेही तुला..."

"प्रयत्न करतो."

राकेश आजोळी गेला आणि परतून आला तो रिकाम्या मनानं.

"काय झालं?"

"त्यांनी मला ओळखलंही नाही."

"कसं शक्य आहे?"

"बघितलंच नव्हतं इतक्या वर्षांत."

"पण तू ओळख दिलीस ना?"

"दिली. आजी-आजोबा दोघेही होते. मी सांगितलं, 'मी राकेश पिंटो.'"

"चूक केलीस. पिंटो म्हणून का बोललास?"

"सवयीनं. पिंटो ह्या शब्दाशी माझं खरंच नावापुरतं नातं आहे. पण ते आहे ना? हे नातं मला हवं होतं का? गुन्हेगार मी आहे का?"

"नाही रे; पण ह्या नावानंच सर्व घोळ झालाय ना?"

"पण ते खरं आहे. धिस इज अ ट्रूथ. आय कान्ट हेल्प इट."

"पुढे?"

"पुढे काय? काहीच नाही. आय ॲम जस्ट अलोन."

"संभाळ. रडू नकोस. अरे मी आहे ना."

"किती महिने?"

"जेवढे आहेत, तेवढा काळ तरी आहे ना."

"यू नो व्हॉट दे सेड? चालता हो. आमचं घर अमंगल करू नकोस."

"ह्यावरून त्यांनी किती मन:स्ताप सहन केला असेल ते लक्षात घे. तू फक्त तुझ्या बाजूनं विचार करू नकोस."

"सोपं आहे हे सांगायला."

"मला मान्य आहे; पण ह्यापलीकडे आपल्या हातात काहीही नाही."

"तो बास्टर्डपण फिरकला नाही इतक्या दिवसात."

"....."

"त्या दिवशी ऑफिसमधे फोन केला होता मी. त्याला आईची परिस्थिती सांगितली. मला म्हणतो, 'ठीक आहे. सिकलिव्ह सँक्शन करेन.' बस इतकंच."

"तुला का हवी आहेत ही सगळी माणसं? जेव्हा सर्व चांगलं होतं, तू ह्यापैकी एकालातरी काँटॅक्ट केलं होतंस? नाही. तू मावशी देत असलेल्या सर्व वस्तू वापरत राहिलास. का नाही तेव्हा तुझा विरोध दर्शवलास? आजोळी का नाही गेलास? कारण, तुला ह्या वस्तूंची चटक लागली होती. आता संकट आलं तर त्यांच्याकडे धाव घेतो आहेस, ज्यांनी नाती कधीचीच तोडली आहेत. सोळा की सतरा किंवा अठरा वर्षं गेली आहेत मधे. गोष्टी, घाव विसरण्यासाठी हा काळ खूप जास्त आहे. पुन्हा तू आत्ता काही सांधू इच्छितोस तर ते होणे नाही. कुणालाच दोष देऊ नकोस. खंबीर हो. सध्याच्या परिस्थितीत हेच महत्त्वाचं आहे."

मावशीला जेव्हा हॉस्पिटलमधून घरी आणलं, तेव्हा राकेशइतकाच गोविंदालाही आनंद झाला. कॉलेज सुरू झालं होतं. आणि गोविंदा आता फक्त अभ्यासच करत होता. सर, काकू, त्यामुळे जरा शांत झाले.

"सुटले बाई."

"हं."

"तुम्हाला काय? पण चाळीतले लोक काय काय बोलत होते."

“कशाबद्दल? आणि कुणाला?”

“गोविंदाबद्दल आणि मला कुणी थेट काही बोललं नाही, पण कानांवर येतातच अशा गोष्टी. पण काय हो? खरंच जाणार आहे ना हा?”

“हो. मी तसं गुरुजींना पत्र लिहिलं आहेच.”

“मग ठीक आहे. उत्तर आलं नाहीये अजून.”

“येईल. पण एक सांगतो तुला. मुलगा हुशार आहे. आणि... तो अभ्यासही छान घेतो ईश्वरी, चैतन्यचा. दोघांचे मार्क बघितलेस ना सहामाहीचे?”

“चार मार्क दोघांनाही कमी मिळाले तरी चालेल. लोकांची बोलणी ऐकायला नकोत. ही चाळ आहे. इथे जपूनच राहायला हवं.”

“ठीक. मी आपलं नुसतं सांगितलं.”

“ती महामाया बरी झाली म्हणे! काय झालं होतं तिला?”

“तुला कशाला हव्यात आता ह्या चौकश्या?”

“नाही. सहजच.”

“जेवणाचं बघा.”

स्वत:चे मार्क बघून गोविंदाला अत्यानंद झाला. कुणाला सांगावं? आत्ता जर आई असती तर तिनं लगेचच दृष्ट काढली असती. आणि बाबा? त्यांनाही आनंद होईल. त्यांना तसंही कळवायला तर हवंच.

॥ ॐ गणेशाय नम:॥

ती. बाबा,

साष्टांग नमस्कार.

बाबा, मी उत्तम गुणांनी – मार्कांनी पास झालो. मला आधी भीती वाटत होती कारण इंग्रजी भाषेत शिकायला जड जात होतं; पण मार्क तरीही चांगले मिळाले. आईला मी सांगितलं होतं, की खूप शिकेन. मोठा होईन. आता मला वाटतंय की, मी नक्की तसं करू शकेन.

पण बाबा, मला परत यायचंय. मला इथे राहता येणार नाही. आता ह्या वर्षाचे दोनच महिने उरलेत. मी नक्की पास होईन आणि...

मी येऊ ना परत? तालुक्याच्या कॉलेजमधे शिकेन. पण यावं लागतंय त्याचं कारण मी समक्षच सांगेन.

तुमच्या पत्राची वाट बघतोय.

तुमचा,

गोविंदा.

राकेश परीक्षेत जेमतेम पास झाला ह्याचं मात्र गोविंदाला वाईट वाटलं.

"असं कसं झालं?"

"मला माहीत नाही गोविंदा."

"तू आता फक्त अभ्यासाचा विचार कर. मावशी ठीक आहे ना?"

"हो. पुढल्या आठवड्यापासून कामावर जाणार आहे."

"छान ग्रेट!"

"नो, इट्स नॉट ग्रेट."

"का?"

"मला तिच्या घरात असण्याची सवय झालीये, मला ते आवडतंय. अगदी प्रथमच मला माझी आई भेटल्येय असं वाटतंय. यू नो गोविंदा, हल्ली आम्ही खूप गप्पा मारतो. मी तिला कॉलेजमधल्या गोष्टी सांगतो. आम्ही घरातच, एकत्र सिनेमा बघतो. त्यावर कॉमेंट्सही करतो. आम्ही खूप वर्षांनी एकत्र हसतोय. एकत्र रडलोही, रडतोय. ह्या रडण्यातही किती सुख आहे, हे मला प्रथमच समजतंय. परवा, जस्ट टू डेज बॅक, मी तिच्या केसांना तेल लावून मॉलिश केलं. आणि मग तिच्या केसांची छोटीशी वेणी घातली. खूप हसत होती ती तेव्हा. ब्युटिफुल स्माइल! तिनं मग मला भरवलं. थोपटलं. नो, आय डोंट वाँट हर टू वर्क एनी मोअर."

"तू नोकरी करणार?"

"आणि शिकू कधी?"

"म्हणजेच तिनं नोकरी करायला हवी. हो ना? तू उगीचच घाबरतोयस."

"म्हणजे?"

"आता मावशी जरी पुन्हा कामावर जायला लागल्या तरी त्या आत्ता जशा तुझ्याशी वागत आहेत, तशाच वागतील."

"कशावरून?"

"त्यांना माणसांचा अनुभव आलाय ह्या आजारपणात!"

"तो तर मला आलाय. तिला अनुभव आलाय तो केवळ त्या एकाच माणसाचा."

"बरोबर. तोच अनुभव तर जास्त महत्त्वाचा होता. बाकीच्या माणसांना त्या आधीपासूनच ओळखत होत्या."

"गोविंदा, तू आणि मी आपण एकाच वयाचे, पण तुला इतकं कसं समजतं?"

"माझ्या आईमुळे. यू, नो, ती मी लहान असताना खूप गोष्टी सांगायची. वाचून दाखवायची. त्या गोष्टींमधे काही ना काही अर्थ लपलेला असायचा. तो त्या वयात कळला नाही. त्या गोष्टी आत्ताही माझ्या लक्षात आहेत आणि त्यामुळे त्यातला अर्थ आत्ता मला समजतोय. ती उपमापण छान द्यायची."

“उपमा म्हणजे...”

“एक्झॅम्पल.”

“एखादं सांगतोस?”

“माझे वडील, बाबा, अंत्यविधी करतात. शहरात असे अंत्यविधी करणाऱ्या माणसांना कसं वागवतात, हे मला माहीत नाही; पण गावात मात्र... अशा अंत्यविधी करणाऱ्या भटजींना कुणीही चांगल्या कार्याला आमंत्रण देत नाही. लहान असताना मला त्यामुळे वर्गातली मुलं खेळायलाही घेत नसत.”

“पण ह्यात तुझा काय दोष?”

“तुझ्या आईनं एका ख्रिश्चन माणसाशी लग्न केलं, ह्यात तुझा काय दोष?”

“हं.”

“असाच एकदा मी शाळेतून घरी आलो. खूप रडलो, चिडलो. मला कुणीतरी भूत भूत म्हणून चिडवलं होतं आणि त्यावरून सर्व वर्ग हसत होता. कुणी माझी शेंडी खेचत होतं. डोक्यावरची टोपी कधीचीच मातीची झाली होती.”

“तू शेंडी ठेवायचास?”

“हो. मुंज झाली होती आणि...”

“माझी नाही झाली मुंज.”

“तुझी कशी होणार? तू पिंटो आहेस ना!”

“पण...”

“पुढे ऐक ना. मी रडत रडत घरी आलो. आईनं मला भरपूर रडू दिलं. मग मला मोकळं वाटलं. हळूहळू रडू थांबलं. तिनं माझा चेहरा स्वत:चा पदर ओला करून स्वच्छ पुसला. मला अंगणात नेलं. आम्ही दोघं झोपाळ्यावर बसलो. मी तिथेच तिच्या मांडीवर डोकं ठेवलं. ती म्हणाली, “गोविंदा, आपल्या अंगणात कित्ती झाडं आहेत नाही? आंबा, चिकू, पळस, नारळ, अशोक, बदाम... प्रत्येक झाडाची एक वेगळी गंमत. नारळाचं झाड बघ. त्याची प्रत्येक गोष्ट माणसाला उपयोगी पडते. आंबा फळही देतो आणि सावलीही. त्याचं पान शुभ मानतो आपण. त्याची डहाळी पूजेत वापरतात. बदामाचं झाड बघ. शिशिर ऋतूत ते निष्पर्ण होतं. अशोक उंच उंच जात राहतं. ही झाडं न बोलताच माणसांना काही ना काही शिकवत असतात. माणसांनी ते जाणून घ्यावं. निसर्गच एक शिक्षक आहे. नारळाचं झाड सांगतं, तुम्ही प्रत्येक रितीनं, प्रत्येकासाठी उपयोगी ठरा. आंबा शुभ, पवित्र व्हायला सांगतो. वड, पिंपळ, आंबा स्वत: उन्हात, सूर्याच्या किरणांचा कोप सहन करतात, पण माणसांना गारवा देतात, सावली देतात. आपल्या परीनं आपणही इतरांना सावली द्यावी, मदत करावी, दु:खात सहभागी व्हावं. बदामाचं झाड शिकवतं, मोह धरू नये! वेळ प्रसंगी जसं ते आपलं पानन्‌पान त्यागतं, तसं माणसांनीही व्हावं.

त्याग करता यावा आणि मग तो निष्पर्ण शुष्क असा बदाम पुन्हा इवल्या इवल्या पानांनी भरून जातो. त्याग केला की, निसर्ग त्याला भरभरून बक्षीस देतो. निष्कर्म योग, त्याग केला की, जीवन संपत नाही, तर संपन्न होतं आणि अशोकाचं झाड, उंची शिकवतं. जे काही कराल, ते पूर्णत्वाने करा आणि कळस गाठा. हे झाड सावली देत नाही, पण जिद्द देतं. कितीही वादळं येवोत, ते लवतं, डुलतं पण ताठ उभं राहतं. तू तसा हो. वादळाला घाबरू नकोस. आणि उंची गाठलीस तरी ती अंगाला, मनाला लावून घेऊ नकोस. त्या उंचीचा अहंकार बदामाच्या पानांप्रमाणे गळून जाऊ देत. तू इतरांसाठी सावली हो. निवडुंग असणारच. त्याचे काटे टोचणारच; पण तेच काटे जेव्हा कुंपण म्हणून उभे राहतात, तेव्हाच शेताचं रक्षण होतं. काटे हवेतच, त्याशिवाय वाढ नाही, प्रगती नाही.'''

सतरंजीवर पडल्या-पडल्या गोविंदाला त्याची आई दिसत राहिली. खूप लहान वयात आपण खूप मोठे झालो आहोत, हे त्याला जाणवत होतं. कॉलेजमधली इतर मुलं बघितली की त्याला हे जाणवायचं. त्या वेळी त्याला त्या मुलांचा हेवा वाटायचा. आपण असे वागू शकत नाही ह्याचं वाईट वाटायचं. चिंता नसलेलं जीवन कसं असतं हे तो बघत होता; पण आज त्याला बरं वाटत होतं. त्याच्या आईनं त्याला मोठं केलं होतं. आज त्याला एक छोटंसं झाड झाल्यासारखं वाटत होतं आणि आजही आपली आई ह्या झाडाकडे आनंदानं बघत्येय, असा त्याला भास होत होता.

खुशीतच गोविंदानं कूस बदलली. आईची जुनेरी त्यानं छातीशी घट्ट धरली. त्या जुनेऱ्यांचा गंध त्याच्या नसानसांत भरू लागला.

कॉलेज डे, रोझ डे, फ्रेंडशिप डे असे सर्व डेज् संपले होते. गॅदरिंगही झालं होतं. आणि आता फक्त अभ्यासाचा माहोल कॉलेजमधे पसरला होता. प्रॅक्टिकल्स, लेक्चर्स, लायब्ररी, सबमिशन. आता कुणाकडेही टाइमपाससाठी वेळ नव्हता. उशिरापर्यंत लायब्ररीत अभ्यास करून गोविंदा घरी परतला. दत्तू पुजारींचं पत्र त्याची वाट पाहत होतं.

।। श्री गणेशाय नमः।।

प्रिय चि. गोविंदास,

अनेकोत्तम आशीर्वाद.

तुझं पत्र मिळालं. अरे घरी येण्यासाठी कुणी मुलगा आपल्या वडलांना प्रश्न विचारतो का? येऊ का? असं विचारण्याची आवश्यकताच नाही. हे घर तुझं आहे. ह्या घराचा इंचनूइंच तुझा आहे. ये बाळ, मी तुझी वाट बघतोय.

तू परीक्षेत उत्तम गुणांनी पास झालास. खूप आनंद झाला. गणेशाची कृपा आणि आईचे आशीर्वाद आहेत. त्याशिवाय तुझे कष्ट तर आहेतच. कष्टाशिवाय काहीही साध्य होत नाही आणि ते तू घेतो आहेसच. कुणा दुसऱ्याच्या घरी राहायचं, मन मारून, त्यांच्या पद्धतीनं जगायचं, सतत आपण त्यांच्या उपकाराखाली दबलेलं, असं जीवन जगायचं आणि तरीही उत्तम गुण मिळवायचे, हे सोपं नाही.

तू ये घरी. मीसुद्धा इथे एकटा जगतोय. आता खरं सांगू तर फार एकटं वाटतं कधीकधी. घरी वाट बघणारं कुणी उरलं नाही. पण मी आहे. इथेच तुझ्या येण्याची वाट बघणारा.

पत्रास विलंब झाला. तू खूप वाट बघितली असशील. प्रकृती जरा ठीक नव्हती. आता बरा आहे. श्री. शिंदे सरांना वेगळे पैसे पाठवले होते. मिळाले असतीलच. हे काही पैसे तुझ्यासाठी पाठवत आहे.

नीट राहा. शेवटची परीक्षा मनापासून दे. तुझी परीक्षा उत्तम जाईलच. बाकी सर्व क्षेम.

तुझे
बाबा

गोविंदाला मोकळं वाटायला लागलं. पत्र वाचता-वाचता त्याच्या नजरेसमोर लिखाण करतानाचे बाबा तरळू लागले. थोडंसं पोक काढून बसण्याची त्यांची लकब आठवली. पेनांचा शोध लागला तरीही बोरूनं लिखाण करणारे बाबा!

आता तर अजून जोमानं अभ्यास करायचा. बाबांना बरं वाटलं पाहिजे असा. मग तालुक्याच्या कॉलेजला जायचं. खूप शिकायचं आणि बाबांना त्यांचं कार्य कायमचं बंद करायला लावायचं.

"गोविंदऽऽऽ"
"राकेश, तू आत्ता? इथे?"
"आईला कसंतरीच होतंय. लवकर चल."
"मी काकूंना सांगून येतो."
"ऐकलंय मी."
"काकू, मी..."
"उंडार! माझं काय जातंय?"
"लगेच येतो."

"मी आत्ता पानं घेणार आहे. लगेच आलास तर ठीक. नाही तर उपाशी राहावं लागेल."

"ठीक आहे काकू, येतो लगेच."

राकेशच्या आईची नजर वर गेली होती. तोंडातून फेस येत होता. अंग लाकडासारखं झालं होतं.

"अरे, मावशीला फीट आलीये."

"हो. कांदा हुंगवला. कुणी, कधीतरी बोलल्याचं आठवलं की अशा वेळेस चप्पल हुंगायला द्यावी. तेही केलं. डॉक्टरांना फोन लावला. त्यांनी क्लिनिकवर बोलावलं."

"अशा स्थितीत कसं नेणार?"

"हॉस्पिटलला नेऊ या. मी फोन करतो. ॲम्ब्युलन्स मागवतो."

"मागव."

ॲम्ब्युलन्सचा सायरन गल्लीत घुमला. चाळीतली माणसं गॅलरीत जमा झाली. अनघा पाटकर-पिंटोला दोन माणसांनी स्ट्रेचरवरून ॲम्ब्युलन्समधे घातलं. सगळे बघे. शांतपणे बघत राहिले. कुणी आपापसात कुजबुजू लागले. गोविंदा धावत घरी गेला.

"काकू, मावशीला हॉस्पिटलमधे नेतोय."

"आमचं जेवण झालं."

"बरं. मी राकेशबरोबर जातोय. जाऊ ना."

"आधी निर्णय सांगितलास. मग तोंडदेखलं विचारतोस कशाला नंतर?"

"येतो लवकर."

"तुझी सतरंजी चादर बाहेर ठेव न् मग जा. उगीचच रात्रीची झोपमोड नकोय मला."

"सरांना सांगाल ना?"

"ते कशाला नस्त्या चौकशा करतायत? ट्यूशन घेऊन येतात, दमतात, जेवतात न झोपतात."

"बरं."

ट्यँ ट्यँ करत ॲम्ब्युलन्स गल्लीतून बाहेर पडली.

"मिसेस पाटकर पिंटो बरोबर कोण आहे?"

"मी."

"तू कोण?"

"त्यांचा मुलगा, राकेश."

"मोठं कुणी नाही?"

"नाही."

"आत ये."

"हं, तुझ्या आईची केस जरा वेगळी आहे. त्यांना हा त्रास कधीपासून होतोय?"

"आज पहिल्यांदाच झाला. अडीच महिन्यांपूर्वी तिला खूप ताप येत होता. हे तिचे तेव्हाचे रिपोर्टस."

"गुड. मी चेक करतो. तोपर्यंत तू बाहेर बस."

"काय झालं राकेश?"

"मी तिला पुन्हा ऑफिसला जाऊ द्यायला नको होतं."

"दहाच दिवस तर झाले, त्यांना जॉइन होऊन."

"हो. पण..."

"काय झालं?"

"तुला माहित्येय ना, तो माणूस जो..."

"माहित्येय."

"आई जॉइन झाली, पण त्यानं तिला बघितलंही नाही. एक अक्षरही तिच्याशी बोलला नाही."

"तुला कसं समजलं?"

"आईच म्हणाली. ती ऑफिसला जायला लागली. मला भीती वाटत होती की ती पुन्हा आधीच्यासारखी होणार. उशिरा येणार. माझ्यासाठी त्या उशिरा येण्याचा मोबदला म्हणून काही ना काही गिफ्ट आणणार; पण तसं झालं नाही. ती लवकर येत होती. तिचं हसणं-बोलणं कमी झालं होतं."

"मला सांगितलं नाहीस?"

"अभ्यास चालू होता तुझा आणि माझाही. आता डोळ्यांसमोर फक्त परीक्षा आहे. हा विषय निघायचं कारणच नव्हतं. मला बरं वाटत होतं. ती घरात होती ह्याचं आणि मग ती ऑफिसमधून लवकर घरी येत होती ह्याचंही. ती थकलेली दिसायची; पण इट वॉज ओके. तरीही मी तिला एकदा विचारलंच, 'तू लवकर येतेस घरी?' मी फक्त विचारलं आणि ती रडायला लागली. 'राकेश, मला माफ कर. मी खूप वाईट आहे. माझ्यामुळे तुला खूप त्रास झाला. पण आता मी माणसांना ओळखू लागल्येय. मला पश्चात्ताप होतोय. अरे, लाज वाटते आपल्या मुलाशी असंकाही बोलताना. पण तरी बोलते कारण माझ्या पापाला तुझ्यासमोर कबूल करायलाच हवं. तू मग माझा तिरस्कार करशील; पण ते चालेल मला. मोकळं व्हायचंय तुझ्यासमोर...'"

"असं?"

"ती बोलतच होती. तिनं त्या माणसाबद्दल सर्वकाही सांगितलं मला. ती आजारी पडली तर तो तिला भेटायलाही आला नाही. त्यानं डायरेक्ट डॉक्टरांना फोन केला. आईला काय झालंय, ते विचारलं. आणि ते कळल्यावर त्यानं संबंधच

तोडला. आता त्याला त्याची फॅमिली जवळची वाटू लागलीये.''

''मावशीला काय झालंय?''

''ब्रेन ट्यूमर.''

''काय?''

''हो.''

''मित्र म्हणवतोस आणि माझ्यापासून लपवलंस?''

''दोनच दिवसांपूर्वी समजलं. आईनं माझ्यापासून लपवलं. पण... ऑपरेशन करायला हवं.''

''कधी? कोण करणार? खर्च किती?''

''डॉक्टर सांगतील आता.''

''राकेश, हे असं?''

''मी काय करू?''

''चल, मावशीच्या आईवडलांकडे जाऊ.''

''नको.''

''मी येतो तुझ्याबरोबर.''

''उपयोग नाही.''

''मग? रडू नकोस. धीर धर. काही ना काही...''

''काहीही होणार नाही. मी सर्वांना फोन केले. कुणीच मला आपलंसं म्हणायला तयार नाही.''

''मी आहे ना. मी सरांना सांगतो.''

''नको. तुला आधीच माझ्यावरनं खूप ऐकायला लागलंय.''

''अरे पण, कुणी मोठं माणूस हवं ना!''

''मी झालोय मोठा.''

''मी माझ्या बाबांना बोलावून घेतो.''

''ते येतील?''

''हो. नक्की येतील.''

''तिथे गावात फोन आहे?''

''आहे. पुरोहित म्हणून पुजारी आहेत, त्यांच्याकडे आहे. सरांकडे त्यांचा नंबर आहे. मी बाबांना निरोप देण्यासाठी सांगेन पुरोहितांना.''

''चालेल. पण ते इथे येऊन काय करणार?''

''आधार वाटेल त्यांचा.''

''राहतील कुठे? माझ्याकडे?''

''माहीत नाही.''

"नको, नको त्यांना बोलावूस."

डॉक्टरांचा निरोप आला म्हणून राकेश केबिनमधे गेला. गोविंदाला काय करावं सुचेना. बाबांना बोलवावं, पण त्यांना सांगणार काय? आणि ऑपरेशन करायचं तर बाबांकडे तरी कुठे पैसे आहेत? असं का होतं? माणसं अशी का वागतात? झाली चूक मावशीची पण ती आता इतक्या बॅड कंडिशनमधे असतानाही माणसं क्षमा करू शकत नाहीत? माणसं आंबा, वड, पिंपळाच्या झाडासारखी सावली देणारी का होत नाहीत? अशोकाच्या झाडासारखी फक्त स्वत:पुरती मोठी, उंच का होतात?

"गोविंदाऽऽ"

राकेशच्या हाकेनं, तीव्र हाकेनं गोविंदा दचकला. हाकेच्या दिशेनं धावला.

"गोविंद, आईऽऽ"

ॲम्ब्युलन्सचा सायरन पुन्हा एकदा गल्लीत घुमला. आता सायरन का वाजतोय? मावशी तर गेली. आता ॲम्ब्युलन्सला कसली घाई आहे? जिवंत माणसाला तो मरण्याअगोदर हॉस्पिटलमधे पोहोचवता यावा म्हणून रस्ता मोकळा करण्यासाठी सायरन वाजवतात ना? पण मग मेलेल्या माणसाला पोहोचवण्यासाठी घाई कशाला? राकेशकडे बघवत नाहीये. त्याला आत्ता कुशीत घेणारं कुणीही नाही. हे दु:ख काय असतं ते आपण अनुभवलंय. तेव्हा बाबा होते आपल्यासाठी; पण आपणच त्यांना नाकारलं. आणि राकेशला कुणी हवं आहे, तर त्याच्यासाठी कुणीच नाही?

स्ट्रेचर खडखड आवाज होत बाहेर आला. गल्ली सामसूम, सर्व दारं बंद. सगळे साखरझोपेत. आणि ह्या एका प्रेताबरोबर आम्ही चार माणसं. रस्त्यावरची कुत्री केकाटत आहेत. दूधवाल्यांच्या सायकली खडखडत आहेत. पहाट होत्येय, पण एक घर अंधारात गेलंय.

समोर शिंदे काकूंना गॅलरीत बघून गोविंदा धावला. तो काही सांगणार तोच त्या म्हणाल्या,

"शिवू नकोस मला. वस्तूंना हात लावशील चुकून. घरात येऊ नकोस."

गोविंदा तसाच वळला. एव्हाना स्ट्रेचर सौ. अनघा पाटकर-पिंटोच्या दारात होता. प्रयत्न करूनही राकेशला दार उघडता येत नव्हतं. चावी लॅचमधे जात नव्हती. गोविंदानं चावी घेतली. दार उघडलं. स्ट्रेचर आत आणला गेला. ॲम्ब्युलन्स पुन्हा विनाकारण सायरन वाजवत निघून गेली. बधिर, एकटक आईकडे बघणाऱ्या राकेशला कसं संभाळावं हे गोविंदाला समजत नव्हतं. कितीतरी वेळ तसाच गेला. चाळीतली आजूबाजूची माणसं खिडकीतून डोकावून जात होती. हो ना करता करता काही माणसं घरात आली.

"अरेरे, वाईट झालं."

“हो ना.”

“काय भोग असतात एकेक.”

“हो. काय करायचं पुढे?”

“डेथ सर्टिफिकेट मिळालंय का?”

“राकेश, तुला विचारताहेत.”

“हं.”

“मग पुढली तयारी करायला हवी.”

“काय तयारी करायची?”

“कळवायला हवं नातेवाइकांना.”

“मला कुणीही नातेवाईक नाहीयेत. नो रिलेटिव्हज्.”

“शांत हो राकेश. तू, तू बोलू नकोस. मी सांगतो सर्व.”

जमलेल्या मंडळींना गोविंदा बाहेर घेऊन गेला.

“काका, मावशीसाठी कुणीही येणार नाहीत.”

“बरं. आम्ही आहोत. शेजारधर्म निभावला पाहिजे.”

“ते खरं हो पंत, पण अनघाताईंना जाळायचं की पुरायचं?”

“तो प्रश्न आहेच.”

“अरे, गोविंदा ना तू.”

“हो.”

“राकेशकडून डेथ सर्टिफिकेट आण बघू.”

“........”

“हे बघा. किती हा घोळ. दोन्ही आडनावं लावल्येत. आता?”

“काय कठीण आहे? आपण जाऊ चर्चमधे. ते फादर असतात त्यांना सांगू.”

“बरं.”

“चला तर मग.”

“सात-आठ जणांची गरज नाही. मी आणि पंत जाऊन येतो.”

“मी जरा खाऊन घेतो. उपाशी पोटी मला काही सुचत नाही.”

“मीही नाश्ता करणारच आहे. किती वेळ लागेल कुणाला माहीत?”

गोविंदा आश्चर्य करू लागला. ह्या अशा परिस्थितीतही भूक लागते? आणि त्याला अचानक जाणवलं, काल संध्याकाळच्या एक कप चहानंतर त्यानंही काहीही खाल्लेलं नाहीये. राकेशही उपाशीच आहे.

अजूनही राकेश तसाच. त्याच अवस्थेत बसलेला. त्याला आत्ता काय आठवत असेल? मावशी हॉस्पिटलमधून घरी आली, रजेवर होती, तेव्हाचे दिवस की त्याअगोदर मावशी कशी होती, ते दिवस? हल्ली तो किती आनंदात होता. हा

आनंद त्याला अजून काही वर्षं मिळाला असता तर?

"राकेशऽऽ"

एक शून्य नजर. आता ह्यानं रडायला हवं. डोळ्यांत एक थेंबही नाही?

"पाणी हवंय?"

"तिनं शेवटी पाणी तरी प्यायलं का?"

"राकेश, जे झालं ते कुणाच्याच हातात नव्हतं. आता तुला धीर गोळा करायला हवा. बी ब्रेव्ह. सर्व तुलाच करायचं आहे. काका, कोण ते मला माहीत नाहीत. पण ते एक आणि कुणी पंत चर्चमधे जात आहेत."

"चर्च?"

"मग?"

"पण आईनं तर धर्म बदलला नव्हता."

"पण पिंटो आडनाव आहे ना तिचं?"

"त्या आधी पाटकरही आहे."

"ते मला काही समजत नाही. मोठी माणसं बघतील."

"आईला आवडेल?"

"आपण दोघंही ते सांगू शकत नाही."

पुन्हा शांतता. चाळीतल्या काही बायका घरात येऊन बसल्या. राकेशला थोपटल्यासारखं करू लागल्या. गोविंदाला वाटत होतं, आता काकू येतील. निदान आतातरी!

पंत परत आले आणि पुन्हा गॅलरीत सभा भरली.

"उपयोग नाही. तो फादर अनघाताईंना ख्रिश्चन मानतच नाही."

"मग?"

"सरळ सरळ 'नो' म्हणाला. त्यांच्या चर्चमधे आणि ह्या डेथ सर्टिफिकेटवरही त्या ख्रिश्चन आहेत, असं दर्शवणारी नोंद नाही. हे फादर भारी समजतात स्वत:ला."

"त्यांना कशाला दोषी धरता? ती चर्चा राहू दे. पुढे काय करायचं ते सांगा."

"स्मशानात जायला हवं."

"चला."

"आता कुणीतरी जाऊन या. मी तर थकलो बुवा. स्मशानात न्यायचं असेल तर पुन्हा कामं वाढणार. जरा विश्रांती घेतो."

"आम्ही जाऊन येतो."

"जरा त्या गोविंदाला बोलवा बाहेर. त्याला सांगायला हवं."

मावशीला आवडणार नव्हतंच, म्हणूनच कदाचित फादरनं नकार दिला. बरं झालं. राकेशलाही आता बरं वाटेल.

करता करता दुपार झाली. जमलेली मंडळी एकेक करून घरी गेली. आत्ता

आलो, असं सांगत. पुन्हा दोघंच उरले. गोविंदा आणि राकेश.

"राकेश चहा घे."

"नको."

"असं करू नकोस. तुला जर काही झालं तर मावशीचं कोण करणार सगळं?"

"तू आहेस ना माझ्याबरोबर? मला सोडून नाही ना जाणार?"

"नाही रे. तू चहा घे. मीपण घेणार आहे."

"तू घरी जाऊन ये."

"नको. म्हणजे जाईन, पण आत्ता नको. ती मंडळी गेलीयेत ना स्मशानात, येऊ देत. मग बघू."

"तिच्या नाकातून पाणी येतंय."

"मी पुसतो."

"नको. मी पुसतो. मी तिची, ती जिवंत असताना काहीच सेवा केली नाही. आतातरी करू देत."

"हे बघ, काका आले."

"राकेश आम्ही स्मशानात जाऊन आलो. सर्व सविस्तर सांगितलं. अनघाताईंनी धर्म बदलला नाही, पण आडनावं दोन्ही लावत होत्या म्हणून जरा अडचण निर्माण झाली आहे. तिथे, स्मशानात जे गुरुजी आहेत, ते म्हणत होते की दफनविधीच व्हायला हवा. कारण....

"कारण, राकेश, धर्म जरी बदलला नाही तरी, त्यांनी परधर्मातल्या व्यक्तीशी संग केला. तू हिंदू नाहीस. कारण तुझे वडील हिंदू नाहीत. म्हणून ते गुरुजी अंत्येष्टिविधी करायला तयार नाहीत. ख्रिश्चनांचा फादर जर स्वत:च्या धर्माप्रमाणे मान्यता देत नाही, तर हिंदू धर्मानं तरी मान्यता का द्यावी?"

"आम्ही तरी खूप प्रयत्न केला."

"आणि राकेश, तूही काळजी घ्यायला हवी होतीस. कशाला हॉस्पिटलमधे आईचं असं नाव सांगितलंस? नुसतं सौ. अनघा पाटकर, इतकंच सांगितलं असतंस, तर आत्ता एवढे प्रश्न निर्माण झाले नसते."

"अगदी बरोब्बर. आम्ही कुणीही सांगितलं नसतं की त्या पिंटो..."

"काका...."

"आता काय करणार? बघ त्यांच्या नाकातून..."

"माहित्येय."

"म्हणजेच त्यांना आता जास्त वेळ ठेवून चालणार नाही. काय ते लवकर ठरव. आणि स्मशानात जाऊ तेव्हा, तुझं नाव राकेश पाटकर सांग. पिंटो सांगितलंस तर विधी तुझ्या हस्ते करता येणार नाहीत."

"का? मी तिचाच मुलगा आहे ना?"

"आहेस रे. पण धर्मात बसत नाही. काय हो?"

"हो. असा काही पेच निर्माण होईल, हे गावीही नव्हतं."

"गाव, राकेश गाव! बाबांना बोलवू या."

"कुठे आहे तुझं गांव? आणि तुझे बाबा इथे आल्याने काय होणार?"

"गणेशपूर! माझे बाबा अंत्येष्टिविधी कर्म करतात."

"असं?"

"हो. ते येतील. ते करतील सर्व विधी!"

"तू बोलावणार, तेव्हा ते घरातच असतील ह्याची काय खात्री? अशी कर्म करणाऱ्या गुरुजींचा काही भरवसा नाही. ध्यानीमनी नसतं आणि कोणतरी मरतं की चालले हे."

"आणि गोविंदा, त्यांना इथे यायला किती वेळ लागेल?"

"निदान आठ तास!"

"घ्या! कसं शक्य आहे?"

"पंत, तुम्ही बघा कुणी मिळतंय का? मी तोपर्यंत जरा झोप घेतो. पहाटेपासून वणवण चाललीये."

"वहिनी जेवायच्या थांबल्यात."

"हो का? आता हीपण कमाल करते. जेवून घ्यायचं ना. ह्या असल्या कामात वेळेचा काही भरवसा?"

"मीही बघतो. येतो रे."

गोविंदा आता चिडचिडा झाला. त्याला ही माणसं समजेनात; पण खरा प्रश्न होता तो अंत्येष्टिविधीचा. त्यानं मान वर केली. राकेश गुडघ्यात मान घालून गदगदत होता. गोविंदानं एकदा राकेशकडे, एकदा मावशीच्या मृतदेहाकडे बघितलं.

आणि तो बघतच राहिला. त्याच्या कानांवर शब्द उमटू लागले...

"केशवाय नम: नारायणाय नम: माधवाय नम:..
तथा गोत्रस्य, प्रेतस्य... उध्वोंच्छिष्ट अधरोच्छिष्ट उभयोच्छिष्ट असृश्यसुष्य...
प्रेत प्राथेयश्राद्धे अयंते क्षण उपतिष्ठतां...
प्रेत उपस्थानार्थे...
प्रेताय पाथेय...
प्रेत...

"मी हे कार्य करतो, हे मंगल कार्य आहे. पैसे मिळवणं हे ध्येय नाहीच आहे. जन्मापासून मरणापर्यंत ज्या ज्या चुका हातून घडतात, त्या दुरुस्त व्हाव्यात, जन्म

घेताना आत्मा, देह जितका पवित्र असतो, तसाच तो मृत्यूनंतरही पवित्र व्हावा. आयुष्यभराचे क्लेश, पाप, दु:ख, पिडा मरण पावल्यानंतर सोबत जाऊ नयेत, असा माझा प्रयत्न असतो. आत्म्याला सद्‌गती मिळावी, हीच इच्छा असते. हे पुण्यकर्म आहे. आणि ते मी करत राहणार. ह्यात अपवित्र असं काहीही नाही.''

''मी येतो रे लगेचच.''

''कुठे निघालास?''

''पाच मिनिटांत येतो.''

गोविंदा धावत घरी आला. काकूंच्या विरोधाला न जुमानता घरात गेला. स्वत:चे कपडे घेतले आणि पुन्हा धावत राकेशकडे आला.

''राकेश, तयारी करू या. मी, मी मावशीचे सर्व विधी करेन.''

''गोविंदा?''

''मला येतं सगळं. वयाची पंधरा वर्षं घालवल्येत ह्या वातावरणात. बाबा शिष्यांना शिकवायचे. माझ्या कानांवर पडायचं; पण मला माहीत नव्हतं की ते मला पाठ झालंय. आत्ता सर्व आठवतंय. मी करतो अंत्येष्टिसंस्कार!''

राकेशनं गोविंदाला कडकडून मिठी मारली आणि तयारी सुरू झाली. गोविंदा सांगेल त्या त्या प्रमाणे राकेश सर्व करत होता. चाळीतली लोकं आश्चर्यानं बघत राहिली. हां हां म्हणता ही गोष्ट वाऱ्यासारखी पसरली.

''बघितलंत? शेवटी तो त्याच्या वाटेनं गेला. याद राखा आता त्याला घरात घेतलंत तर!''

''मी गणेशपूरला फोन करून निरोप देतो. दत्तूबुवांना तातडीनं बोलावून घेतो.''

''ते तुमचं तुम्ही बघा. पण तो आता ह्या घरात येणार नाही. मलाही माझ्या जातीचा मान आहे. आम्ही शिंदे, हे असलंकाही खपवून घेणार नाही.''

गोविंदाच्या नजरेसमोर त्याची आई दिसत होती. शांत, तृप्त पडून राहिलेली. निश्चेष्ट! बाबांचे शब्द घुमत होते, तो कृती करत होता. दर्भ ठेवला जात होता. पक्ष, तिथी, गोत्र, ह्यांचे उल्लेख होत नव्हते कारण गोविंदाला ते समजत नव्हतं. माहीत नव्हतं. सर्व मंत्र येत होते असंही नाही; पण कृती आठवत होती. आई सौभाग्यवती होती आणि मावशीही.

भाताची मूद, त्यावरचे चार दाणे काळ्या तिळाचे, काय मंत्र होता तो? आणि कुंकू...

सरसरून काटा आला. डोळ्यात अश्रू आले. पण... पण आता घृणा वाटली नाही. भीतीही वाटली नाही.

अंत्ययात्रा निघाली. अर्ध्या वाटेवर दोन पिंड ठेवले.

अतिद्रवेतिद्वयोर्यमश्वानौत्रिष्टुप् अध्वनि... पिंडदाने... काय बरं? *विनि वियोग...* हा विनियोग. मंत्र पुढला? आठवत नाही? मग? राम राम राम राम...

ढणाणा चिता पेटली आणि राकेश कोसळला. गोविंदा शून्य नजरेनं पुन्हा एकदा आईला जळताना बघत राहिला. चिता भगभगली होती. अग्नी तिचा घास घेत होता. आई नक्की मरण पावली होती ना? की थोडी धुगधुगी होती? ह्या चटचट आवाजात तिनं हाक जरी मारली असती, तरी ती क्षीण हाक ऐकू आली नसती. आई, तुला भाजलं का गं?

स्कंदायस्वाहा । स्कंदायेदंनमम ।
इमेजीवा: संकुसुको मृत्युस्त्रिष्टुप् सव्यानावृत्त्य गमने विनियोग ॥
इमे जीवा विमृतैराववृत्रन्न भूभ्द्रद्रा देवहूतिर्नो अद्य ।
प्रांचो अगामनृतये हसाय प्रधींय आयु: प्रतरं दधाना: ॥

"सर, गोविंदाचं चुकलं असं..."

"मग? चुकलंच. त्याला आम्ही आधीपासूनच सांगत होतो, तो जे करतोय, बरोबर नाही. आपल्याला संस्कृती आहे. त्या असंस्कृत घराशी संबंध ठेवायचेच कशाला?"

"मी बोलतो त्याच्याशी."

"दत्तूबुवा, नुसतं बोलू नका. कान धरा चांगला. गणेशपुरातला गोविंदा आणि मुंबईतला गोविंदा, पेडर रोड धारावी इतका फरक आहे!"

"वहिनी, क्षमा मागतो मी. तो आहे कुठे?"

"गेला असेल उंडारायला."

"तू थांब जरा. दत्तूबुवा आलेत, आता सर्व ठीक होईल."

"सर, गोविंदा, आत्ता कुठे असेल?"

"आज त्याचे प्रॅक्टिकल्स आहेत. कॉलेजमधे असणार. येईल तीन साडेतीनपर्यंत. पण दत्तूबुवा..."

"बोला..."

"तो इथे राहत नाही."

"म्हणजे?"

"आम्ही त्याला कसं घरात ठेवणार? त्या बाईला घेऊन स्मशानात गेला. गेला तर गेला. तिचे सर्व विधीही केलेन, हे योग्य आहे? कोण ठेवणार अशा मुलाला घरात. आम्हांला राहायचंय समाजात. चाळीतल्या लोकांनी तर छी थू केली आमची."

"तो राहतोय कुठे आता?"

"तो राकेश आणि गोविंदा. हव्वा तो गोंधळ घालतात. राहतोय त्याच्याचकडे."

"मग मी तिथेच जातो."

"अजून आले नसतील दोघं."

"गोविंदाला समजवा."

"हो. पण मी निघतो. त्याला भेटतो आणि येतो पुन्हा."

दत्तू पुजारी बाहेर पडला. चालत राहिला. काही अंतरावर त्याला मंदिर दिसलं. तो मंदिरात गेला. दक्षिणाभिमुखी हनुमान! त्यानं नमस्कार केला आणि तिथेच एका कोपऱ्यात बसला.

गोविंदा! कुठून कुठे आला हा पोरगा! हुशार आहे. माझ्याकडे कधीही काहीही शिकायला आला नाही; पण जे काही ऐकलं, पाहिलं त्यावर त्यानं सर्व निभावून नेलं. हे मारुतीराया, तुझे आभार कसे मानू? एका अडचणीत असलेल्या मुलाला त्यानं हात दिला. भवितव्य पणाला लावलं. ही जिद्द पुजारी घराण्याचीच! माझ्या वडलांकडून मला मिळाली आणि आज माझ्या मुलापर्यंतही पोहोचल्याचं सिद्ध झालं! कधी एकदा पोराला बघतोय, असं झालंय रे! हे गणेशा, तुझी कृपा!

हे असं व्हायला लागलंय. मन आनंदानं जरी भरून आलं तरी डोळेही भरून येतात. वय झालंय. मन हळवं होऊ लागलंय.

उपरण्यानं डोळे पुसून दत्तू पुजारी मंदिरातून निघाला. परतून आला तो सरळ राकेशच्या दारात उभा राहिला.

"बाबा! तुम्ही?"

"येऊ का घरात?"

"या ना बाबा या."

"हं."

"बसा. राकेश, हे माझे बाबा."

"नमस्कार बाबा."

"चिरंजीव व्हा. बसा, बसा."

"तुम्ही आत्ता इथे कसे?"

"तुझी आठवण येत होती, म्हणून आलो तुला बघायला आणि..."

खोलीत शांतता झाली. दत्तू पुजारी खोली न्याहाळत होता. अद्ययावत वस्तूंनी ती खोली भरलेली होती. पण त्यात कुठला स्वर उमटत नव्हता. चैतन्य नव्हतं. समोरच अनघाचा एक छोटा फोटो होता टेबलावर. निरांजन तेवत होतं. त्यावर टोपली होती छोटीशी. त्याच्या जाळीतून निरांजनाचा उजेड तुकड्यातुकड्यानं दिसत होता.

"बाबा..."

"हं."

"मला बोलायचंय तुमच्याशी."

“समजलंय मला. सांगितलंय शिंदे सरांनी.”

“बाबा, मला क्ष....”

“नाही रे, नाही. तू चूक केलेली नाहीस.”

“खरंच?”

“हो. राकेश बेटा, तूही ह्याचं ऐकलंस, योग्य केलंस. इतकीशी, लहान मुलं तुम्ही. गोविंदा जे तुला समजलं ते ह्या मोठ्या माणसांना नाही समजलं. वयानं मोठं असून भागत नाही, हे पुन्हा एकदा सिद्ध झालं.”

‘बाबा’ म्हणत गोविंदानं दत्तू पुजारीला मिठी मारली. त्या मिठीत, त्या स्पर्शात दत्तूला समजलं की, हे पोर किती एकटं होतं. त्यानं किती क्लेश सहन केले असतील. मायेच्या, आधाराच्या स्पर्शासाठी किती तडफडत होतं.

दोघांनाही रडताना बघून राकेशलाही गदगदून येत होतं. आपल्या पाठीवरही असा मायेचा हात असता तर?

“राकेश, ये बाळा, ये. मनसोक्त रडून घे. मुलगा आहेस, मग रडणार कसं? असा विचार करू नकोस. ये, जवळ ये माझ्या.”

इतके दिवस सहन केलेला ताण मोकळा झाला. हलकं वाटू लागलं. तिघांनी डोळे पुसले. राकेश चहा करायला स्वैपाकघरात गेला.

“परीक्षा चालू आहे ना? संपली की घरी ये. राकेशलाही आण सोबत.”

“चालेल?”

“न चालायला काय झालं? आण त्याला.”

“बाबा, मावशीचे दिवस...”

“करू. मी गणेशपूरला करेन.”

“पण तेव्हा राकेश येऊ शकणार नाही.”

“नसला तरी चालेल. आत्म्याला गती देण्यासाठी कृती महत्त्वाची. व्यक्तीही महत्त्वाची, पण राकेशची गोष्ट निराळी आहे. तो ख्रिश्चन आहे. तो जरी तसा वागत नसला, जरी त्याचे संस्कार तसे नसले, तरीही. मी करेन त्यांचे दिवस. शास्त्र माणसासाठी आधाराची भूमिका घेऊन पाठीशी उभं हवं. अडवणूक करण्यासाठी नाही. ह्याचा अर्थ असा नाही की त्याचा गैरफायदा, किंवा त्याचा अर्थ आपल्या सोयीनं लावला जावा. ह्याचा अर्थ असा की शास्त्रामुळे मनुष्याची वृद्धी व्हावी. तो प्रगल्भ व्हावा. तारतम्य जाणावं आणि हित असेल तर ते जरूर साध्य करावं. तेवढी मोकळीक शास्त्र देतं.”

“बाबा, चहा.”

“आता तू ही मला बाबा म्हणू लागलास, तर माझं ऐकशील?”

“हो.”

''गोविंदाबरोबर गणेशपूरला ये.''

''येईन.''

''छान. आता मला निघायला हवं. कार्य आहेत. तसाच निघालो. घर धड बंदही केलं नाही.''

''बाबा.''

''गोविंदा, मोठा झाला आहेस. आनंद आहे. आज तुझी आई नक्की आनंदात असेल. अभ्यास करा दोघं. परीक्षा द्या. घरी या. हे पैसे ठेव जवळ.''

''नकोत बाबा.''

''ठेव. प्रवासाला लागतील. येतो मी. शिंदे सरांना भेटून जातो. मला वाटतं, तूही चल. त्यांनी तुला आधार दिला, ते हो म्हणाले, म्हणून मुंबईत येऊ शकलास.''

''पण...''

''पण, त्यामुळेच तुला राकेश भेटला, हे तू विसरू नकोस. मी आत्ताच तुला म्हणालो ना, की तू मोठा झाला आहेस!''

''हो. येतो.''

''तर शिंदे सर, मी बोललोय गोविंदाला. आता प्रश्न फक्त आठ दिवसांचा आहे. परीक्षा झाली की तो गावी येणार आहे. त्याचं काही चुकलं असेल तर त्याच्यावतीनं मी क्षमा मागतो.''

''दत्तूबुवा, तुम्ही का क्षमा मागताय? पण, काही नियम पाळावे लागतात. गाव असो, शहर असो...''

''हो. समजतंय मला. तुम्ही त्याला आधार दिलात! हल्ली स्वत:चं जिणं कठीण होत चाललंय. मग कोण परक्यासाठी इतकं करतं? तुम्ही केलंत. आभारी आहे.''

''हा इथे राहणार का आता?''

''नाही, म्हणजे नको. आधीच त्याच्यामुळे तुम्हांला त्रास झालाय, आता ह्यापुढे तो व्हायला नको.''

''बरं.''

''येतो आम्ही. गोविंदा नमस्कार कर.''

बाबा अचानक आले, तसेच गेलेही, पण किती बरं वाटलं. मोठा आधार मिळाला. घरी जायचंय. ते घर, ज्या घरातून मी सुटका शोधत होतो, ज्या घरातून मी पळून गेलो होतो. गोविंदाच्या नजरेसमोर घर तरळू लागलं. फाटक, अंगण, अंगणातला झोपाळा, निरनिराळी झाडं, घराचं दार...

आणि ते शिष्य! अंत्येष्टिसंस्कार शिकायला येणारे. अजूनही कुणीकुणी येत

असतील? येवोत. ते मंत्रोच्चार ऐकावेसे वाटताहेत. बाबांचे स्पष्ट उच्चार,धीरगंभीर आवाज, संपूर्ण घरात घुमणारा – गणेशाय नमः केशवाय नमः नारायणाय नमः...

हे पुण्यकर्म आहे. हे पवित्रकार्य आहे. जिवंतपणी जी कार्य केली जातात, ती जशी शुभ, पवित्र असतात, तसंच मृत्यूनंतर होणारी कार्यही पवित्र असतात. तो आत्मा काही काळासाठी भूतलावर येतो. हातून कृत्यं घडतात त्याच्या. पवित्र कृत्याचं माप त्याच्या पदरात पडतं, पण पापकर्म त्याचा पाठपुरावा करतं. त्या पापकर्मातून त्या आत्म्याला मुक्ती मिळावी, ही इच्छा आणि त्यासाठी कार्य करणं, हे अपवित्र कसं असेल गोविंदा? अरे गोविंदा, तुला हे पटलं, दिसलं म्हणूनच तू मावशीला...

परीक्षा संपली. गोविंदा, राकेशनं घर आवरलं. भलंमोठं कुलूप ठोकलं. गणेशपूर जसजसं जवळ येऊ लागलं, गोविंदाला चिरपरिचित मातीचा सुगंध येऊ लागला. गणेशपूर, तो डोंगर, गणेशाच्या मूर्तीच्या आकारासारखा आकार असणारा, घंटानाद, ही शाळा, पाटलांचा वाडा, बाजारपेठ, नदी, घर!

"बाबा, मी आलोय.."

"ये बाळ, ये."

दिवस नुसता घरभर फिरण्यात गेला. प्रत्येक वस्तूला स्पर्श करण्यात, झाडा-पानांना हुंगण्यात, झोपाळ्यावर झोके घेण्यात, सारवलेल्या जमिनीचा गारवा अनुभवत....

पहाटे जाग आली. घंटानाद होत होता. कुठे कोकिळ ओरडत होती. भारद्वाज, कावळे, चिमण्या, पोपट...!

श्लोकांचा धीरगंभीर आवाज घुमू लागला. गोविंदानं स्नान उरकलं. बाबांशेजारी येऊन बसला.

"बाबा, मला सर्व विधी, संस्कार शिकायचे आहेत. आजपासूनच. शिकवाल?"

दत्तू पुजारीनं आश्चर्यानं गोविंदाकडे बघितलं. त्याच्या डोळ्यांतल्या भावना बघितल्या. हलकंसं हसत दत्तू पुजारीनं होकारार्थी मान हलवली.

श्लोकांचा आवाज वाढला. एका सुरात दुसरा सूर मिसळला.

ॐ नमस्ते गणपतये
त्वमेव प्रत्यक्षं तत्त्वमसि
त्वमेव केवलं कर्तासि
त्वमेव केवलं धर्तासि
त्वमेव केवलं हर्तासि...

***